சாதிக்குப் பாதி நாளா?
ராஜாஜியின் கல்வித் திட்டம்

நூலாசிரியரின் பிற நூல்கள்

- *The Making of the Madras Working Class* (New Delhi: LeftWord Books, 2013)
- *Half a Day for Caste?: Education and Politics in Tamil Nadu, 1952–55* (New Delhi: LeftWord, 2020)
- *சென்னைப் பெருநகரத் தொழிற்சங்க வரலாறு* தமிழில்: ச.சீ. கண்ணன், புதுவை ஞானம். (சென்னை: அலைகள் வெளியீட்டகம், 2003)

சாதிக்குப் பாதி நாளா?
ராஜாஜியின் கல்வித் திட்டம்
தே. வீரராகவன்

'குலக்கல்வித் திட்டம்' என்று திராவிட இயக்கம் விமர்சித்த ராஜாஜியின் கல்வித் திட்டம் பற்றிய விரிவான முதல் நூல் இது. கிராமப்புறத் தொடக்கப் பள்ளி மாணவர்கள் பாதி நாளைப் பள்ளியிலும் எஞ்சிய அரை நாளைத் தமது குடும்பத் தொழிலைக் கற்றுக்கொள்வதிலும் செலவிட வேண்டும் என்பதே இத்திட்டம். இத்திட்டம் எவ்வாறு உருவானது, எவ்வாறு நடைமுறைப்படுத்தப்பட்டது, இதற்கு ஆதரவாகவும் எதிராகவும் ஒலித்த குரல்கள் எவை, பலத்த எதிர்ப்புகளுக்கிடையில் எவ்வாறு இத்திட்டம் கைவிடப்பட்டது என்பதை எல்லாம் ஏராளமான ஆதாரங்களின் அடிப்படையில், விறுவிறுப்பான நடையில் இந்நூல் ஆராய்கிறது. குலக்கல்வித் திட்டத்திற்கு எதிரான கிளர்ச்சியின் பின்புலத்தை விளக்கிப் பதிப்பாசிரியர் ஆ. இரா. வேங்கடாசலபதி விரிவான முன்னுரை எழுதியிருக்கிறார். நவீன தமிழகத்தின் சமூக - அரசியல் வரலாற்றைப் புரிந்துகொள்ள விரும்புவோர் கட்டாயம் படிக்க வேண்டிய நூல் இது.

தே. வீரராகவன் (1958-2009). சென்னை விவேகானந்தர் கல்லூரி, மாநிலக் கல்லூரி, ஐ.ஐ.டி. ஆகிய கல்வி நிறுவனங்களில் வரலாறு கற்றவர். பிஎச்.டி. பட்டம் பெற்ற ஐ.ஐ.டி.யிலேயே ஆசிரியராகப் பணியாற்றியவர். இரண்டு உலகப்போர்களுக்கு இடைப்பட்ட காலத்து (1918-1939) சென்னைத் தொழிலாளர் இயக்கம் பற்றி இவர் எழுதிய விரிவான ஆய்வு தமிழிலும் ஆங்கிலத்திலும் வெளிவந்துள்ளது.

ஆ. இரா. வேங்கடாசலபதி தமிழ்ச் சமூக வரலாறு தொடர்பாகக் குறிப்பிடத்தகுந்த ஆய்வுகள் செய்துவருபவர். சென்னை வளர்ச்சி ஆராய்ச்சி நிறுவனத்தில் (*Madras Institute of Development Studies*) பேராசிரியராகப் பணியாற்றுகிறார்.

அரவிந்தன்
மொழிபெயர்ப்பாளர்

இதழாளர், எழுத்தாளர், மொழிபெயர்ப்பாளர். *இந்தியா டுடே, காலச்சுவடு, சென்னை நம்ம சென்னை, நம் தோழி, தி இந்து* ஆகிய இதழ்களில் பணியாற்றியுள்ளார். சிறுகதை, நாவல், இலக்கிய விமர்சனம், அரசியல் விமர்சனம், மொழிபெயர்ப்பு, மகாபாரதச் சுருக்கம், திரைப்படம், கிரிக்கெட் குறித்தவையென இதுவரை பதினைந்துக்கும் மேற்பட்ட நூல்கள் வெளியாகியுள்ளன. டைம்ஸ் ஆஃப் இந்தியா குழுமத்தின் சமயம் தமிழ் என்னும் இணையதளத்தின் ஆசிரியராகப் பணியாற்றிவருகிறார்.

தே. வீரராகவன்

சாதிக்குப் பாதி நாளா?
ராஜாஜியின் கல்வித் திட்டம்

பதிப்பாசிரியர்
ஆ. இரா. வேங்கடாசலபதி

ஆங்கிலத்திலிருந்து தமிழில்
அரவிந்தன்

காலச்சுவடு பதிப்பகம்

● அன்பார்ந்த வாசகருக்கு,

வணக்கம்.

காலச்சுவடு நூலை வாங்கியமைக்கு நன்றி.

நூலின் உள்ளடக்கம், உருவாக்கம், அட்டைப்படம் இன்ன பிற அம்சங்கள் பற்றிய உங்கள் கருத்துகளையும் ஆலோசனைகளையும் காலச்சுவடு வரவேற்கிறது. தகவல், எழுத்து, வாக்கியப் பிழைகள் தென்பட்டால் கட்டாயம் தெரிவித்து உதவுங்கள். நூல் தயாரிப்பில் கடும் குறைபாடு இருப்பின் மாற்றுப் பிரதி உங்களுக்குக் கிடைக்கக் காலச்சுவடு ஏற்பாடு செய்யும்.

மின்னஞ்சல்: publisher@kalachuvadu.com

காலச்சுவடு நாகர்கோவில் தலைமையகத்துக்கும் கடிதம் அனுப்பலாம்.

தங்கள்
எஸ்.ஆர். சுந்தரம் (கண்ணன்)
பதிப்பாளர் — நிர்வாக இயக்குநர்

சாதிக்குப் பாதி நாளா? ராஜாஜியின் கல்வித் திட்டம் ✦ ஆய்வு நூல் ✦ ஆசிரியர்: தே. வீரராகவன் ✦ பதிப்பாசிரியர்: ஆ. இரா. வேங்கடாசலபதி ✦ ஆங்கிலத்திலிருந்து தமிழில்: அரவிந்தன் ✦ © திலிப் வீரராகவன் நினைவு அறக்கட்டளை ✦ முதல் பதிப்பு: அக்டோபர் 2021 ✦ வெளியீடு: காலச்சுவடு பப்ளிகேஷன்ஸ் (பி) லிட்., 669, கே.பி. சாலை, நாகர்கோவில் 629001

காலச்சுவடு பதிப்பக வெளியீடு: 1031

caatikkup paati naaLaa? raajaajiyin kalvit tiTTam ✦ Monograph on Rajaji's education scheme, 1952–55 ✦ Author: D. Veeraraghavan ✦ Editor: A.R. Venkatachalapathy ✦ Tamil Translation from English by Aravindan ✦ © Dilip Veeraraghavan Memorial Trust ✦ Language: Tamil ✦ First Edition: October 2021 ✦ Size: Demy 1 x 8 ✦ Paper: 18.6 kg maplitho ✦ Pages: 176

Published by Kalachuvadu Publications Pvt. Ltd., 669 K.P. Road, Nagercoil 629001, India ✦ Phone: 91-4652-278525 ✦ e-mail: publications @kalachuvadu.com ✦ Printed at Mani Offset, Chennai 600077

ISBN: 978-93-5523-039-3

10/2021/S.No. 1031, kcp 3235, 18.6 (1) 9ss

ச.சீ. கண்ணன் (1923–2017)
நினைவுக்கு...

பொருளடக்கம்

பதிப்புரை	11
வாழ்க்கைக் குறிப்பு	17
அறிமுகம்: குலமுறைகிளத்து படலம்	25
முன்னுரை: கல்வித் திட்டம் கிளப்பிய அரசியல் புயல்	57
1. திட்டத்தின் தொடக்கம்	61
2. தொடக்கம், அமலாக்கம், எதிர்வினை	87
3. இரண்டாம் கட்டப் போராட்டம்	121
4. உச்சக்கட்டமும் அதன் பிறகும்	135
முடிவுரை	156
சான்றுப் பட்டியல்	159
பொருளடைவு	171

பதிப்புரை

தே. வீரராகவன் ஆங்கிலத்தில் எழுதிய *Modified Scheme of Elementary Education of Madras State in the Year 1953 and Its Impact* என்ற ஆய்வேட்டின் புத்தக வடிவத்தை *Half a Day for Caste? Education and Politics in Tamil Nadu, 1952-55* என்ற தலைப்பில் பதிப்பித்து LeftWord பதிப்பகவழி ஜனவரி 2020இல் வெளியிட்டேன். அதன் தமிழாக்கமே இந்நூல்.

இந்நூலின் முதல் வடிவத்தைச் சென்னைப் பச்சையப்பன் கல்லூரியின் வரலாற்றுத் துறையில் 1980-81ஆம் கல்வியாண்டில் எம்.பில் பட்டத்திற்காக வீரராகவன் கையளித்து, சென்னைப் பல்கலைக்கழகத்தில் பட்டம் பெற்றார்.

கெடுவாய்ப்பாக வீரராகவன் இந்த ஆய்வேட்டைப் பத்திரப்படுத்தி வைத்திருக்கவில்லை. இதிலிருந்து ஒரு சிறு துணுக்கை ராஜாஜியின் 110ஆம் பிறந்த நாள் மலரில் வெளியிட்டதோடு அமைந்துவிட்டார்.

பிப்ரவரி 2009இல் வீரராகவன் நோயுற்றுக் காலமானதும் பேராசிரியர் வி.ஆர். முரளிதரனும் (முரளி) நானும் இந்த ஆய்வேட்டைத் தேடலானோம். பல நண்பர்களின் உதவியோடு எவ்வளவோ முயன்றும் அவர் பயின்ற கல்லூரியிலோ, பட்டம் பெற்ற பல்கலைக்கழகத்திலோகூட அதனைக் கண்டெடுக்க முடியவில்லை. இந்திய உயர்கல்வியின் அவல நிலையை என்னென்பது! நல்ல வேளையாக, வீரராகவனின் உற்ற அன்பரான 'கார்ல் மார்க்ஸ்

நூலக'த் தோழர் ச.சீ. கண்ணன் தமது கோப்புகளிலிருந்து இந்த ஆய்வேட்டின் கரட்டு வடிவத்தினுடைய தட்டச்சுப் படியின் கரித்தாள் பிரதியைக் கண்டெடுத்தார். ஆனால் அதிலும் முதல் இயல் காணப்படவில்லை.

என்ன காரணம் பற்றியோ இந்த ஆய்வேடு வீரராகவனுக்குச் சங்கடம் அளித்தது. அதைப் பற்றிப் பேச்செடுத்தால் தவிர்த்து விடுவார். கிடைத்த கரட்டு வடிவத்தைப் படித்ததும், இது வெட்கப்படத்தக்க இளமைக் கால அரைகுறைப் படைப்பு அல்ல என்ற உள்ளுணர்வு மட்டும் உறுதிப்பட்டது. ஆய்வு தொடர்பான அனைத்து ஆவணங்கள் (அரசு அறிக்கைகள்; சட்டமன்ற, சட்ட மேலவை நடவடிக்கைகள்; ஏராளமான சமகால இதழ்கள்; வாழ்க்கை வரலாறுகள்; நினைவுக் குறிப்புகள்), கல்வி வரலாறு, கல்வித் தத்துவம் தொடர்பான எண்ணற்ற இரண்டாம்நிலை ஆதாரங்கள் என அவர் கையாண்ட சான்றுகள் மலைப்பைத் தந்தன. இது மட்டுமல்லாமல், கல்வித் திட்டம் தொடர்பான விவாதத்தில் பங்குகொண்ட அக்காலப் பிரமுகர்கள் பலரையும்கூட அவர் நேர்கண்டிருந்தார். அவர் காணத் தவறிய ஒரே ஆவணத் தொகுப்பு அக்காலத்துக் கல்வித் துறை அரசாணைகளாகும். இதற்குக் காரணம் அவருடைய முயற்சிக் குறைவோ, அக்கறையின்மையோ அல்ல. அரசு ஆவணக்காப்பகங்களில் 'முப்பதாண்டு விதி' எனப்படும் ஒரு கட்டுப்பாடு உண்டு. ஆவணங்களை அவை உருவான முப்பதாண்டுகள் கழிந்த பிறகே பொதுமக்களோ ஆய்வாளர்களோ பார்வையிட இயலும். 1980-81இல் வீரராகவன் ஆராய்ச்சி செய்ததால், முப்பதாண்டுகள் முடியாத நிலையில், 1952-55 என்ற காலப் பகுதியிலான ஆவணங்களை அவர் பயன்படுத்த வாய்க்கவில்லை.

விரிவான ஆவணங்களைத் தேடியெடுத்ததுமல்லாமல் அவற்றைப் பொருள்கொள்ளும் கூர்த்த மதியினைப் படைத்தவராகவும் வீரராகவன் விளங்கினார். இருபத்துமூன்று வயதில் எழுதியதேயானாலும் கல்விச் சிந்தனைகள், காந்தியம், இந்திய தேசிய இயக்கமும் அதன் பல்வேறு போக்குகளும், காங்கிரஸ் கட்சிக்குள்ளான மோதல்கள், தமிழகத்தின் அரசியல்-சமூகப் போக்குகள் எனப் பலவற்றைப் பற்றியும் அவர் நன்கு புரிந்துகொண்டிருந்தார் என்பதை இந்த நூல் காட்டுகிறது.

எழுதி ஏறத்தாழ நாற்பதாண்டுகளான நிலையிலும் இப்பொருள் பற்றி இதை விஞ்சும் ஆய்வு எதுவும் நடந்துவிட வில்லை என்பதனாலேயே இந்நூல் அச்சேறுகின்றது. இது பற்றிப் புதிய ஆய்வு நிகழ வேண்டுமெனில் வீரராகவன்

பார்த்த ஆவணங்களை மீண்டும் பார்வையிட வேண்டும். சவைத்துத் துப்பியதைத் திரும்பச் சவைப்பானேன் என்று ஒரு பழமொழி உண்டு. எனவேதான் அவருடைய ஆய்வேட்டை வெளியிடுவதென நானும் முரளியும் முடிவெடுத்தோம். ஆய்வேட்டின் முழுவடிவத்தைக் கண்டெடுக்க முடியும் என்ற நம்பிக்கையை முற்றும் இழந்தநிலையில் காணாமல்போன முதல் இயலை நானே இட்டுநிரப்புவதெனத் தீர்மானித்தேன். ஆய்வேட்டின் பிற இயல்களில் காணலாகும் குறிப்புகளைக் கொண்டு முதல் இயலின் பொருண்மையை உய்த்தறிவதில் பெரிய சிரமம் இருக்கவில்லை. இந்த ஆய்வேடு எழுதப்பட்ட பின் வெளிவந்த சி. சுப்பிரமணியம், நெ.து. சுந்தரவடிவேலு ஆகியோரின் சுயசரிதைகளையும், வீரராகவன் மேற்கோள் காட்டிய கல்கி கட்டுரைகளின் அண்மைப் புதிய தொகுப்புகளையும் கூடுதலாகப் பயன்படுத்தியுள்ளேன். ஆய்வுப்பொருளின் பின்னணியை விளக்கும் 'குலமுறை கிளத்துபடலம்' என்ற எனது முன்னுரை வீரராகவன் நூலுக்கு இழுக்கு சேர்க்காது என்று நம்புகிறேன்.

முதல்நிலை ஆவணங்களைக் குறைவின்றிப் பயன்படுத்திய வீரராகவனின் ஆய்வை அவர் பார்வையிட முடியாத அரசாணைகளின் துணை இல்லாமல் இன்று வெளியிடுவது அவருக்கோ தமிழுலகத்துக்கோ நியாயம் செய்வதாக ஆகாது எனத் தோன்றியது. எனவே, இன்று பயன்பாட்டுக்காகத் திறந்துவிடப்பட்டிருக்கும் அக்காலத்து அரசாணைகளைத் தமிழ்நாடு ஆவணக்காப்பகத்திலிருந்து பயன்படுத்தியுள்ளேன். ஐம்பதுக்கும் மேற்பட்ட அரசாணைகளிலிருந்து கிடைத்துள்ள புதிய செய்திகள் வீரராகவனின் ஆய்வுத் தடத்தையோ முடிவுகளையோ எவ்வகையிலும் மாற்றிவிடவில்லை. இருப்பினும் கூடுதல் செய்திகளை அடிக்குறிப்புகளிலும், தேவையான இடங்களில் நூலுக்குள்ளேயும்கூடச் சேர்த்துள்ளேன். புதிய சேர்க்கைகள் உடுக்குறியிட்டும் பகர அடைப்புக்குறிகளுக் குள்ளும் தெளிவாக அடையாளப்படுத்தப்பட்டுள்ளன. இந்நூலின் உள்ளடக்கத்தோடு தொடர்புடைய ஆளுமைகள் பற்றிய செய்திகளையும் இடையிடைச் செருகியுள்ளேன். அடிக்குறிப்புகளும் நூல் விவரங்களும் முழுமையில்லாத இடங் களில் தக்க செய்திகளைக் கொண்டு இட்டு நிரப்பியுமுள்ளேன். நான் செய்துள்ள மாற்றங்களை வீரராகவன் ஏற்றிருப்பார் என்பதே என் நம்பிக்கை.

இந்த நூல் முன்பே வெளிவந்திருக்க வேண்டும். வீரராகவன் முனைவர் பட்டத்துக்காக இருபதாம் நூற்றாண்டின்

தொடக்கத்தில் சென்னைத் தொழிலாளர் வர்க்கத்தின் வரலாற்றை ஆய்வு செய்திருந்தார். முதலில் அதை வெளியிடுவதில் கவனம் சென்றது. 2013இல் *The Making of the Madras Working Class* என்ற தலைப்பில் அந்நூல் LeftWord வெளியீடாக வந்தது.

இந்த நூலும் முரளியின் நிபந்தனையற்ற ஒத்துழைப்பின்றி இயன்றிருக்க முடியாது. மேலும், நூலின் ஆங்கில வடிவத்தின் கடைசிப் படியையும் மெய்ப்புகளையும்கூட அவர் மேற்பார்த்து உதவினார். மூல ஆய்வேட்டைத் தேடுவதில் முனைப்புக் காட்டிய வே. ராஜேஷ், ஆங்கிலக் கரட்டு வடிவத்தைக் கணினியில் தட்டச்சிடுவதிலும் உதவினார். கா.அ. மணிக்குமார், ச. தில்லைநாயகம், ஜெ. பாலசுப்பிரமணியம், ஆதித்யா பாலசுப்பிரமணியம், ஆ. அறிவழகன் ஆகியோர் பலவகைகளிலும் உதவினர். எஸ். கோகிலவாணி ஆய்வுத் தரவுகளைத் தேடியெடுப்பதில் உதவினார். 'கல்கி' இதழில் வெளியான கருத்துப்படங்களைப் பிரதியெடுக்க அனுமதியளித்தவர் திருமதி சீதா ரவி அவர்கள். இதில் துணை நின்றவர் 'கல்கி' அலுவலகத்தின் திரு எஸ். குமார்செல்வம். பெரியார் நூலகமும் தமிழ்நாடு சட்டமன்ற நூலகமும் நூல்களைப் பார்வையிட அனுமதி நல்கின.

ஆங்கில நூலின் கடைசி வடிவத்தைப் படித்துப் பார்த்துப் பல கருத்துகளைக் கூறியவர் கோபாலகிருஷ்ண காந்தி. அவர் ஆங்கில நூலுக்கு எழுதித் தந்த அணிந்துரையைத் தமிழ் நூலில் சேர்க்க இயலாமைக்கு வருந்துகிறேன்.

இந்நூலின் ஆங்கில வடிவத்தை ஆர்வத்துடன் வெளியிட்ட LeftWord பதிப்பகத்தின் பதிப்பாசிரியர்கள் சுதான்வ தேஷ்பாண்டே, விஜய் பிரசாத் ஆகியோருக்கும் நன்றி உரியது. அதன் சார்பில் நூல் வெளியீட்டினை மேற்பார்த்த நஸீஃப் மொல்லா மேற்கொண்ட செம்மையாக்கம் நூலுக்கு வளம் சேர்த்ததைத் தனியே சொல்ல வேண்டும்.

நூலின் முன்னுரையை நானே தமிழில் மறுஆக்கம் செய்தேன். மற்றபடி நூலை மொழிபெயர்த்தவர் இதில் கைதேர்ந்த அரவிந்தன். ஆய்வு நூலேயானாலும் எடுத்தால் முடிக்காமல் கீழே வைக்க முடியாத வகையில் அமைந்திருக்கிறது என்று பலரும் பாராட்டிய நூலின் தமிழாக்கமும் அதே விறுவிறுப்பைக் கொண்டிருக்க வேண்டும் என்ற என் விருப்பத்தை அரவிந்தன் நிறைவேற்றியிருக்கிறார் என்பதைத் தேர்ந்த வாசகர்கள் உணர்வார்கள்.

நூலின் கடைசி மெய்ப்பினைப் பார்த்து உதவியவர் தம்பி ப. சரவணன்.

தமது பாணிக்கு மாறாக, சென்ற நூற்றாண்டின் துணைப்பாட நூல்களின் சாயலுடன் அட்டைப்படம் அமைய வேண்டும் என்ற என் விருப்பத்தை நிறைவேற்றியவர் சீனிவாசன் நடராஜன்.

இந்நூலை வெளியிடும் காலச்சுவடு பதிப்பகத்திற்கும் அச்சாக்கத்தில் துணைபுரிந்த ஜெபாவுக்கும் சிறந்த முறையில் நூலை வடிவமைத்த ரா. ஹெமிலாவுக்கும் நன்றி உரியது.

சென்னை
5 பிப்ரவரி 2021

சலபதி

தே. வீரராகவன்

(7.10.1958–5.2.2009)

இந்தியாவின் முதல் தொழிற்சங்கம் 1918இல் தோன்றிய சென்னைத் தொழிலாளர் சங்கம். இச்செய்தி இடம்பெறாத வரலாற்று நூல்கள் இருக்காது. ஆனால் இதற்குமேல் சென்னைத் தொழிலாளர் வர்க்கத்தின் உருவாக்கம், அதன் போராட்டங்கள் பற்றிய நம்பகமான வரலாறு பல காலம் இல்லாமலிருந்தது. அக்குறையைப் போக்கியது தே. வீரராகவனின் 'சென்னைப் பெருநகர(த்) தொழிற்சங்க வரலாறு' (அலைகள் வெளியீட்டகம், 2003). இந்நூல் வீரராகவனின் முனைவர் பட்ட ஆய்வேட்டின் தமிழ் வடிவம்.

அக்காலத்து அரசாங்க ஆவணங்கள், அறிக்கைகள், காவல்துறைக் குறிப்புகள் மட்டு மல்லாமல் *தேசபக்தன், நவசக்தி, ஜனசக்தி, நியூ இந்தியா, ஹிந்து* முதலான இதழ்களும் இந்த ஆய்வுக்கு ஆதாரமாக அமைந்திருந்தன. தொழிலாளர் இயக்கத்துக்கென்றே தோற்றுவிக்கப் பட்ட, ஈ.எல். ஐயரை ஆசிரியராகக்கொண்ட, *சுதர்மா* என்ற ஆங்கில இதழை இந்த ஆராய்ச்சியின் பொழுது வீரராகவன் கண்டெடுத்தார். இவற்றோடு நில்லாமல் சென்னைத் தொழிலாளர் இயக்கத்தின் மூலவர் எனத்தக்க கோ. செல்வபதி செட்டியார் முதல் ஸி.எஸ். சுப்பிரமணியம், பி. ராமமூர்த்தி, கே. முருகேசன், ஏ.எஸ்.கே. ஐயங்கார், கஜபதி

முதலான இயக்கத் தலைவர்களையும் நேரில் கண்டு தகவல்கள் திரட்டினார். பி.ஆர்.கே. சர்மா, ஈ.எல்.ஐயர் போன்ற தலைவர்களின் குடும்பங்களைச் சந்தித்துப் பல ஆவணங்களைப் பெற்றார். இந்த ஆராய்ச்சிக்காகச் சென்னையிலுள்ள நூலகங்கள் மட்டுமல்லாமல் புது தில்லியிலிருக்கும் நேரு நினைவு நூலகம், தேசிய ஆவணக்காப்பகம், பி.சி. ஜோஷி ஆவணக்காப்பகம் போன்றவற்றையும் வீரராகவன் பயன்கொண்டார்.

ஆதாரங்களை – அரைகுறையாகவோ முழுமையாகவோ – திரட்டுவதே ஆராய்ச்சி என்னும் பாமரத்தனமான கருத்து தமிழுலகில் நிலவுகிறது. தரவுகளைத் திரட்டுவது மட்டுமல்ல, அவற்றை விரிவான பின்புலத்தில், வரலாற்றியல் கோட்பாடுகளின் புரிதலோடு ஒரு வாதத்தை முன்வைப்பதே வரலாறாகும். மார்க்சிய வரலாற்று நெறியில் நன்கு பயற்சி பெற்றிருந்த வீரராகவன் அதுவரை உலக அளவில் நடந்தேறியிருந்த தொழிலாளர் வரலாற்று ஆய்வுப் *(Labour History)* பின்புலத்தில் தன் ஆய்வை அமைத்திருந்தார்.

சென்னை நகரத்தில் ஏற்பட்ட தொழில் வளர்ச்சியோடு தொழிலாளர் வர்க்கம் உருவானதையும் தொழிற்சங்கங்கள் தோன்றும் முன்னர் நடந்த போராட்டங்களையும் விரிவாக முன்வைத்த வீரராகவனின் ஆய்வு, முதல் உலகப் போர் (1914–1918) முடிந்த காலத்தில் தொழிற்சங்கங்கள் தோன்றியதையும் காட்டுகிறது. இக்காலகட்டத்தில் தேசிய இயக்கத்தோடு தொழிற்சங்கங்கள் கொண்ட ஊடாட்டத்தையும் பகுத்தாய்ந்தார் வீரராகவன். வீறார்ந்த போராட்டங்கள் நடந்த பின் ஒரு பத்தாண்டுக் கால இடைவெளியும் விழுகிறது. 1930இல் தொடங்கிய உலகப் பொருளாதாரப் பெருமந்தத்தைத் தொடர்ந்து தொழிலாளர் போராட்டங்கள் மீண்டும் தலையெடுக்கின்றன. இடதுசாரி சக்திகளும் தொழிற்சங்கங்களில் தலைமையேற்கத் தொடங்குகின்றன. பெருநம்பிக்கையைத் தொடக்கத்தில் கொடுத்த முதல் காங்கிரஸ் அமைச்சரவையின் (1937–1939) தொழிலாளர் விரோத நிலைப்பாடுகள் ஏமாற்றம் தந்து, இரண்டாம் உலகப் போர் வெடிக்கும் தருணத்தில் வீரராகவனின் நூல் முடிகிறது.

அடர்த்தியான செய்திகளோடு செறிவாக எழுதப்பட்ட இந்த ஆய்வை ஓர் ஆளுமைச் சித்திரத்தில் சுருக்குதல் இயலாது. தமிழுலகத்தின் அளவுகோல்களின்படி 'சென்னைப் பெருநகர(த்) தொழிற்சங்க வரலாறு' ஒரு பெரிய சாதனை என அடித்துச் சொல்லலாம். ஆனால் வீரராகவன் எழுதியிருக்கக்கூடிய ஆய்வுகளைக் கருதும்பொழுது அப்படிச் சொல்ல முடியாது.

வீரராகவன் மிகக் குறைவாக எழுதினார். 24 வயதில் எழுதியதென்றாலும் எம்.பில். பட்டத்திற்காக ராஜாஜியின் 'குலக்கல்வித் திட்ட'த்தைப் (1952-1955) பற்றி வரைந்த ஆய்வேடு மிகுந்த முதிர்ச்சியைக் காட்டுகிறது. கல்விமுறை பற்றிய இந்திய தேசியக் கருத்தாடல்கள், காங்கிரஸ் அமைப்பின் உட்கட்சி அரசியல், மொழிவாரி மாநிலப் பிரிவினை, திராவிட இயக்கங்களின் செயல்பாடு, ராஜாஜியின் வாழ்க்கையும் கருத்தியலும் ஆகியவற்றின் பின்னணியில் ராஜாஜியின் கல்வித் திட்டத்தை வீரராகவன் விமரிசனப்பூர்வமாக ஆராய்ந்திருப்பார்.

இதைத் தவிர வேறு இரண்டொரு ஆய்வுக் கட்டுரைகளை மட்டுமே வீரராகவன் வெளியிட்டார். சென்னைத் தொழிலாளர் இயக்கம் பற்றி அவருடைய ஆய்வு நெறியாளரின் பெயரில் *Indo-British Review* என்ற ஆய்விதழில் வெளிவந்த கட்டுரையினையும் இதில் சேர்த்துக்கொள்ளலாம்.

வீரராகவனின் அறிமுகம் எனக்குக் கிடைத்தது கார்ல் மார்க்ஸ் நூலகத் தோழர் ச.சீ. கண்ணன் வழியாக. 1984இல் தமிழ்நாடு ஆவணக்காப்பகத்தில் முதல்முறையாக நுழைந்த பொழுது ஆய்வுக்கூடத்தின் ஒரு மூலையில் வீரராகவன் அரசு ஆவணங்களுக்குள் மூழ்கியிருந்தார். அது ஓர் உற்சாகமான காலகட்டம். காலனிய ஆவணங்களைப் படிப்பதில் ஏற்பட்ட கிளர்ச்சிக்குச் சமமாக ஆய்வுக்கூடத்திற்கு வெளியே தேநீர் பருகியவாறு நடத்திய விவாதங்களின் உந்துதலும் இருக்கும். எழுபத்தைந்து வயதில் எம்.பி.டி. ஆசாரியா (இந்தியக் கம்யூனிஸ்டு கட்சியை தாஷ்கண்ட்டில் தோற்றுவித்தவர்களில் ஒருவர்) பற்றி ஆராய்ந்துவந்த கம்யூனிஸ்ட் கட்சியின் தொடக்க காலத் தலைவர் ஸி.எஸ். சுப்பிரமணியம் முதல் பல பேராசிரியர்களும் மாணவர்களுமாக ஆவணக்காப்பகம் களைகட்டியிருக்கும். மாணவர்களில் முக்கியமான ஒரு பகுதி சென்னை ஐ.ஐ.டி.யின் வாழ்வியல், சமூக அறிவியல் துறையைச் சேர்ந்தவர்கள். அனைவரும் இரு உலகப் போர்களுக்கு இடைப்பட்ட காலத் (1918-1939) தமிழகம் பற்றியே ஆராய்ந்துவந்தது வியப்பாக இருந்தது. ஓர் இருபதாண்டுக் காலம் இங்கிலாந்திலும் ஆஸ்திரேலியாவிலும் பணியாற்றிவிட்டு ஐ.ஐ.டி.யில் பேராசிரியராக அமர்ந்திருந்த அம்பிராஜன் இதன் பின்னணியில் இருந்தார். அப்பொழுது பல மேலை ஆய்வாளர்களின் கவனம் இரு உலகப் போர்களுக்கும் இடைப்பட்ட காலத்தில் குவிந்திருந்தது. அவர்களின் பார்வை ஏகாதிபத்தியச் சார்பாக இருந்தது என்று கருதிய அம்பிராஜன் தம் துறை மாணவர்களைக் கொண்டு ஒரு மாற்றை முன்வைக்க விழைந்தார்.

ஆய்வுக்கூடத்துக்கு வெளியே நடக்கும் தேநீர் விவாதங்களில் வீரராகவன் கலந்துகொள்ளமாட்டார். ஆவணங்களையும் நூல்களையும் வாசித்துக்காட்டவும் குறிப்பெடுக்கவும் அவர் ஓர் உதவியாளரை அமர்த்தியிருந்தார். சம்பளம் கொடுத்து அமர்த்தியிருந்த உதவியாளர் உடனிருக்கும்போது வெளியே வந்து விவாதிப்பது கால விரயம் என்று அவர் கருதியதில் நியாயமில்லாமலில்லை. வீரராகவனுக்குக் கண் பார்வை கிடையாது.

தமிழ்நாட்டில் பிஎச்.டி. பட்டம் பெற்ற முதல் பார்வையற்ற மாணவர் வீரராகவன். இது வெறும் தகவல் மட்டுமே. உடற்குறையை முன்னிட்ட சலுகைகளை அவர் கடுமையாக மறுத்தார். (உரிமைகளுக்கான போராட்டங்களில் அவர் முன்நின்றது வேறு.) வீரராகவனின் செயல்பாடுகளை மதிப்பிடும்போது எந்தச் சலுகையும் காட்ட வேண்டியதே யில்லை. எந்த அளவுகோலாலும் அவரைக் குறைத்து மதிப்பிட முடியாது.

வீரராகவனின் வாசிப்பு மிக விரிவானது. தமிழகக் கல்லூரி, பல்கலைக்கழக வரலாற்றுப் பேராசிரியர்கள் அனைவரும் சேர்ந்து படித்ததைவிட இவர் அதிகம் படித்தார் என்று சொல்வது அவரது வாசிப்பைக் குறைத்துச் சொல்வதாகாது.

1958இல் கும்பகோணத்தில் ஒரு வடகலை வைணவக் குடும்பத்தில் பிறந்தவர் வீரராகவன். *Retinitis pigmentosa* என்னும் பார்வை இழப்பு நோயின் அறிகுறிகள் சிறுவயதில் தென்பட்டன. மருந்தில்லா நோய் இது. மெல்லமெல்ல மங்கிய பார்வை, பள்ளி இறுதியாண்டில் முழுவதுமாகப் போய்விட்டது. நெய்வேலியில் இடை, மேல்நிலைப் பள்ளிக் கல்வியைப் பெற்ற வீரராகவன் சென்னை விவேகானந்தர் கல்லூரியில் புகுமுக வகுப்பும் இளங்கலையும் (வரலாறு) படித்தார். பின்னர் மாநிலக் கல்லூரியில் முதுகலைப் பட்டமும் பச்சையப்பன் கல்லூரியில் எம்.பில். பட்டமும் பெற்றார். 1982–1987இல் ஐ.ஐ.டி.யில் முனைவர் பட்ட ஆய்வை மேற்கொண்டார். அவர் ஆய்வுசெய்த துறையிலேயே 1988 முதல் ஆசிரியராகப் பணியாற்றலானார்.

கல்லூரியில் படிக்கும்பொழுது சி.பி.எம். கட்சியோடு அவருக்குத் தொடர்பு ஏற்பட்டது. கட்சியின் அன்றைய, இன்றைய மூத்த தலைவர்களின் அன்புக்குரியவராகவும் வீரராகவன் இருந்தார். வி.பி. சிந்தன், பி. ராமமூர்த்தி முதல் பிரகாஷ் காரட்வரை இவருக்குத் தொடர்பிருந்தது. மார்க்சியத் தத்துவ நூல்களை ஆழமாகவும் விரிவாகவும் அவர்

கற்றிருந்தார். பிரிட்டிஷ் மார்க்சிய வரலாற்றியல் கோட்பாடுகளும் எழுத்தாக்கங்களும் மார்க்சியத்தின் வளமான பகுதிகளாகும். இவற்றை வீரராகவன் தளபாடமாகக் கற்றிருந்தார். இருப்பினும் தம் ஆய்வுக்குப் பிரெஞ்சு கம்யூனிஸ்ட் கட்சியின் உறுப்பினரும் சீனத் தொழிலாளர் மற்றும் விவசாயிகளின் கிளர்ச்சிகளை ஆராய்ந்தவருமான ழான் செஸ்நோவையே முன்மாதிரியாகக் கொண்டார். வீரராகவனிடம் ஸ்டாலினியம் ஆழமாகக் குடிகொண்டிருந்தது. எங்கள் இருவருக்குமான உரையாடல்கள் பெரிதும் விவாதங்களாகவே அமைந்தன.

திராவிட இயக்கம் பற்றிய இடதுசாரிகளின் எதிர்மறைக் கண்ணோட்டத்தையே வீரராகவனும் கொண்டிருந்தார். சோவியத் ஒன்றிய உடைவு, மண்டல் – மஸ்ஜித் ஆகியவற்றின் விளைவாகக் கம்யூனிஸ்ட் கட்சிகள் திராவிட இயக்கம் பற்றிய பார்வையைத் தந்திரோபாயமாக மாற்றிக்கொண்டது இவருக்கு உவப்பளிக்கவில்லை.

புது தில்லி ஜவகர்லால் நேரு பல்கலைக்கழகத்தில் நான் படித்தபொழுது, அறிவுஜீவிகளை சி.பி.எம். கட்சி வாலாயமாகக் கவர்வது தமிழகத்திலிருந்து சென்ற எனக்குப் பெரிய வியப்பாக இருந்தது. 1964இல் கட்சி பிளவுண்டபொழுது தமிழகத்தின் இடதுசாரி அறிவாளர்களெல்லாம் சி.பி.ஐ. பக்கம் சென்றுவிட்டனர். நா. வானமாமலை உருவாக்கிய நெல்லை ஆய்வுக் குழுவையொத்த ஓர் அறிவாளர் குழு சி.பி.எம்முக்கு அமையவில்லை. காத்திரமான ஒரு கட்சி அமைப்பு வீரராகவனை முழுவதுமாகப் பயன்படுத்திக் கொண்டிருக்க முடியும். அதன்வழி அவரும் முழு மலர்ச்சி பெற்றிருக்கலாம். அவ்வாறு நிகழாமல் போய்விட்டது.

தமிழ்நாடு அறிவியல் இயக்கத்திலும் வீரராகவன் பங்கு பற்றினார். சூழலியல் பற்றி அவர் கட்சியிடம் வேறுபாடு கொண்டிருந்தார் எனவும், இதன் விளைவாகக் கட்சியிடமிருந்து விலகல் ஏற்பட்டதாகவும் தெரிகிறது. ஐ.ஐ.டி.யில் பயிலும் தொழில்நுட்ப மாணவர்கள் பொதுவாகச் சமூக அறிவியல் துறை ஆசிரியர்களை அதிகம் மதிக்கமாட்டார்கள். ஆனால் வீரராகவன் அவர்களின் நன்மதிப்பை எளிதில் பெற்றார். இவர் தொடர்பால் தம் வாழ்க்கைப்போக்கை மாற்றிக்கொண்டவர்கள் பலர் உண்டு. பி.டெக். படித்து அயல்நாடு சென்று பொருளீட்டிய மாணவர்கள் இவர்வழி ஏராளமான கல்வி நன்கொடை வழங்கினார்கள். சென்ற பத்துப் பதினைந்து ஆண்டுகளில் இது ஒரு கோடி ரூபாய் அளவுக்கு இருந்திருக்கலாம் எனத் தெரிகிறது.

வீரராகவன் என்றதும் ச.சீ. கண்ணன் நினைவுக்கு வருவார். அவரோடு கொண்ட தொடர்பு வீரராகவனின் வளர்ச்சிக்குத் தூணாக இருந்தது. கார்ல் மார்க்ஸ் நூலகத்தின் கணிசமான பகுதி வீரராகவன் படிப்பதற்கென்றே வாங்கிச் சேர்க்கப்பட்டதாகும். வீரராகவனுக்கு எல்லாவகையிலும் துணை நின்றவர் ச.சீ. கண்ணன். வீரராகவனின் ஆய்வேடு களில் அவருடைய பங்கு ஆணிவேர் போன்றது. தமிழகத் தொழிலாளர் இயக்க வரலாறு வீரராகவன் மூலம் முழுமையாக எழுதப்பெறும் என்னும் பெருங்கனவை அவர் கொண்டிருந்தார். வீரராகவனின் ஆய்வேட்டை 1989ஆம் ஆண்டளவிலேயே தமிழில் மொழிபெயர்த்து வெளியிட அவர் முயன்று முதல் மூன்று இயல்களை மொழிபெயர்த்தும்விட்டார். அப்பொழுது முதல் இயலை நான் மேற்பார்த்துக் கொடுத்தேன். ச.சீ. கண்ணனின் மூப்பு காரணமாகப் பணி தடைப்பட்டது. பின்னர் புதுவை ஞானம் எஞ்சிய பகுதியை மொழிபெயர்த்து, 2003இல் நூல் வெளிவந்தது. தமிழாக்கத்தில் ஆதாரக் குறிப்புகள், சான்றுப் பட்டியல் முதலானவை இல்லை. ஆங்கில மூலத்தின் நடைச்சிறப்பும் தமிழாக்கத்தில் காணப்படவில்லை. மூல ஆங்கில நூலை சி.பி.எம். கட்சி சார்ந்த ‘லெஃப்ட்வர்ட் புக்ஸ்’ 2013இல் வெளியிட்டது.

வீரராகவனின் ஆய்வேடு 1939இல் நிற்கிறது. 1940கள் தொடர்பான எல்லா ஆவணங்களையும் வீரராகவன் திரட்டி வைத்திருந்தார். அவற்றின் அடிப்படையில் அடுத்த பகுதி வரலாறு எழுதப்படவில்லையே என்ற ஆறாத குறை தோழர் ச.சீ. கண்ணனுக்கு.

கர்நாடக இசையில் வீரராகவனுக்கு ஆழ்ந்த ஈடுபாடு உண்டு. (வீரராகவன் ஒரு தேர்ந்த வரலாற்றாசிரியர் என்பது இசையுலகில் பலருக்குத் தெரியாது என்று ஒருமுறை இசை வரலாற்றாளர் வெ. ஸ்ரீராம் கூறியது இங்கு நினைவுக்கு வருகிறது.) கர்நாடக இசையின் சமூக வரலாற்றை எழுத வேண்டும் எனப் பலமுறை அவரிடம் நான் வற்புறுத்தியிருக்கிறேன்.

இளமையிலேயே அவருக்கு மூட்டுநோய் (*rheumatoid arthritis*) வந்துவிட்டது. ஏற்கெனவே பூஞ்சையான உடம்பு. அடிக்கடி தாக்கும் நோய்கள். சரியாகச் சாப்பிடும் பழக்கம் அவரிடம் அறவே இல்லை. கூடவே உறக்கமின்மையும். இந்தியப் பொதுவுடைமை இயக்கத்தினரிடம் துறவறத்தை இயல்பாகவோ இலக்காகவோ கொண்ட ஒரு மரபிழை உண்டு. வீரராகவன் அதில் சேர்த்தி. வேண்டுமென்றே உடலை வருத்திக்கொள்கிறாரோ என்று தோன்றும் அளவுக்குப் பல

சமயங்களில் அவருடைய நடவடிக்கைகள் இருக்கும். கார் வைத்துக்கொள்ளும் அளவுக்கு வருமானமும் குடும்பச் சூழலும் இருந்தாலும் விடாப்பிடியாக 5-E பேருந்தில் பயணிப்பார். ஒருமுறை அவரை மாடு முட்டிவிட்டது. உடம்பார் அழியின் உயிரார் அழிவர். கடைசியில் குலை நோயுற்றது. பெருங்குடலில் காசநோய் என்றுரைத்த மருத்துவர்கள், பிறகு புற்று நோய் என்று தம் முடிவை மாற்றிக்கொண்டார்கள். புற்றுநோய்க்கான வன்மருந்துகளைத் தாங்கும் ஆற்றல் வீரராகவனின் உடலுக்கு இருக்கவில்லை. கடைசி மாதங்களில் உணவும் நீரும் செல்லவில்லை.

வீரராகவனைப் பற்றிய எந்தச் சித்திரமும் பேராசிரியர் வி.ஆர். முரளிதரன் பற்றிக் குறிப்பிடாமல் நிறைவுபெறாது. இருபத்தாறு ஆண்டுகள் – ஒருசாலை மாணாக்கராகத் தொடங்கி, சக ஆசிரியரென – உற்ற துணைவராக விளங்கியவர் முரளி. செக்கும் சிவலிங்கமுமாக இருந்த இருவரையும் இணைத்த கண்ணி எது என்று எனக்குப் புலப்பட்டதேயில்லை. கடைசியில் ஊழ் வென்றது; ஆனால் அன்பு தோற்கவில்லை.

ஆ. இரா. வேங்கடாலபதி

~ ~

அறிமுகம்

குலமுறைகிளத்து படலம்

ஆ. இரா. வேங்கடாசலபதி

'திருத்திய தொடக்கக் கல்வித் திட்டம்' *(Modified Scheme of Elementary Education: M.S.E.E.)* என்ற சாதுவான பெயர் கொண்ட ஒரு திட்டம் தமிழகத்தில் மிகப்பெரும் அரசியல் மாற்றங்கள் விளைவித்ததை அத்திட்டம் அறிமுகமான எழுபது ஆண்டுகளுக்குப் பிறகு எண்ணிப் பார்த்தால் நம்புவதற்குக் கடினமாகத்தானிருக்கும். அத்திட்டத்திற்கு அதன் அரசியல் எதிரிகள் சூட்டிய பெயர் அதன் அதிகாரபூர்வமான பெயரைவிட அதன் உட்கிடையைச் சரியாகப் படம் பிடித்தது என்று சொல்லலாம்: 'குலக்கல்வித் திட்டம்'. இத்திட்டம் பற்றவைத்த கடும் எதிர்ப்பு அதன் சிற்பியான ராஜகோபாலாச்சாரியாரின் (ராஜாஜி) அரசியல் வாழ்வைப் பெருமளவுக்கு முடித்துவைத்தது எனலாம். தமிழகத்தின் முதலமைச்சர் பதவியிலிருந்து அவர் விலகியதோடு காங்கிரஸ் கட்சியில் தொடங்கியிருந்த பிராமணிய நீக்கம் விரைவுபெற்றது; அதுவரை பிராந்திய அளவில் மட்டுமே அதிகாரப் பதவிகளைத் தீர்மானிக்கும் 'கிங் மேக்க'ராக இருந்த காமராசர் அடுத்த பத்தாண்டுகளில் இந்தியாவின் பிரதம மந்திரிகளையே தீர்மானிக்கும் வல்லமை பெற்றவரானார்.

இக்கல்வித் திட்டத்தின் தோற்றத்தையும் வீழ்ச்சியையும் விறுவிறுப்பான நடையில் இந்நூல் ஆராய்கிறது. இக்கல்வித் திட்டம் எவ்வாறு முளைத்து, பல்வேறு எதிர்ப்புகளைச் சந்தித்து,

இறுதியில் ஊற்றி மூடப்பட்டது என்பதைப் புரிந்துகொள் வதற்கு இருபதாம் நூற்றாண்டின் இருபெரும் அரசியல் ஆளுமைகளான சக்கரவர்த்தி ராஜகோபாலாச்சாரி (1878–1972), குமாரசாமி காமராஜ் (1903–1975) ஆகியோரின் அரசியல் பயணத்தை அடியொற்றிச் செல்வது ஒரு வழி. இந்தியாவின் கவர்னர் ஜெனரலாக இருந்த ஒருவர் ஒரு மாநிலத்தின் முதலமைச்சராகப் பொறுப்பேற்க இறங்கிவந்ததும், அப்பொறுப் பிலிருந்து அவரை முறையான கல்வி பெறாத ஓர் அரசியல் தலைவர் கீழிறக்கியதும் இக்கதையின் மையச் சரடாகும்.[1]

கோடும் குன்றமும்: ராஜாஜி – காமராசர்

1967இல் திராவிட முன்னேற்றக் கழகம் தேர்தலில் வெற்றி பெற்ற பிறகு அரை நூற்றாண்டுக்கும் மேலாகத் திராவிடக்

---

1. ராஜாஜி – காமராசர் உறவும் முரணும் குறித்த பகுதியை எழுதப் பின்வரும் நூல்களைப் பயன்படுத்தியுள்ளேன்: டி.எஸ். சொக்கலிங்கம், *காமராஜ்* (1995; மறுபதிப்பு: சந்தியா பதிப்பகம், 2014); டி.எஸ். சொக்கலிங்கம், *1945 தமிழர் புரட்சி*, ப-ர்: அ. மயிலைநாதன் (சென்னை: ஜனயுகம், 1957). சொக்கலிங்கத்தின் நூலை மேற்கோள் காட்டாமல் பல பகுதிகளைக் கையாண்டுள்ள *Kamaraj: A Study*, rev. ed. (1967, New Delhi: National Book Trust, 2017) என்ற நூலும் பயன்பட்டுள்ளது. ராஜாஜி – காமராசர் உறவை ராஜாஜி சார்போடு ம.பொ.சி. மிக விரிவாகத் தமது சுயசரிதையில் எழுதியுள்ளார் (*எனது போராட்டம்*, சென்னை: இன்ப நிலையம்,1972).

கல்கி ரா. கிருஷ்ணமூர்த்தியும் (1899–1954) தென்காசி சங்கரலிங்கம் சொக்கலிங்கமும் (1899–1966) ஒரே ஆண்டில் பிறந்தவர்கள். ராஜாஜியின் அந்தராத்மாவாகக் கல்கி விளங்கினார் என்றால் காமராசரின் ஆற்றல்மிகு வழக்குரைஞராகச் செயல்பட்டவர் சொக்கலிங்கம். சொக்கலிங்கத்தின் அண்ணன் மடத்துக்கடை சிதம்பரம் பிள்ளை ஆஷ் கொலை வழக்கில் குற்றவாளி; வ.உ.சி.யின் நண்பர். பெ. வரதராசுலு நாயுடுவின் 'தமிழ்நாடு' நாளிதழில் துணையாசிரியராக விளங்கி இதழாளராகப் பயிற்சி பெற்ற சொக்கலிங்கம் 'காந்தி' என்ற காலணா இதழைத் (1931–34) தொடங்கி நடத்தி இதழியலில் ஒரு பெரும் மாற்றத்தை உருவாக்கியவர். 'மணிக்கொடி'யைத் தோற்றுவித்த மூவருள் ஒருவர் (1933–37). 'தினமணி'யின் முதல் ஆசிரியராக (1933–43) விளங்கி, பின்னர் அதிலிருந்து ஆசிரியர் குழுவோடு விலகி 'தினசரி' (1944–52) நாளேட்டைத் தொடங்கியவர். 'ஜனநாயகம்', 'பாரதம்', 'நவசக்தி' என அடுத்தடுத்துப் பல இதழ்களையும் நடத்தியவர். 'குலக்கல்வித் திட்ட' விவாதம் நிகழ்ந்து முடிந்த காலத்தில் அவர் எழுதிய காமராசர் வரலாறு புகழ்பெற்ற ஆவடி காங்கிரஸ் மாநாட்டில் (*காமராஜ்*, 1955; மறுபதிப்பு: சென்னை: சந்தியா பதிப்பகம், 2014) வெளியிடப்பட்டது. (நேரு கேட்டுக்கொண்டதற்கிணங்க அதன் ஆங்கில மொழியாக்கம் மிகச் சில நாள்களில் வெளியிடப்பட்டதென்பர்.) 1945–47ஆம் ஆண்டுகளில் ராஜாஜி – காமராசர் மோதல் உச்சக்கட்டத்திலிருந்தபொழுது 'தினசரி'யில் சொக்கலிங்கம் எழுதிய கட்டுரைகளைக் காமராசர் வரலாறு வெளியான இரண்டாண்டுகளில் சொக்கலிங்கத்தின் வழித்தோன்றல் அ. மயிலைநாதன் '1945 தமிழர் புரட்சி' என்ற பெயரில் தொகுத்து வெளியிட்டார். கல்கியின் ராஜாஜி சார்புக் கட்டுரைகளையும் சொக்கலிங்கத்தின் காமராசர் ஆதரவு எழுத்துகளையும் உறழ்ந்து, ஊன்றி வாசிப்பது அக்காலத்து அரசியல் போக்கைப் புரிந்துகொள்ள உதவுவதோடு வாசிப்புச் சுவையும் தரும். சொக்கலிங்கம் பற்றி மேலும் அறிய: பா. மதிவாணன், *டி.எஸ். சொக்கலிங்கம்: அரசியல், இதழியல்* (தஞ்சாவூர்: அருள் அரசு பதிப்பகம், 1998).

கட்சிகள் இரண்டும் மாறிமாறி ஆட்சி புரிந்து தமிழக அரசியல் களத்தில் கோலோச்சிக்கொண்டிருக்கின்றன. அதற்கு முன் முக்கால் நூற்றாண்டுக்கும் மேல் காங்கிரஸ் கட்சி மேலாண்மை செலுத்திய வரலாற்றை இது மறக்கடித்துவிட்டது எனலாம். 1885இல் பம்பாயில் கூடிய முதல் காங்கிரஸ் மாநாட்டின் முதல் தீர்மானத்தை முன்மொழிந்தவர் ஜி.சுப்பிரமணிய ஐயர் என்பது தற்செயலானதன்று. 1950களின் பிற்பகுதியில் காமராசர் முதலமைச்சராக விளங்கியபோது வேறு கட்சி அரசு கட்டிலில் ஏற முடியும் என்று எவரும் நினைத்தும் பார்த்திருக்க முடியாது.

காங்கிரஸ் கட்சியின் தொடக்க காலம் பிராமணர்வயப்பட்டிருந்தது. 1916இல் வெளியான 'பார்ப்பனரல்லாதார் அறிக்கை' இந்த ஆதிக்கத்திற்கு முதல் அரசியல் அறைகூவலாக அமைந்தது. 'சென்னை அரசியல் என்று சொல்லப்படுவதில் பார்ப்பனரல்லாதார் தமக்குரிய பங்கை இன்னும் பெறவில்லை' என்ற வாசகம் அதிர்வலைகளை ஏற்படுத்தியது. இந்த அறிக்கையைத் தொடர்ந்து தென்னிந்திய நல உரிமைச் சங்கம் என்ற நீதிக்கட்சி தோன்றியது. அரசியல் அதிகாரத்தில் பிராமணரல்லாதார் பங்கு கேட்க முற்பட்டது அரசியல் களத்தையே புரட்டிப் போட்டுவிட்டது. இந்த அரசியல் இயக்கம் தமிழ் மறுமலர்ச்சி இயக்கம், பெரியாரின் சமூக இயக்கம் ஆகியவற்றுடன் இணைந்து பெரும் வலிமை பெற்றது. வெகுசனத்தைத் திரட்டும் ஆற்றலில்லாத காங்கிரஸ் கட்சியின் பிராமணத் தலைவர்களால் இதற்கு ஈடுகொடுக்க முடியவில்லை. கட்சித் தலைமையில் பிராமணரல்லாதோருக்கு இடம் அளிக்க வேண்டிய கட்டாயம் இதன் விளைவாக ஏற்பட்டது.

நீதிக் கட்சி தோன்றிய பின்புலத்தில் காங்கிரஸ் கட்சிக்குள் பிராமணரல்லாத தலைவர்கள் மூவர் முகிழ்த்துவந்தனர்: பெரியார் ஈ.வெ. ராமசாமி (1879–1973); டாக்டர் பெ. வரதராசுலு நாயுடு (1887–1957); திரு.வி.க. (1883–1953). ஆனால் இவர்களும்கூடக் கட்சிக்குள் அதிக நாள் தாக்குப்பிடிக்க முடியவில்லை. 1925இல் பெரியார் விலகினார். 1934இல் விலகிய வரதராசுலு நாயுடு இந்து மகாசபைக்குப் போய்விட்டு 1945இல் திரும்பினார். ஏற்கெனவே ஓரங்கட்டப்பட்டிருந்த திரு.வி.க. 1940களில் கட்சிக்கு வெளியே வந்துவிட்டார். இந்த முப்பெரும் தலைவர்கள் சாதிக்க முடியாததைக் காமராசர் சாதித்தார். கட்சியின் தன்னேரில்லாத் தலைமை; முதலமைச்சர் பதவி; தேசிய அரசியல் அமைப்பில் அதிகாரமிக்க இடம். காமராசரின் இந்த எழுச்சிக்கு எதிர்த் தட்டிலிருந்தவர் ராஜாஜி.

~ ~

தொரப்பள்ளியில் (இன்றைய கிருஷ்ணகிரி மாவட்டம்) வைதீக வைணவக் குடும்பமொன்றில் பிறந்த ராஜாஜி சட்டக் கல்வி பயின்று வெற்றிகரமான வழக்குரைஞராகச் செயல்பட்டார்.[2] சுதேசி இயக்கக் காலகட்டத்தில் திலகரால் ஈர்க்கப்பட்ட ராஜாஜி, சர்ச்சைக்குரிய சூரத் காங்கிரஸ் மாநாட்டிலும் கலந்து கொண்டார். சேலத்தில் வழக்குரைஞராக விளங்கிய இவர், உள்ளூர் அரசியலில் ஈடுபட்டுச் சேலம் நகர்மன்றத் தலைவரானார் (1917). காந்தியின் தலைமையில் தேசிய இயக்கம் வெகுமக்கள் இயக்கமாகக் கிளர்ந்துவந்த தருணத்தில், 1919இன் தொடக்கத்தில், சென்னைக்குக் குடிபெயர்ந்தார். மாகாண அரசியலிலும் தேசிய அரசியலிலும் 1920கள் ராஜாஜிக்கு ஏறுமுகமாக அமைந்தன. இந்தக் காலப் பகுதியில் அவருக்கு காந்தியுடன் நெருக்கம் கூடியது. அரசியல் நெருக்கம் 1934இல் குடும்ப உறவும் (சம்பந்தி) ஆகியது. தமது அந்தராத்மா என்று காந்தி கருதும் அளவுக்கு ராஜாஜியின் நிலை இருந்தது. ஜவகர்லால் நேருவைத் தம் அரசியல் வாரிசாக காந்தி அறிவிக்கும்வரை ராஜாஜிக்கு உரிய இடம் அது என்றே பலர் கருதிவந்தனர். சட்ட மறுப்பு இயக்கத்திற்கும் (1930) முதல் மாகாணத் தேர்தலுக்கும் (1937) இடைப்பட்ட காலத்தில் காமராசரின் அரசியல் வாழ்வு மலர்ச்சி பெற்று, ராஜாஜிக்கு எதிர்நிலையில் அவரைக் கொண்டு நிறுத்தியது.

ராஜாஜி பிறந்த கால் நூற்றாண்டுக்குப் பிறகு விருதுப்பட்டி என்று அன்று அறியப்பட்ட விருதுநகரில் எளியதொரு குடும்பத்தில் காமராசர் பிறந்தார். அவர் பிறந்த நாடார் சமூகம் பத்தொன்பதாம் நூற்றாண்டின் இடைப்பகுதி யிலிருந்து பேரெழுச்சி பெற்றது. 1930கள் வரை நீதிக்கட்சிக்கும் பெரியாரின் சுயமரியாதை இயக்கத்திற்கும் இச்சமூகம் பெருந்தூணாக விளங்கியது. காமராசரின் எழுச்சியினூடே இந்த அரசியல் நிலைப்பாடு காங்கிரஸ் சாய்வாக மாறியது.

தமிழகக் கல்வித் துறையில் பெரும் முன்னேற்றத்திற்குக் காரணமாக இருந்த காமராசர் பள்ளிக் கல்வியைக்கூட முடிக்காதவர். விடுதலைப் போராட்ட அரசியலில் இளமை யிலேயே அவர் இறங்கிவிட்டார். வைக்கம் சத்தியாகிரகத்தில் (1924–25) அவர் கலந்துகொண்டதாக டி.எஸ். சொக்கலிங்கம் பதிவு செய்திருக்கிறார். சட்ட மறுப்பு இயக்கத்தின்போது போராட்டங்களில் முன்னின்று பலமுறை சிறை சென்ற காமராசர், தொடக்கம் முதலே கட்சிப் பணிகளில் முக்கியப்

---

2. ராஜாஜியின் வாழ்க்கை பற்றிய செய்திகளுக்கு அவருடைய வரலாற்றை விரிவாக, பல சான்றுகளின் அடிப்படையில் எழுதிய அவருடைய பேரன் ராஜ்மோகன் காந்தியின் நூலை ஆதாரமாகக் கொண்டுள்ளேன். Rajmohan Gandhi, *Rajaji: A Life* (Penguin: New Delhi, 1997).

பங்காற்றினார். 1930களில் காங்கிரஸ் கட்சியில் ராஜாஜி, சத்தியமூர்த்தி ஆகியோர் தலைமையில் இரு அணிகள் முறுக்கிக் கொண்டு நின்றன. காமராசர் சத்தியமூர்த்தி அணியில் முன்னின்றார். 1936இல் சத்தியமூர்த்தி மாகாணக் காங்கிரஸ் தலைவரானபோது காமராசர் செயலாளரானார்.

முன்னரே சுட்டியபடி ஒத்துழையாமை இயக்கக் காலத்திலிருந்தே தமிழகக் காங்கிரசில் முதன்மையான தலைவராக விளங்கியவர் ராஜாஜி. அனைத்திந்தியக் காங்கிரசின் தலைமைப் பதவி வாய்க்காவிட்டாலும்கூட அவர் அகில இந்திய அளவில் முதல்நிலைத் தலைவர் என்பதில் எந்த ஐயமும் இருக்கவில்லை. 1935ஆம் ஆண்டின் புதிய இந்தியச் சட்டத்தின் கீழ் 1937இல் நடந்த மாகாணத் தேர்தலில் அவருடைய தலைமையில் காங்கிரஸ் கட்சி நீதிக்கட்சியை வென்று ஆட்சியமைத்தது. இந்தத் தேர்தலில் சத்தியமூர்த்தியை அவர் ஓரங்கட்டியது உறுத்துகின்ற முள்ளாக மாறி, காமராசரை ராஜாஜிக்கு எதிராக வளர்த்துவிடுவதற்குக் காரணமாகியது.

ராஜாஜியின் இரண்டேகால் ஆண்டு ஆட்சிக் காலம் (1937-39) பல வகையிலும் முக்கியத்துவமுடையதாக அமைந்தது. தேர்ந்தெடுத்த சில மாவட்டங்களில் மதுவிலக்கை ராஜாஜி செயல்படுத்தினார். கோயில் நுழைவுச் சட்டம் இயற்றப் பட்டது. விற்பனை வரி அறிமுகப்படுத்தப்பட்டது. ஆனால், பள்ளிக்கூடங்களில் கட்டாய இந்தி மொழிப் பாடத்தைத் திணித்தது தமிழகமெங்கும் பெரும் எழுச்சிக்குக் காரணமாகியது. பெரியாரின் வெகுசனச் செல்வாக்கு முதல் இந்தி எதிர்ப்புப் போராட்டத்தின் வழியாகவே உறுதிப்பட்டது. இந்தியர்களையோ, மக்களால் தேர்ந்தெடுக்கப்பட்ட அமைச்சரவைகளையோ கலந்துகொள்ளாமல் பிரிட்டிஷ் அரசாங்கம் இந்தியாவை உலகப் போரில் ஈடுபடுத்தியதை எதிர்த்து நாடு முழுவதும் மாகாணக் காங்கிரஸ் அரசாங்கங்கள் பதவி விலகின. ராஜாஜியும் விலகினார். இரண்டாம் உலகப் போர்க்காலம் ராஜாஜிக்குச் சோதனைக் காலமாக அமைந்தது. பாசிசத்தின் ஆபத்தை உணர்ந்து பிரிட்டிஷ் அரசாங்கத்தின் போர் முயற்சிகளுக்கு ஆதரவளித்த ராஜாஜி, காங்கிரஸின் வெள்ளையனே வெளியேறு இயக்கத்தையும் எதிர்த்தார். இக்காலப் பகுதியில் ராஜாஜிக்கும் காந்திக்கும் இடையே விலகல் ஏற்பட்டது.

1940இல் நடந்த தமிழகக் காங்கிரஸ் தலைவர் தேர்தலில் ராஜாஜி குழுவின் சார்பாக நின்ற சி.பி.சுப்பையாவை மூன்று வாக்கு வேறுபாட்டில் காமராசர் வென்றார். 'காமராஜுக்கு அன்று கிடைத்த 3 வோட்டுகளினால் தமிழ்நாட்டின்

சரித்திரமே மாற ஆரம்பித்தது'[3] என்று டி.எஸ். சொக்கலிங்கம் பின்னாளில் குறிப்பிட்டார். போர்க் காலத்தில் உட்கட்சித் தேர்தல் நடைபெறாத நிலையில் கட்சித் தலைவராகக் காமராசர் ஏறத்தாழ ஆறாண்டுகள் நீடித்தார். கட்சியின் முழுக் கட்டுப்பாடும் அவரிடம் வருவதற்கு இது வாய்ப்பாகியது.

இந்திய விடுதலை தடைப்பட்டுவிடக் கூடாது என்ற எண்ணத்தில் முகம்மது அலி ஜின்னா தலைமையிலான முஸ்லிம் லீகின் கோரிக்கைகள் சிலவற்றை ராஜாஜி ஏற்க முன்வந்தது கட்சிக்குள் பெரும்புயலைக் கிளப்பியது. கட்சித் தலைமை விளக்கம் கேட்டு அறிக்கை அனுப்பியது. "(கட்சிக்) கட்டுப்பாடு எவ்வளவு முக்கியமோ அதே அளவுக்குச் சிந்தனையின் சுதந்திரத்துக்கான தேவையும் உண்டு"[4] என்று சொல்லிக் கட்சியிலிருந்து விலகினார் ராஜாஜி. "காங்கிரஸ் கட்சிக்குள் ராஜாஜியின் அடித்தளம் வலுவிழந்தது"[5] என்று இதனை ராஜாஜியின் வாழ்க்கை வரலாற்றை எழுதிய அவருடைய பேரன் ராஜ்மோகன் காந்தி குறிப்பிடுகிறார். இதன் எதிர்விளைவாகக் காமராசரின் கை ஓங்கியது.

1945இல் இரண்டாம் உலகப் போர் முடிந்த பிறகுதான் ராஜாஜி கட்சிக்குள் மீண்டும் நுழைய முடிந்தது. அதுவும் பெரும் சர்ச்சைக்கும் குழப்பத்துக்கும் காரணமாகிவிட்டது. வெள்ளையனே வெளியேறு இயக்கத்தில் போலீஸ் கொடுமை களையும் சிறைவாசத்தையும் அனுபவித்த தொண்டர்கள் ராஜாஜியின் மறுவருகையை வரவேற்கவில்லை. ஆகஸ்டு 1945இல் ராஜாஜி அனைத்திந்திய காங்கிரஸ் தலைவர் அபுல் கலாம் ஆசாதுக்குக் கடிதம் எழுதி மீண்டும் கட்சிக்குள் நுழைய முற்பட்டது கட்சிக்குள் பெரும் கொந்தளிப்பை ஏற்படுத்தியது. இந்நிலையில் தமிழ்நாடு காங்கிரஸ் கமிட்டிக்குத் திருச்செங்கோட்டிலிருந்து ராஜாஜி தேர்ந்தெடுக்கப்பட்டது அதிர்ச்சியை ஏற்படுத்தியது. கட்சித் தலைவரான காமராசருக்கே தெரியாமல் தேர்தல் நடைபெற்றது கட்சிக்குள் ராஜாஜி எதிர்ப்பு என்ற நெருப்புக்கு நெய் வார்ப்பதாக அமைந்தது.

இந்தச் சூழலில், இரண்டாம் உலகப் போர் முடிந்ததற்குப் பிறகான முதல் தமிழ்நாடு காங்கிரஸ் கமிட்டி கூட்டம் அக்டோபர் 1945இல் திருப்பரங்குன்றத்தில் ஏற்பாடாகியது. எதிர்வரவிருந்த மாகாணத் தேர்தல் வேட்பாளர்களைத் தேர்வு செய்வதே கூட்டத்தின் முதன்மை நோக்கம். இக்கூட்டத்தில் தமிழ்நாடு காங்கிரஸ் கமிட்டி தலைவராக

3. சொக்கலிங்கம், *காமராஜ்*, ப. 64.
4. Rajmohan Gandhi, *Rajaji*, p. 238.
5. Rajmohan Gandhi, *Rajaji*, p. 236.

ராஜாஜியைத் தேர்ந்தெடுக்கும் முயற்சி தோற்றது மட்டுமல்ல, திருச்செங்கோடு தேர்தலில் ராஜாஜியின் தேர்வும் செல்லாது என்று தீர்மானமாயிற்று. தோல்வி உறுதி என்பதை உணர்ந்த ராஜாஜி திருப்பரங்குன்றக் கூட்டத்தில் கலந்துகொள்ளாமல் குற்றாலம் சென்றுவிட்டதோடு வழக்கம் போலவே மத்தியத் தலைமையிடம் விவகாரத்தை எடுத்துச் சென்று தமக்குச் சார்பான முடிவுபெற முற்பட்டார். விவகாரத்தை விசாரிப்பதற்காகத் தலைவர் அபுல் கலாம் ஆசாத், ஆசஃப் அலியை நியமித்தார்.

சென்னையில் ஒரு வாரம் தங்கி, இரு தரப்பினரின் கருத்தையும் ஆசஃப் அலி அறிந்தார். இதற்குள் சமரசம் எட்டப்பட்டது. சட்டமன்ற வேட்பாளர் தேர்வுக் குழுவில் காமராசர் அணியினருக்கு ஐந்து பேர், ராஜாஜி அணியினருக்கு மூன்று பேர் என்று முடிவாயிற்று.

இந்த முரணைத்தான் அண்ணா 'கோடு உயர்ந்தது, குன்றம் தாழ்ந்தது' என்று 'திராவிட நாடு' தலையங்கமாகத் தீட்டினார்.[6] 'கட்டுக்கடங்காத காளையாக'க் காமராசர் மாறினார் என்று ராஜாஜியை என் தந்தை எனக் குறிப்பிட்ட கோவை அய்யாமுத்து எழுதினார்.[7] 'பெரிய பதவியும் சின்ன புத்தியும்' என்ற தலைப்பில் காமராசரின் தலைமையையும் அவர் செயல்பாட்டையும் சுட்டும்முகமாக நெடும் தலையங்கம் ஒன்றை எழுதிக் குமைந்தார் கல்கி.[8] டி.எஸ்.சொக்கலிங்கத்தின் 1945ஆம் ஆண்டு 'தினசரி' தலையங்கங்களை 1957இல் தொகுத்து வெளியிட்ட அ.மயிலைநாதன், இதனைக் 'காங்கிரஸுக்குள் பிராமணர்–பிராமணரல்லாதார் போராட்டம்', 'காமராஜ்–ராஜாஜி கோஷ்டிச் சண்டை', 'தேசிய கோட்டைக்குள் ஆரிய–திராவிட போராட்டம்' ஆகிய கலந்த 'தமிழர் புரட்சி' என்று குறிப்பிட்டார்.[9]

அடிப்படை முரண் தீராத நிலையில் இன்னுமொரு சர்ச்சை விரைவில் மூண்டது. ஜனவரி 1946இல் காந்தி சிறப்புத் தொடர்வண்டியில் சென்னைக்கு வருகை புரிந்தார். கூட்ட நெரிசலை நிமித்தமாகக் கொண்டு அவர் இறங்கவிருந்த நிலையம் பற்றிய தகவலைக் கமுக்கமாக வைத்துக்கொண்ட ராஜாஜி, அதனைக் கட்சித் தலைவர் காமராசருக்குக்கூடத் தெரிவிக்கவில்லை (காந்தி அம்பத்தூர் நிலையத்தில் இறங்க விருந்ததை அறிந்து, சரியான நேரத்திற்குக் காமராசர் அங்குச் சென்றுசேர்ந்தது தனிக்கதை). தமிழகப் பயணத்தை

6. *திராவிட நாடு*, 6 ஜனவரி 1946.
7. கோவை அய்யாமுத்து, ராஜாஜி என் தந்தை (சிங்கராம்பாளையம்: ஆசிரியர், 1970).
8. *கல்கி*, 16 செப்டம்பர் 1945.
9. அ. மயிலைநாதன், 1945 தமிழர் புரட்சி, ப. vi

முடித்துக்கொண்டு திரும்பிய காந்தி, ராஜாஜிக்கிருந்த மக்களின் பேராதரவைத் தாம் கண்கூடாகப் பார்த்ததாகவும், ஒரு சிறு குழு ('a clique') மட்டுமே அவரை எதிர்த்துவருகிறது என்றும் 'ஹரிஜன்' இதழில் எழுதிவிட்டார். மனம் புண்பட்ட காமராசர் சட்டமன்றத் தேர்வுக் குழுவிலிருந்து விலகினார். மகாத்மாவையே எதிர்க்கும் அளவுக்குக் காமராசருக்குக் கட்சிக்குள் ஆதரவு இருந்தது.

1946 தேர்தலில் சென்னை மாகாணத்தில் 205 இடங்களில் 165இல் காங்கிரஸ் வென்றது. அக்காலத்தில் தமிழ், தெலுங்கு பேசும் இரண்டு பகுதிகளும் சென்னை மாகாணத்தில் அடங்கும். காந்தியின் விருப்பமின்மையினையும் மீறித் தெலுங்குப் பகுதியைச் சேர்ந்த தங்கட்டூரி பிரகாசம் பிரதமராகத் (முதல்வர்) தேர்வானார். தமிழகச் சட்டமன்ற உறுப்பனரிடையேயான பிளவு பிரகாசத்துக்குச் சாதகமாக அமைந்தது. ராஜாஜி வெற்றி பெற முடியாது என்பது தெரிந்ததும் அவருடைய ஆதரவாளர்கள் வாக்கெடுப்பில் கலந்துகொள்ளாமல் விலகி நின்றதால் பிரகாசம் வென்றார். பிரகாசம் அமைச்சரவை ஓராண்டுதான் தாக்குப்பிடித்தது. காமராசர் உட்பட எவருடனும் அவரால் இணங்கிச் செல்ல முடியவில்லை. இதனால் மார்ச் 1947இல் காமராசர் முன்னிறுத்திய ஓமந்தூர் ராமசாமி ரெட்டியார் முதல்வரானார். இரண்டு ஆண்டுகள் கழிந்தன. இந்த முறை ஓமந்தூராருக்கும் காமராசருக்கும் ஒத்துப்போகவில்லை. இதற்கடுத்து பி.எஸ். குமாரசாமி ராஜாவை முதல்வர் பதவிக்குத் தேர்ந்தார் காமராசர். விரைவாகவும் பெரிய எதிர்ப்புகள் இன்றியும் முதல்வர்களை அடுத்தடுத்துத் தேர்ந்தெடுத்த காமராசரின் ஆற்றல் 'கிங் மேக்கர்' என்ற பட்டத்தை அவருக்கு ஈட்டித்தந்தது.[10]

தமிழக அரசியல் களத்தில் அடுத்தடுத்துத் தோல்வியைத் தழுவிய ராஜாஜி தேசிய அரசியலில் முழுமூச்சாகக் கவனம் செலுத்தலானார். 1947இல் மேற்கு வங்கத்தின் முதல் ஆளுநராகப் பொறுப்பேற்றார். அடுத்து இந்தியாவின் முதலும் கடைசியுமான இந்திய ஆளுநர் நாயகமானார். இராஜேந்திர பிரசாத்துக்கு நேருவின் ஆதரவு இருந்ததால் இந்தியாவின் முதல் குடியரசுத் தலைவராக ஆகும் வாய்ப்பை மயிரிழையில் தவறவிட்டார் ராஜாஜி. இந்நிலையில் நேருவின் அமைச்சரவை யில் சில காலம் உறுப்பு வகித்தார்; நேருவுடனான கருத்து வேறுபாடுகள் முற்றி, வல்லபாய் பட்டேல் மறைந்ததும் விலகினார். ராஜாஜியின் அரசியல் வாழ்க்கை அஸ்தமனம்

---

10. C. Subramaniam, *Hand of Destiny: Memoirs*, vol. I, *The Turning Point* (Bombay: Bharatiya Vidya Bhavan, 1993), p. 79.

கண்டது என்று பலரும் கருதிய தருணத்தில் கறங்குபோல் சுழன்றது காலம்.

1952 தேர்தலும் அதன் பிறகும்

1951–52 தேர்தல் வரலாற்றுப் புகழ் மிக்கது. உலகின் மிகப் பெரும் ஜனநாயக நாடு வயதுவந்தோர் அனைவருக்குமான வாக்குரிமையுடன் தேர்தல் நடத்தியது. சென்னை மாகாணத் தேர்தல் முடிவுகள் வேறுவகையில் வரலாறு படைத்தன. இந்தியாவை விடுதலைக்கு வழிநடத்திச்சென்ற கட்சி பெரும்பான்மையைப் பெற முடியவில்லை. முதல்வர் குமாரசாமி ராஜா உட்படப் பல அமைச்சர்கள் தோல்வியைத் தழுவினர். 375 இடங்களில் 152 காங்கிரஸ் வேட்பாளர்களே வெல்ல முடிந்தது. அதில் 96 பேர் தமிழ் மாவட்டங்களிலிருந்து வென்றாலும் தேர்தல் வியூகத்தை அமைத்து, வேட்பாளர்களை யும் தேர்வுசெய்தவர் என்ற முறையில் தேர்தல் முடிவுகள் காமராசரின் தோல்வியாகவே கருதப்பட்டன.

இந்தச் சூழலில்தான், முற்றிலும் எதிர்பாராதவகையில் தமிழக அரசியலில் ராஜாஜி மறுஅவதாரம் எடுத்தார்.

காங்கிரஸ் கட்சியை விட்டு விலகித் தனித்து நின்ற பிரகாசம், பெருவாரியாக வென்ற கம்யூனிஸ்ட் கட்சி உறுப்பினர்களையும் இணைத்துக் காங்கிரசுக்கு எதிராக ஐக்கிய முன்னணியை அமைத்தார். காங்கிரஸ் ஆட்சிக் கட்டிலில் ஏற வேண்டுமானால் பிரகாசத்தின் முயற்சியை முறியடிக்க வேண்டிய கட்டாயம் காங்கிரஸ் கட்சிக்கு. ராஜாஜியை முதல்வராக்கலாம் என்ற பேச்சு முதலில் அடிபட்டபோது எவரும் இதை நம்பவில்லை. 'ரமண மகரிஷி முனிசிபல் கமிஷனராவதைப் போன்றது' என்று ராஜாஜியின் உற்ற சீடரான கல்கி கேலியாக எழுதினார்.[11] ஆனால் முதல்வராகும்

---

11. *கல்கி*, 30 மார்ச் 1952, மேற்கோள்: சுந்தா, *பொன்னியின் புதல்வர்* (சென்னை: வானதி பதிப்பகம், 1976), ப. 770. ஒத்துழையாமை இயக்கத்தின்போது இருபத்தொரு வயது இளைஞராக அரசியலில் நுழைந்த கல்கி ரா. கிருஷ்ணமூர்த்தி, திரு.வி.க.வின் 'நவசக்தி' வார இதழில் தம் இதழியல் பயணத்தைத் (1923–1928) தொடங்கினார். ராஜாஜியின் அரசியலாலும் ஆளுமையாலும் ஈர்க்கப்பட்ட கல்கி, ராஜாஜியின் காந்தி ஆசிரம வெளியீடான 'விமோசனம்' என்ற மதுவிலக்கு இதழைப் பொறுப்பேற்று நடத்தினார் (1929–1930). அதன் பின்னர் எஸ்.எஸ். வாசனின் 'ஆனந்த விகடன்' இதழுக்கும் பொறுப்பேற்று (1931–1941) அதற்குத் தனித்ததோர் அடையாளத்தை வழங்கினார். தனிநபர் சத்தியாகிரகத்தில் பங்குகொள்வதற்காக 'ஆனந்த விகட'னிலிருந்து வெளியேறிய பின்னர், தி. சதாசிவத்துடன் இணைந்து 'கல்கி' இதழைத் தொடங்கி நடத்தினார். ராஜாஜியின் சமரசமற்ற ஆதரவாளராக விளங்கிய கல்கியின் எழுத்துகள் அவருடைய வாழ்க்கை வரலாற்றை எழுதுவதற்கு இன்றியமையாத சான்றாதாரங்களாகும்.

வாய்ப்பை ராஜாஜி விரும்பவே செய்தார் என்கிறார் ராஜ்மோகன் காந்தி. 'கவித்துவ நியாயத்தின் வாசம்'[12] இதில் வீசியதாக ராஜாஜி கருதினார்போலும். காமராசரே நேரில் ராஜாஜியின் பசுல்லா சாலை இல்லத்திற்கு வந்து அவரைப் பொறுப்பேற்க அழைத்தார். 'ராஜாஜி ஆட்சி அமைத்தால் அவரது கௌரவம் சிறிய கட்சிகளை ஈர்ப்பதோடு சுயேச்சைகளும் ஆதரவளித்து ஆட்சி தக்கவைக்கப்படும்' என்ற கருத்து கட்சிக்குள் நிலவியிருக்கிறது.[13]

1952 ஏப்ரலில் ராஜாஜி முதலமைச்சரானார். சரியாக இரண்டு ஆண்டுகளே அவருடைய ஆட்சி நீடித்தது. அவற்றைப் 'பொன் வருடங்கள்' என்று கல்கி குறிப்பிட்டாலும் உண்மையில் அவை கோளாறான ஆண்டுகளாகவே அமைந்தன. தேர்தலில் போட்டியிடாமல் மேலவைக்கு நியமன உறுப்பினராகச் சட்டமன்றத்தில் நுழைந்தது முதல் கோணலாக அமைந்தது. நேருவுக்கு இதில் சிறிதும் விருப்பமிருக்க வில்லை. காங்கிரசுக்கு எதிராகத் தேர்தலில் நின்றவர்களைச் சேர்த்துக்கொள்ளக் கூடாது என்ற நேருவின் கருத்தும் புறந்தள்ளப்பட்டது. காங்கிரசுக்கு எதிராகப் போட்டியிட்டு வென்ற உழைப்பாளர் கட்சியின் எம்.ஏ. மாணிக்கவேல் நாயகர் அமைச்சராக்கப்பட்டார்.

உடல்நலத்தைக் காரணம் காட்டி முதலில் பதவியேற்க மறுத்த ராஜாஜி பொறுப்பேற்றதும் தமக்கே உரிய சுறுசுறுப்புடன் செயல்பட்டார். சட்டமன்றத்தில் உடனுக்குடன் சூட்டோடு இடையிட்டார், பதிலிறுத்தார். என் முதல் பகைவர் என்று கம்யூனிஸ்ட் கட்சியை வருணித்த ராஜாஜி, சட்டமன்றத்தில் அதன் உறுப்பினர்களோடு நேருக்கு நேர் மல்லுக்கட்டினார். கறுப்புச் சந்தைக்கு வழிவகுத்து விலைவாசியை எகிறச் செய்த உணவுக் கட்டுப்பாட்டை நீக்கினார். நிர்வாகத் திறமையால் வெள்ளை ஆளுநரையே அசத்திய ராஜாஜி சுதந்திர இந்திய அரசில் சீரான நிர்வாகத்தை வழங்கி, அலுவலர்களைத் தம் கட்டுப்பாட்டில் வைத்திருந்தார். அரசு கோப்புகளெல்லாம் அவருடைய குறிப்புகளால் நிறைந்தன. கட்சிக்காரர்கள் ஆட்சியில் இடையிடாதபடி கண்டிப்புக் காட்டினார். ஆட்சித் தலைமையில் உறுதியான தலைவர் இருந்த நிலையில் கட்சித் தலைவர் காமராசருக்கு அதிக வேலையின்றிப் போய்விட்டது. ஆனால் இது அதிக காலம் நீடிக்கவில்லை.

12. Rajmohan Gandhi, *Rajaji*, p. 334.
13. Rajmohan Gandhi, *Rajaji*, p. 333.

முதல் குழப்பம் உண்ணாநிலைப் போராட்டத்தைக் கைக்கொண்ட ஒரு காங்கிரஸ்காரரால் உருவாகியது. தெலுங்கு பேசும் மக்களுக்கெனத் தனி ஆந்திர மாநிலம் வேண்டுமெனப் பொட்டி ஸ்ரீராமுலு போராடினார். தமிழ் தவிரத் தெலுங்கு, மலையாளம், கன்னடம், துளு, ஒடியா, உருது எனப் பல்வேறு மொழிகள் பேசப்படும் பரந்து விரிந்த மாகாணமாக இருந்த சென்னை ராஜதானியை மொழிவாரி யாகப் பிரிக்க வேண்டும் என்ற கோரிக்கை இருபதாம் நூற்றாண்டின் தொடக்கம் முதலே இருந்துவந்தது. 1920இல் சென்னைக் காங்கிரஸ் கமிட்டி தமிழ்நாடு, ஆந்திரக் கமிட்டி களாகப் பிரிக்கப்பட்டது. மொழிவழிப் பிரிவினையைத் தேர்தல் அறிக்கையில் குறிப்பிட்டே 1937 தேர்தலைக் காங்கிரஸ் கட்சி சந்தித்தது. ஆயினும் 1947இல் நிகழ்ந்த தேசப் பிரிவினையைத் தொடர்ந்து ஏற்பட்ட குடிபெயர்வையும் வன்முறையையும் உயிரிழப்பையும் நேரில் கண்ட தேசத் தலைவர்கள் மொழிவழி மாநிலப் பிரிவினைக்கு முன்னுரிமை தரவில்லை. மொழிவழி மாநிலங்கள் தேவையில்லை என்று கருதிய ராஜாஜி ஆந்திர மாநில உருவாக்கத்தை ஆதரிக்கவில்லை. 58 நாள் உண்ணாநிலை யிலிருந்த ஸ்ரீராமுலுவின் மரணமும் அதைத் தொடர்ந்து ஆந்திர மக்களிடையே ஏற்பட்ட பேரெழுச்சியும் வன்முறையும் தனி ஆந்திர மாநிலத்தைத் தவிர்க்க முடியாததாக்கிவிட்டன. இருப்பினும், சென்னை நகரை – ஓர் இடைக்காலத் தலைநகரமாகக்கூட – ஆந்திரத்திற்கு விட்டுக்கொடுப்பதில்லை என்பதில் ராஜாஜி உறுதியாக நின்றார். அக்டோபர் 1953இல் தனி ஆந்திர மாநிலம் அமைந்து, சட்டமன்றம் பிரிக்கப் பட்டதும் எஞ்சிய சென்னை மாநிலச் சட்டமன்றத்தில் காங்கிரஸ் கட்சிக்கு வலு கூடிவிட்டது. ராஜாஜி இன்றியமையாதவர் என்ற நிலையும் மாறிவிட்டது.

ஆந்திரப் போராட்டம் சூடுபிடித்துக்கொண்டிருந்த அதே காலத்தில் ராஜாஜி தாமே வம்பை வரவழைத்துக் கொண்டார். 'சீர்திருத்திய தொடக்கக் கல்வித் திட்டம்' என்ற சாதுவான பெயர் கொண்டு பிள்ளைப்பூச்சி போல் தோற்றம் தந்த திட்டம் உண்மையில் ஒரு வெடிகுண்டாகிவிட்டது. கிராமப்புறத் தொடக்கப் பள்ளி மாணவர்கள் அரைநாளைப் பள்ளிப் படிப்பிலும் எஞ்சிய அரைநாளைத் தம் தந்தையரின் பாரம்பரியத் தொழிலைப் பயில்வதிலும் ஈடுபடுவார்கள் என்பதே காந்தியின் ஆதாரக் கல்வித் திட்டத்தை அடிப்படை யாகக் கொண்டு ராஜாஜி முன்மொழிந்த திட்டம். பெரியாரின் திராவிடர் கழகமும் அண்ணா தலைமையிலான திராவிட

முன்னேற்றக் கழகமும் இதனைக் ‘குலக்கல்வித் திட்டம்’ என்று கண்டித்தன. சாதி அமைப்பைப் பேணுவதே ராஜாஜியின் நோக்கம் என்று கூறிப் பெரும் போராட்டத்தைத் தொடங்கின.

இது போதாதென்று தம் கட்சியையோ, சக அமைச்சர்களையோகூடக் கலந்துகொள்ளாமல் ராஜாஜி இத்திட்டத்தைத் திடுமென அறிவித்தது கட்சிக்குள்ளேயே பூகம்பத்தை ஏற்படுத்திவிட்டது. ஏற்கெனவே பல்வேறு காரணங்களுக்காக அதிருப்தியுற்றிருந்த கட்சியினர் போர்க்கொடி தூக்கினர். ராஜாஜி இதனைத் தம் சொந்தத் திட்டமாகக் கருதி வழிநடத்தியதும் வெறுப்பையே ஈட்டித் தந்தது. அரசாங்கமும் ஆளும் கட்சியும் எதிரெதிர் நிலையில் நிற்கும் விந்தையான சூழல் ஏற்பட்டது. கல்வித் திட்டத்தை நியாயப்படுத்தி ராஜாஜி பேசிய ஒவ்வொரு சொல்லும் நடவடிக்கையும் நெருப்புக்கு நீரூற்றுவதாக அல்லாமல் நெய் வார்ப்பதாகவே அமைந்தன.

ராஜாஜியின் கல்வித் திட்டத்தைக் காமராசரும் ஆதரிக்கவில்லையாயினும் அதன் முன்வரிசையில் அவர் நிற்கவில்லை. எதிர்ப்பாளர்கள் காமராசர் மூலமாகத் தம் எதிர்ப்பை வெளிப்படுத்தியதாக டி.எஸ். சொக்கலிங்கம் கூறுகிறார். காமராசர் இருந்தபோதே அவருடைய வாழ்க்கை வரலாற்றை ஆங்கிலத்தில் எழுதிய வி.கே. நரசிம்மன், கல்வித் திட்டத்தைக் காமராசர் ஆதரிக்கவில்லையென்றும், அதனைக் கைவிடுமாறு ராஜாஜியிடம் கூறினார் என்றும் குறிப்பிடுவதோடு, ‘இந்த எதிர்ப்பை இவர் இயக்கவில்லையென்றாலும் எதிர்த்தவர்களைக் கட்டுப்படுத்த எதையும் செய்யவில்லை’ என்கிறார்.[14] எது எப்படியிருப்பினும் ராஜாஜியைக் கவிழ்க்கும் முயற்சிகளின் மையப்புள்ளியாகக் காமராசர் இருந்ததில் வியப்பதற்கு ஒன்றுமில்லை. நாளும் எதிர்ப்பு பெருகிவந்த நிலையில் ராஜாஜியின் தீவிர ஆதரவாளர்களேகூடத் திட்டத்தைக் கைவிட்டு அரசாங்கத்தைக் காப்பாற்றிக் கொள்ளுமாறு இறைஞ்சினர். ராஜாஜி இணங்கவில்லை. கடைசியில் உடல்நிலையைக் காரணம் காட்டி ஏப்ரல் 1954இல் பதவி விலகினார்.

அதுவரை மற்றவர்க்கு முடிசூட்டிவந்த காமராசர் இம்முறை தாமே முதலமைச்சராவதென முடிவெடுத்தார். 1930களில் தொடங்கிய காங்கிரஸ் கட்சியின் பிராமணியநீக்கம், 1930களின் கடைசியில் ‘பிராமணரல்லாதாரைத் தவிர வேறு யாரும் காங்கிரஸ் பிரஸிடெண்டாய் வர முடியாது என்ற

---

14. Narasimhan, *Kamaraj*, p. 52.

நிலைமையை ஏற்படுத்தி'[15], 1954இல் காமராசரை அரசு கட்டிலில் ஏற்றுவதில் வந்து முடிந்தது. கால் நூற்றாண்டில் முதல்முறையாக ஒரு பிராமணரும் இல்லாத அமைச்சரவை அமைந்ததே என்று பெரியார் மகிழ்ந்தார். 1952 தேர்தலில் காமராசரைத் தோற்கடித்தே தீர்வது என்று உறுதி பூண்டு பரப்புரை செய்த பெரியார் காமராசருக்குப் 'பச்சைத் தமிழர்' என்று பட்டம் சூட்டி, குடியாத்தம் தொகுதி இடைத்தேர்தலில் எவரும் எதிர்பாராதவகையில் அவரை ஆதரித்தார். அடுத்த பதின்மூன்று ஆண்டுகள் பெரியாருடைய நிபந்தனையற்ற ஆதரவு காமராசருக்கு இருந்தது.

பதவி விலகிய ராஜாஜி சில காலம் அரசியல் மௌனம் காத்தார். இராமாயணத்தைத் தமிழில் எழுதினார். இருப்பினும் காமராசர் எதிர்ப்பின் மையப்புள்ளியாக அவரே தொடர்ந்து இருந்தார். 1957 தேர்தலில் வேட்பாளர்கள் தேர்வில் ஏமாற்றமடைந்தோர் காங்கிரஸ் சீர்திருத்தக் கட்சியைத் தொடங்கியபோது ராஜாஜியின் நிறைந்த ஆசி அவர்களுக்கு இருந்தது. 1959இல் சுதந்திரக் கட்சியைத் தொடங்கி, காங்கிரசின் இடதுசாரி அரசியலுக்கு வலதுசாரி மாற்றாக அதனை முன்வைத்தார் ராஜாஜி.

கல்வி

தொடக்க கால இந்திய தேசிய இயக்கத்தின் முதன்மையான அக்கறைகளில் ஒன்றாகக் கல்வி இருந்தது. இருபதாம் நூற்றாண்டின் தொடக்கத்தில் சுதேசி இயக்கம் கிளர்ந்தெழுந்த போது இந்திய உற்பத்தியை வளர்த்தெடுத்தல், அயல்நாட்டுப் பொருள்களைப் புறக்கணித்தல், தேசியக் கல்வி என்பன அதன் மூன்று நோக்கங்களாக முன்னின்றன. 'முன்னம் நாடு திகழ்ந்த பெருமையும், மூண்டிருக்கும் இந்நாள் இகழ்ச்சியும், பின்னர் நாடுறு பெற்றியும் தேர்கிலார்' பயிலும் 'பேடிக் கல்வி' என்பதே ஆங்கிலக் கல்வியைப் பற்றிய தேசிய இயக்கத்தின் பார்வையாக இருந்தது. இந்தியரின் அடிமை மோகத்திற்கும் பிரிட்டிஷாரின் மேலாண்மைக்கும் ஆங்கிலக் கல்வியே உரம் தந்தது என்று தேசிய இயக்கச் சிந்தனையாளர்கள் கருதினர். எனவே தேசிய இயக்கத்தின் தொடக்க காலத் தலைவர்கள் அனைவருமே கல்வி பற்றி விரிவாகச் சிந்தித்தும் எழுதியும் வந்தனர். அனைவருக்குமான தொடக்கக் கல்வியை 1911இலேயே கோபாலகிருஷ்ண கோகலே முன்மொழிந்தார் என்பது வரலாறு.

15.. சொக்கலிங்கம், *காமராஜ்*, ப. 58.

முதல் இயலில் வீரராகவன் விவரிப்பதுபோல் 'தேசியக் கல்வி' என்றால் என்ன என்பதைப் பற்றிய தெளிவான பார்வையை காந்தி கொண்டிருந்தார். 1935இல் இந்திய அரசாங்கச் சட்டம் நிறைவேறி மாநில சுயாட்சிக்கு வழியமைந்த சூழலில் ஜாகிர் ஹுசைன் தலைமையிலான குழு தொடக்கக் கல்விக்கான வரைபடத்தை வழங்கியது. 'வார்தா திட்டம்' எனப்பட்ட இதிலிருந்து முகிழ்த்ததே காந்தியின் 'ஆதாரக் கல்வித் திட்டம்'.

ஆதாரக் கல்வியின் அடிப்படையான ஐந்து கூறுகள் வருமாறு: கற்றலில் குழந்தையின் நேரடிப் பங்கு; சமூக உற்பத்திக்குப் பயன்படும் வகையிலான படைப்பூக்கம் மிக்க கைத்தொழில் பயிற்சி; சமூக, இயற்கைச் சூழலுக்கும் பயிலும் பாடங்களுக்கும் கைத்தொழிலுக்குமான பொருத்தப்பாடு; உடலுழைப்புக்கு மரியாதை; தாய்மொழிவழிக் கல்வி.[16] பதினான்கு வயதுவரையான சிறார் அனைவரும் ஒரு கைத்தொழிலைச் சுற்றியமைந்த ஒரே பாடத் திட்டத்தைத் தாய்மொழியில் பயில்தல் என்பதே இதன் சாராம்சம்.

ராஜாஜி கொண்டுவந்த திட்டம் எதில் கால்கொண் டிருந்தது, கட்சிக்குள் விவாதமில்லாமல் எவ்வாறு மேலிருந்து திணிக்கப்பட்டது, எத்தகைய எதிர்வினைகளை அது கிளப்பியது, எவ்வாறு அக்கால அரசியல் சூழலில் சிக்கிக்கொண்டு தோல்வியைத் தழுவியது என்ற வரலாற்றை வீரராகவன் இந்நூலில் விரிவாக எழுதியுள்ளார். வீரராகவன் முன்வைக்கும் வாதத்திற்குப் புதிய சான்றுகளின் அடிப்படையில் வலுச்சேர்ப்பது இப்பகுதியின் நோக்கம்.

அதற்கு முன், ராஜாஜியின் கல்வித் திட்டம் அறிமுக மான தருணத்தில் சென்னை மாநிலத்தில் தொடக்கக் கல்வியின் நிலை என்ன என்பதை அறிந்துகொள்வது நலம்.[17]

அக்காலத்தில் I–V கீழ்நிலைத் தொடக்க வகுப்புகள், VI–VIII மேல்நிலைத் தொடக்க வகுப்புகள் என்று இரண்டு மட்டங்களில் தொடக்கக் கல்வி கற்பிக்கப்பட்டுவந்தது. பெண், ஆண் என்று இருபாலர்க்கும் பொதுவானதாகவும் இது இருந்தது. 500க்கு மேல் மக்கள்தொகை கொண்ட அனைத்து ஊர்களிலும் ஒரு தொடக்கப் பள்ளியையேனும் நிறுவுவது என்ற கொள்கை முடிவை அரசாங்கம் எடுத்திருந்தது. இதன் அடிப்படையில் (1951ஆம் ஆண்டு மக்கள்தொகைக் கணக்கெடுப்பின்படி)

---

16. B.D. Bhatt and J.C. Aggarwal (eds), *Educational Documents in India*, 1813–1977 (New Delhi: Arya Book Depot, 1977), p. 43.
17. இந்தப் பகுதியிலுள்ள புள்ளிவிவரங்களுக்கு ஆதாரம்: *Report on Public Instruction in the Madras State for the Year*, 1953–54, pp. 11–17.

81.4% மக்கள்தொகை கொண்ட பகுதிகளில் இந்த இலக்கு எட்டப்பட்டிருந்தது. ஆந்திர மாநிலம் உருவாகும் முன் மொத்தம் 21,873 தொடக்கப் பள்ளிகள் சென்னை மாநிலத்தில் இருந்தன. (2,338 மேல்நிலைத் தொடக்கப் பள்ளிகள்; ஒன்றுக்கு மேற்பட்ட ஆசிரியரைக் கொண்ட கீழ்நிலைத் தொடக்கப் பள்ளிகள் 17,614; ஓராசிரியர் மட்டுமே கொண்ட கீழ்நிலைத் தொடக்கப் பள்ளிகள் 1,921.) இப்பள்ளிகளில் பயின்ற மாணவர் எண்ணிக்கை வருமாறு:

	1952-53	1953-54
பெண்கள்	987,610	1,127,286
ஆண்கள்	1,764,105	1,905,204
மொத்தம்	2,751,715	3,032,490

மொத்தம் முப்பது லட்சத்திற்கும் மேற்பட்ட மாணவர்களுக்கு 91,569 ஆசிரியர்கள் (28,454 பெண்கள்; 63,115 ஆண்கள்) பாடம் பயிற்றுவித்தனர். இவர்களுள் 87,865 பயிற்சிபெற்ற ஆசிரியர்களாவர். தொடக்கக் கல்விக்கு அரசாங்கம் நேரடியாக 6.8 கோடி ரூபாய் செலவிட்டது.

ராஜாஜியின் கல்வித் திட்டம் எப்படிப் பிறந்தது என்பதை வீரராகவன் விரிவாகவே விளக்கியிருக்கிறார். ராஜாஜி பதவியேற்ற சில மாதங்களில், ஒரு சட்டமன்ற விவாதத்தின்போது கல்வி அமைச்சர் எம்.வி. கிருஷ்ணா ராவ், தொடக்கக் கல்வி அமைப்பை 'ஷிப்ட்' முறைக்கு மாற்றி, மாணவர்களின் தந்தையின் பாரம்பரியத் தொழிலைக் கற்பிக்க அரசாங்கம் எண்ணியிருப்பதாகக் குறிப்பிட்டார். கல்வி அமைச்சர் இவ்வாறு இடைப்பிறவரலாகக் குறிப்பிட்டதை எவரும் கவனித்ததாகத் தெரியவில்லை. அப்போது கல்வித் துறை இயக்குநராக இருந்த எஸ். கோவிந்தராஜுலு நாயுடுவை இத்திட்டத்திற்கு முழுமையான வரைவு வழங்குமாறு ராஜாஜி பணித்ததாக அப்போது அத்துறையின் இணை இயக்குநராக இருந்த நெ.து. சுந்தரவடிவேலுவுடனான நேர்காணலின் அடிப்படையில் வீரராகவன் குறிப்பிடுகிறார்.

நெ.து.சு.வை வீரராகவன் நேர்கண்ட அதே காலத்தில் அவர் தமது நினைவுகளைச் 'சத்திய கங்கை' (ஆசிரியர்: பகீரதன்) மாத இதழில் தொடராக எழுதிக்கொண்டிருந்தார். ராஜாஜியின் கல்வித் திட்டம் எவ்வாறு உருவானது என்பதை நெ.து.சு.வின் நினைவலைகள் விரிவாகவே பேசுகின்றன.

அரசாங்க ஆவணங்கள் இதைப் பற்றி அமைதி காக்கும் நிலையில் நெ.து.சு.வின் நினைவுக் குறிப்புகளைக் கொண்டு நடந்ததை மீட்டுருவாக்கம் செய்ய முயல்வோம்.[18]

1952ஆம் ஆண்டின் பிற்பகுதியில் ஒரு நாள் அலுவல்முறையில் வெளியூர் சென்றிருந்தபோது நெ.து.சு.வுக்கு ஒரு கடிதம் வந்தது. படித்ததும் அவருக்குத் 'தூக்கம் தொலைந்து பசியும் கெட்டது'. 'உடனடிக் கவனத்திற்கு' என்று பொதுக் கல்வி இயக்குநர் எழுதி அனுப்பியிருந்த இரகசியக் குறிப்பு அது. 'நாட்டுப்புற, தொடக்கப் பள்ளிச் சிறுவர் சிறுமியர் முழு நாள் படிப்பதற்குப் பதில் அரைநாள் படித்துவிட்டு மற்றப் பாதிநாள் தத்தம் குலத்தொழிலைச் செய்யப் போக வேண்டுமாம். பொது மக்களுக்குக் குலத்தொழிலும் ஓரளவு எழுத்தறிவும் பெறுவதே போதுமாம். இதை நோக்கமாகக் கொண்டு அரைநாள் படிப்புத் திட்டமொன்றைத் தீட்டித்தாருங்கள்' என்று ராஜாஜி தம்மிடம் நேரில் கூறியதாகவும், தொடக்கக் கல்விக்குத் துணை இயக்குநர் என்ற முறையில் புதிய திட்டத்திற்கு வரைவு போட்டுத்தரவும் நெ.து.சு.வை இயக்குநர் பணித்திருந்தார்.

பொது மக்களுக்குக் கேடான திட்டத்திற்கு எப்படி உடந்தையாக இருப்பது என்று தயங்கிய நெ.து.சு., அவரிடம் பேரன்பு கொண்டிருந்த டி.எம். சின்னையா பிள்ளை என்பவரை இதன் தொடர்பில் கலந்து பேசியிருக்கிறார். கொள்கையை வகுப்பது மக்கள் தேர்ந்தெடுத்த அரசாங்கத்தின் உரிமை என்றாலும் பொறுப்பு வாய்ந்த உயர் அலுவலர்கள், 'மனசாட்சி இருந்தால்' தம் மாற்றுக் கருத்தைச் 'சொற்களை அளந்து வைத்து எழுத்துவழித் தெரிவிக்க வேண்டும்' என்று ஆலோசனை கூறிய சின்னையா பிள்ளை, 'உங்கள் வேலையோ, நேரக்கூடிய குறைகளை ஒளிக்காமல் சொல்லிவிடுவதே. அப்படிச் சொல்கையில் சொற்களை மட்டும் அளந்து போடுங்கள்' என்று மீண்டுமொருகால் வற்புறுத்திக் கூறியிருக்கிறார். 'அலுவலர் தேர்ந்தெடுக்கப்பட்டவராக மாறிவிடக் கூடாது' என்ற தெளிவைப் பெற்ற நெ.து.சு., பொதுக் கல்வித் துறையில் நீண்ட அனுபவம் கொண்ட கிருஷ்ணசாமி அய்யங்கார்

18. நெ.து.சு.வின் நினைவுகள் 'சத்திய கங்கை'யின் ஏப்ரல் 1977 இதழில் வெளிவரத் தொடங்கின. கல்வித் திட்டம் தொடர்பான பகுதிகள் வீரராகவன் அவரைச் சந்தித்த காலத்தில் வந்திருக்கும். ஆனால் இதைப் பற்றி அவர் அறிந்ததாகத் தெரியவில்லை. நெ.து.சு.வின் நினைவுக் குறிப்புகள் வானதி பதிப்பகம் வழி 1983, 1985, 1988 ஆகிய ஆண்டுகளில் அடுத்தடுத்து மூன்று பெருந்தொகுதிகளாக *நினைவு அலைகள்* என்ற பெயரில் வெளிவந்தன. இந்தப் பகுதியை 2ஆம் தொகுதியின் 439–54ஆம் பக்கங்களை ஆதாரமாகக் கொண்டு எழுதியுள்ளேன். விரிவாகவும் காலமுறையிலும் அமைந்துள்ள இந்த நூல்கள் சலிப்பூட்டும் நடையிலமைந்த சுயபுராணமாக அமைந்திருக்கின்றன என்பதையும் குறிப்பிட வேண்டும்.

என்ற மேற்பார்வையாளரை அடுத்துக் கலந்துகொண்டார். இயக்குநரின் இரகசியக் குறிப்பைப் படித்த அவர், அது 1937இல் ராஜாஜி முதல்வராக இருந்தபோதே முன்மொழிந்த திட்டம்தான் என்று கூறினார். அப்போதைய பொதுக் கல்வி இயக்குநர் ஆர்.எம். ஸ்டாதம் அதை ஏதாவது ஓரிடத்தில் வெள்ளோட்டம் பார்த்த பிறகே மாகாணம் முழுமைக்கும் விரிவுபடுத்துவது பற்றி முடிவெடுக்கலாம் என்று கூறியதையும் நினைவுகூர்ந்தார். பழைய கோப்புகளைப் புரட்டிப் பார்த்ததில் அத்திட்டம் முதலில் மதுரை மாவட்டம் பெரியகுளம் வட்டத்தில் வெள்ளோட்டம் விடப்பட்டுத் தோல்வி கண்டதை அவர்கள் அறிந்துகொண்டனர். மாணவர் வருகை கூடுவதற்குப் பதில் குறைந்திருந்ததையும் அவர்கள் கண்டனர். அடுத்து ஓமந்தூர் ராமசாமி ரெட்டியார் முதல்வராகவும் தி.சு. அவினாசிலிங்கம் செட்டியார் கல்வி அமைச்சராகவும் இருந்தபொழுது (1947–49) ஷிப்டு முறை அறிமுகமானது. கட்டமைப்புக் குறைவாக உள்ள பள்ளிக்கூடங்களில் மட்டுமே அம்முறை செயல்படுத்தப்பட்டது.

இவற்றையெல்லாம் ‘இதமான சொற்களில்’ அமைத்து ஒரு வரைவை எழுதி இயக்குநரிடம் கொடுத்திருக்கிறார் நெ.து.சு. ஆனால் திட்டத்தின் தன்மை பற்றிய தயக்கங்களைக் கொண்ட இயக்குநர் அதை ராஜாஜியின் பார்வைக்குக் கொண்டுசெல்லவேயில்லை. கேட்கும்போது கொடுக்கலாம் என்று எடுத்துவைத்துவிட்டார். கிணற்றில் போட்ட கல்லாக எந்தச் சலனமும் இல்லாமல் ஆறேழு மாதங்கள் கடந்தன. ‘ஆறின கஞ்சி பழங் கஞ்சி’யாகி இருக்கும் என்று நெ.து.சு. நிம்மதி கொண்டிருந்த வேளையில், 1953 மே மாத இறுதியில்[19] ஒருநாள் மாலை இயக்குநர் தலைமைச் செயலகத்திற்குப் புறப்பட்டபொழுது நெ.து.சு.வையும் உடன்வரச் சொல்லி யிருக்கிறார். முதல்வருடன் அரை மணிநேரம் தனியாக உரையாடிவிட்டு வெளியே வந்தவர், இரவுவரை இருந்து முடிக்க வேண்டிய அவசர அலுவல் உள்ளதெனக் கூறியிருக்கிறார். மேலும் அரை நாள் படிப்புத் திட்டத்தை நிறைவேற்றுவது பற்றியே அவரை வரச்சொன்னதாகவும், இது தொடர்பில் இயக்குநருக்குத் தயக்கம் ஏதேனும் இருப்பின் அதற்கென ஒரு சிறப்பு அலுவலரைத் தாம் பொறுப்பிலமர்த்த அணியமாக உள்ளதாகவும் முதல்வர் சொல்லியிருக்கிறார். ஆட்சியாளர் இடும் பணியைச் செய்து முடிப்பதே அலுவலர் கடமை என முதல்வரிடம் கோவிந்தராஜுலு நாயுடு கூறியதும்,

19. இது கால வழு; நினைவுப் பிசகால் ஏற்பட்டிருக்கலாம். 1953 ஏப்ரல் நடுவில் என்றிருக்க வேண்டும்.

அன்றிரவே ஒரு சுற்றறிக்கையை 'இந்து', 'இந்தியன் எக்ஸ்பிரஸ்', 'தினமணி', 'தினத்தந்தி' முதலான நாளிதழ்களுக்குக் கொடுக்க வேண்டுமென ராஜாஜி அவரைப் பணித்திருக்கிறார். அதன்படி சுற்றறிக்கை தயாரிக்கும் பணி தொடங்கியது. அப்பொழுது நடந்ததை இனி நெ.து.சு. சொற்களிலேயே பார்க்கலாம்.

இயக்குநர், 'இப்போது நான் சுற்று அறிக்கையைச் சொல்லிக்கொண்டே வருவேன். நீங்கள் கையெழுத்தில் எழுதி வாருங்கள். தகவல் பிழையோ, வேறு குறைகளோ கண்டால் என்னிடம் கூறுங்கள்' என்று ஆணையிட்டார்.

'திருத்தி அமைக்கப்பட்ட தொடக்கக் கல்வித் திட்டம்' என்ற தலைப்போடு சுற்றறிக்கையைத் தொடங்கினார்.

சுற்றறிக்கையின் முதற் சொற்றொடர் என்ன தெரியுமா?

'பிள்ளைகள், பெற்றோர் தொழிலைச் செய்வதால் தீங்கொன்றும் இல்லை' என்று தொடங்கிற்று.

அதைக் கூறியதும், 'அய்யா! அப்படித் தொடங்குவதற்குப் பதில், "ஏழைகளுக்கும் படிப்பு எட்டும் வகையில், பள்ளி நிர்வாக மாற்றம் தேவைப்படுவதால்" என்று அறிக்கையைத் தொடங்கினால் என்ன?' என்று குறுக்கிட்டேன்.

'இருக்கட்டும், யோசிப்போம்' என்றார் இயக்குநர்.

'எடுப்பை ஒட்டியே தொடர்பு இருக்கவேண்டும். எனவே, எடுப்பு எரிச்சலைக் கிளப்புவதாக இருக்க வேண்டாம்' என்றேன்.

'முதல் அமைச்சர் சொன்ன சொற்கள் இவை. எனவே அப்படியே தொடங்குவோம்' என்றார்.

'அறையில் பேச்சுவாக்கில் சொன்ன பாணியிலேயே தொடங்குவது நல்லதல்ல. என்னைத் தயவு செய்து தவறாக எண்ணிவிடாதீர்கள்...'

'வேண்டாம். முதல் அமைச்சர் பாணியிலேயே சுற்றறிக்கை அனுப்புவதால் ஏற்படும் நன்மைதீமைகளுக்கு நான் பொறுப்பேற்றுக்கொள்ளுகிறேன்' என்று இயக்குநர் கூறினார். அப்புறம் நான் குறுக்கே நிற்கவில்லை.

தே. வீரராகவன்

சுற்றறிக்கை எழுதப்பட்டது. இடையிடையே சிறுசிறு சொல் மாற்றங்களைக் கூறினேன்; ஏற்றுக் கொண்டார்.[20]

எழுதிமுடித்த சுற்றறிக்கையை உருட்டச்சு செய்வதற்குள் நாளிதழ்களின் அலுவலகங்களிலிருந்து பொதுக் கல்வி இயக்குநருக்குத் தொலைபேசி அழைப்புகள் வரத் தொடங்கி விட்டன. கொடுத்த வேலையை முடித்திருந்தாலும் அன்றிரவு நெ.து.சு.வுக்குத் தூக்கம் இல்லை.

அடுத்த நாள் காலை இயக்குநர் வீட்டுத் தொலைபேசி மணி அலறியது. பேசியவர் கல்வித் துறைச் செயலர் கே.எம். உன்னித்தன். இருவரும் ஒன்றாகக் கேம்பிரிட்ஜ் பல்கலைக்கழகத்தில் படித்தவர்கள். 'சுலு! எப்போது முதல் நீர் அரசாக மாறிவிட்டீர்?' என்று நக்கலாகக் கேட்டார் கல்விச் செயலர். முதலமைச்சரின் ஆணைப்படியே தாம் நடந்துகொண்டதாக கோவிந்தராஜுலு நாயுடு பதிலுரைத்த பிறகே உன்னித்தன் அமைதியானார். கல்விச் செயலர் பேசி முடித்த சில மணித்துளிகளில் கல்வி அமைச்சர் எம்.வி. கிருஷ்ண ராவ் அழைத்தார். 'இவ்வளவு பெரிய தலைகீழான மாற்றத்தை அமைச்சரவையில் வைத்து ஒப்புதல் பெற்ற பிறகு அல்லவா நிறைவேற்றி இருக்க வேண்டும்?' என்ற சரியான கேள்வியைத் தவறான நபரிடம் கேட்டார் கல்வி அமைச்சர். திட்டத்தைத் தாம் ஒப்பாவிட்டாலும் முதலமைச்சர் ஆணைப்படி தாம் நடந்துகொண்டதாக இதமாகப் பதிலுரைத்து அமைதிப் படுத்தினார் கோவிந்தராஜுலு நாயுடு.[21]

கல்வி அமைச்சரையும் பொதுக் கல்வித் துறை இயக்குநரையும் கலந்துகொண்டே புதிய கல்வித் திட்டத்தை ராஜாஜி தீட்டினார் என்று சி. சுப்பிரமணியம் தன் நினைவுக் குறிப்புகளில் கூறியுள்ளதை ஏற்பதற்கில்லை.[22] அமைச்சரவை யிடமோ, தலைமைச் செயலக உயரலுவர்களிடமோ இத்திட்டம் பற்றி ராஜாஜி மூச்சுக்காட்டவில்லை என்பதை வீரராகவனும் உறுதிப்படக் கூறுகிறார். அமைச்சர்களையோ அலுவலர்களையோ கலந்துகொள்ளாத ராஜாஜி, தம் கட்சிக்காரர்களிடம் ஆலோசனை கேட்டிருப்பார் என்று கருத எந்த முகாந்திரமும் இல்லை. ஏற்கெனவே பல்வேறு காரணங்களுக்காக அதிருப்தியுற்றிருந்த காங்கிரஸ் கட்சியின் உறுப்பினர்களையும் கட்சிக்காரர்களையும் ராஜாஜியின் தன்னிச்சையான அறிவிப்பு சீண்டியது.

---

20. நெ.து. சுந்தரவடிவேலு, *நினைவு அலைகள்*, பகுதி 2, ப. 450
21. நெ.து. சுந்தரவடிவேலு, *நினைவு அலைகள்*, பகுதி 2, ப. 452-3.
22. Subramaniam, *Hand of Destiny*, vol. I, p. 205.

அரசு கோப்புகளில் குறிப்புகளை எழுதித் தள்ளும் வழக்கத்தைக் கொண்டவர் ராஜாஜி. கோப்புகளின் ஓரங்களிலும்கூட அவர் குறிப்பெழுதித் தீர்த்திருப்பார். முடிவெடுத்த பின்னர் வரும் வரைவில் பிழையிருந்தால்கூட அவர் கை சும்மா இராது. சொற்குற்றம், பொருட்குற்றம் எதையும் விட்டுவைக்கும் வழக்கம் அவருக்கில்லை. 'பல்வேறு துறைகளின் வழியாகப் பிறப்பிக்கப்படும் ஆணைகள் சரியான சொற்களில் எந்தப் பொருள் மயக்கமுமின்றி அமைந்திருக்க வேண்டும் என்பதை ராஜாஜி குறிப்பாக வற்புறுத்துவார். அவருடைய கைபட்டுப் பெருமாற்றங்களுக்கு உள்ளாகாத எந்த வரைவு ஆணையும் இராது என்றே சொல்லலாம்' என்கிறார் அவரோடு பல்லாண்டு பழகிய சி.சுப்பிரமணியம்.[23] எனினும் இப்புதிய கல்வித் திட்டம் தொடர்பான ஏராளமான அரசு ஆவணங்களில் ராஜாஜியின் குறிப்புகள் காணக் கிடைக்க வில்லை என்பதே வியப்புக்குரிய உண்மை. அரசாங்கத்தில் எவரிடமும் கல்வித் திட்டம் பற்றி அவர் கலந்துகொள்ள வில்லை என்ற குற்றச்சாட்டுக்கு இந்த இன்மையைச் சான்றாகக் கொள்ளலாம். திருத்திய கல்வித் திட்டம் உருவானதைப் பற்றித் தனியே எந்தக் கோப்பும் இல்லை என்பதே மெய்ந்நிலை.

ராஜாஜி இதனைத் தம் சொந்த/செல்லத் திட்டமாகக் கருதினார். இதைக் குறித்துக் கேட்டவர்களுக்குத் தம் கொள்கைகளை வெளியிடுவதற்கு முன் இராமாநுஜரும் சங்கரரும் மற்றவர்களைக் கலந்துகொண்டா செய்தார்கள் என்று எதிர்வினா தொடுத்தார்.[24] தம்மை அவர் ஆசாரிய புருஷராகக் கருதிக்கொண்டது யாருக்கும் உவப்பளித்திருக்க முடியாது.

நெ.து.சு. நினைவுகூரும் ஒரு நிகழ்ச்சி எந்த அளவுக்கு ராஜாஜி இந்தத் திட்டத்தை நிறைவேற்றுவதில் கண்ணும் கருத்துமாக இருந்தார், சாதுர்யமாகக் காய் நகர்த்தினார் என்பதற்குச் சான்று பகர்கிறது. 1953 ஆகஸ்டு மாதத்தில் ஒரு நாள் முன்னறிவிப்பின்றி ராஜாஜியின் தனிச் செயலர் ப. சபாநாயகம் நெ.து.சு. வீட்டிற்கு வந்தார். சபாநாயகம் ஐ.சி.எஸ். அதிகாரி. நெ.து.சு. இடைநிலை அலுவலர். நடப்பது என்னவென்று புரியாது விழித்த நெ.து.சு.வின் கையில் பெங்களூருக்குச் செல்லும் விரைவுத் தொடர்வண்டியில் ஆம்பூர் வரை செல்ல முதல் வகுப்புப் பயணச் சீட்டைத் திணித்த சபாநாயகம், சட்ட மேலவை உறுப்பினர் நாதமுனி

---

23. Subramaniam, *Hand of Destiny*, vol. I, p. 180.
24. சொக்கலிங்கம், *காமராஜ்*, ப. 116.

நாயுடு ஏற்பாட்டில், ராஜாஜி தலைமையில் நடக்கவிருந்த வடஆர்க்காடு மாவட்டக் கல்வி மாநாட்டில் நெ.து.சு. உரையாற்ற வேண்டும் என்றும் கூறினார். முதலமைச்சர் முன்னிலையில் இயக்குநரோ அவருக்கு மேற்பட்ட நிலையிலான அலுவலரோதானே உரையாற்றுவது வரிசைமுறை, மரபு என்று அவர் மென்மையாக மறுக்கவும், அவருடைய மேலதிகாரியான இயக்குநர் ஒப்புதல் ஏற்கெனவே பெறப்பட்டுவிட்டது என்று கூறியிருக்கிறார் சபாநாயகம். முன்னெச்சரிக்கை உணர்வுடன் நெ.து.சு. இயக்குநரிடம் இது பற்றிப் பேசியதும், இந்த மரபு மீறல் தமக்கும் வியப்பைத் தருகின்றதென்றும் இருந்தாலும் முதலமைச்சர் ஆணைக்குப் பணிவதே முறை என்றும் அவர் சொல்லியிருக்கிறார். ராஜாஜியும் நெ.து.சு.வும் ஒரே தொடர்வண்டியில் பயணித்தனர். பொதுக் கூட்ட மேடையில் ஏறியதும், தமது திட்டத்தை விளக்கத் தேவைப்படும் நேரத்தை நெ.து.சு. எடுத்துக்கொள்ளலாம் என்று ராஜாஜி நேரடியாகவே உணர்த்தினார். நெ.து.சு.வின் உரையை அடுத்த நாள் செய்தித்தாள்கள் கொட்டை எழுத்தில் வெளியிட்டன.[25] ராஜாஜி ஏமாற்றினாரா அல்லது நெ.து.சு. வேண்டுமென்றே ஏமாந்தாரா என்பதை இந்த விவரங்களைப் படிக்கும் கூர்மையான வாசகருக்கே விட்டுவிடுவோம்.[26]

தம் திட்டத்தை முன்மொழிவதற்கு ராஜாஜி நெ.து.சு. வைத் தேர்ந்தெடுத்ததற்குக் காரணமில்லாமல் இல்லை. கல்வித் துறையில் வேண்டுமானால் நெ.து.சு. இடைநிலை அதிகாரியாக இருந்திருக்கலாம். பொது வாழ்க்கையில் அவர் பிராமணரல்லாதார் இயக்கத்தின் வளர்ந்துவந்த பிரமுகர்; சுயமரியாதை முறையில் பெரியாரின் தலைமையில் கலப்புத் திருமணம் செய்துகொண்டவர்; திராவிடர் கழக நாளேடான 'விடுதலை' யின் பொறுப்பாசிரியரான 'குத்தூசி' குருசாமியின் சகலை.

---

25. நெ.து.சு. இந்த நிகழ்ச்சியை இரண்டு வடிவங்களில் எழுதியிருக்கிறார்: *நினைவு அலைகள்*, பகுதி 2, ப. 457-64; *நினைவில் நின்றவர்கள்* (சென்னை: வானதி பதிப்பகம், 1982), ப. 68-72.

26. இதைத் தொடர்ந்து நெ.து.சு.வின் பணிநிலை ஏற்றமடைந்தது. இதற்கடுத்த சில மாதங்களில் கல்லூரிக் கல்விக்கான துணை இயக்குநர் பொறுப்பையும் ராஜாஜி அவருக்குக் கூடுதலாக வழங்கினார். காமராசர் முதல்வரான ஆறு மாதத்தில், புதிதாக உருவான திருப்பதி ஸ்ரீ வேங்கடேஸ்வரா பல்கலைக்கழகத்தின் முதல் துணைவேந்தராக கோவிந்தராஜுலு நாயுடு பொறுப்பேற்றுக்கொண்ட நிலையில் நெ.து.சு. பொதுக் கல்வி இயக்குநராகப் பதவி உயர்வு பெற்றார். பேராசிரிய அனுபவமோ, ஆராய்ச்சிப் பட்டமோ பெறாத நிலையிலும் 1969இல் சென்னைப் பல்கலைக்கழகத் துணைவேந்தருமானார். 1972இல் மேலும் ஒரு பணிக்காலத்திற்கு நீட்டிப்புப் பெற்ற நெ.து.சு., தமக்கு மூன்றாவது பணிக்காலம் தரப்படாததை எண்ணிக் கழிவிரக்கம் கொண்டார்.

குலக்கல்வித் திட்டம் என்று வருணித்து ராஜாஜியின் கல்வித் திட்டத்தைத் திராவிடர் கழகம் கடுமையான போராட்டத்தை மேற்கொண்டிருந்தது என்பதையும் இங்கு நினைவில் கொள்ளலாம்.

இவ்வாறு தந்திரமாகக் காய் நகர்த்தியதோடு ராஜாஜி அமைந்துவிடவில்லை. தமது திட்டம் பற்றிப் பரப்புரை செய்வதற்காக மாநிலம் முழுவதும் அவரும் பிற அமைச்சர்களும் பயணம் மேற்கொண்டனர். இது சட்டமன்றத்திலும் விவாதப் பொருளானது. 'இது தொடர்பாக எத்தனை கூட்டங்களில் முதல்வர் உரையாற்றினார், அதற்கான பயணச் செலவுகள் எவ்வளவு?' என்று ஓர் உறுப்பினர் கேள்வி எழுப்பினார். 'அரசாங்கத்தின் திட்டங்களுக்கு ஆதரவாகப் பேசுவதும் அவற்றைப் பற்றிய விமர்சனங்களுக்குப் பதில் சொல்வதும் அமைச்சர்களின் கடமை' என்று பதிலிறுத்த சி. சுப்பிரமணியம், 'சில கூட்டங்கள் திருத்திய தொடக்கக் கல்வித் திட்டத்தை விளக்குவதற்காகவே ஏற்பாடு செய்யப்பட்டன; வேறு சில கூட்டங்களில் பிற முக்கியமான விஷயங்களோடு புதிய கல்வித் திட்டம் பற்றியும் முதலமைச்சரும் நிதி–கல்வி அமைச்சரும் பிற அமைச்சர்களும் பேசினார்கள், அதுவும் அவர்களுக்குரிய வேலையும் கடமையுமே ஆகும்' என்று கூறினார். இக்கூட்டங்கள் அரசு செலவில் நடப்பதும் இயல்புதானே என்றும் சொன்னார். இச்சமயத்தில் பெரியாரின் எதிர்ப்புக் கூட்டங்கள் பற்றி ஓர் உறுப்பினர் எழுப்பிய கேள்வியை அவைத் தலைவர் தடுத்தபோது அவையில் அமளி ஏற்பட்டது.[27]

திராவிட இயக்கமும் கல்வித் திட்டமும்

திராவிடர் கழகமும் திராவிட முன்னேற்றக் கழகமும் இந்தத் திட்டத்திற்குக் கடுமையான எதிர்ப்பைக் காட்டி நெடிய போராட்டத்தில் ஈடுபட்டன.[28] இந்த எதிர்ப்பை இந்நூல் தக்க வகையில் சீர்தூக்கி மதிப்பிடவில்லை என்பது என் கருத்து.

வர்தா திட்டம் அறிமுகமான காலத்திலேயே பெரியார் அதனைக் கண்டித்து, 'ஆபத்து! ஆபத்து! கல்விக்கு ஆபத்து!' என்ற தலைப்பில் தலையங்கம் வெளியிட்டார்.[29] கல்வி அமைப்பிலுள்ள சமத்துவமின்மையை ஆதாரக் கல்வித் திட்டம்

---

27. G.O. No. 718, Education, 26 May 1954.

28. இது தொடர்பான திராவிடர் கழக எழுத்துகளைத் தொகுத்துத் தந்தை பெரியார் திராவிடர் கழகம் வெளியிட்டுள்ளது: கா. கருமலையப்பன், ந. பிரகாசு, இரா. மனோகரன், *குலக்கல்வியை ஒழித்த பெரியார் இயக்கம்.*

29. *குடிஅரசு,* 21 நவம்பர் 1937.

கல்வித் திட்டம் பற்றிய விவாதம் உச்சத்தை எட்டியிருந்த தருணத்தில் நடந்த மிலாது நபி விழாக் கூட்டத்தில் பெரியாரும் ராஜாஜியும்.

தொடர்ந்து தக்கவைக்கும் என்ற வாதத்தை அத்தலையங்கம் செறிவுற முன்வைத்தது. கல்வி புகட்டுபவரும் கல்வி பெறுபவரும் வேறுவேறு சாதிப் பிரிவைச் சேர்ந்தவர்களாகவுள்ள ஒரு சமூக அமைப்பில், கைத்தொழிலுக்கு முதன்மையளிப்பது சாதி அமைப்புத் தொடர்வதற்கே வழிவகுக்கும். 'அறிவுக் கல்வி'யையும் 'கைத்தொழில் கல்வி'யையும் இனம் பிரித்துக் காட்டிய பெரியார், ஆதாரக் கல்வியை வழங்கும் பள்ளிகள் அறிவுக் கல்வி புகட்டும் அமைப்புகளாக அமையாமல் கைத்தொழில் பயிற்சிப் பள்ளிகளாகக்கூட அல்லாமல் அரைகுறைத் தொழிற்சாலைகளாகவே அமைந்துவிடும் என்றும் எச்சரித்தார். பார்பனரல்லாதார் மற்றும் பிற ஒடுக்கப்பட்ட சாதிகளின் எதிர்காலத்திற்கு ஊறு செய்யும் ஆதாரக் கல்வியின் மறு அவதாரமாகவே ராஜாஜியின் கல்வித் திட்டத்தைப் பெரியார் கருதினார். வீரராகவன் இவ்வாய்வைச் செய்த காலத்தையும் அவருடைய கருத்தியல் நிலைப்பாடுகளையும் கருதப் பெரியாரின் நிலைப்பாடு அவருக்கு உவப்பளிக்காததில் வியப்பில்லை.

திராவிட இயக்கத்தின் எதிர்ப்புப் போராட்டம் வெகுமக்களைப் பெருமளவுக்குப் பாதிக்கவில்லை என்ற

வீரராகவனின் அவதானிப்பும் ஏற்புடையதல்ல. மாநாடுகள், எதிர்ப்புக் கூட்டங்கள், பேரணிகள், மறியல் எனத் தமிழகமெங்கும் எதிர்ப்பலைகள் எழும்பின. ஏறத்தாழ 2,000 பேர் கைதாயினர். தடியடியிலும் துப்பாக்கிச் சூட்டிலும் பலர் காயமுற்றதோடு சிலர் மரணத்தையும் தழுவினர்.

புதிய கல்வித் திட்டத்திற்கு எதிர்ப்பு, கல்லக்குடி ரயில் நிலையத்திற்கு மார்வாடி தொழிலதிபர் டால்மியா பெயர் சூட்டியதற்கு எதிர்ப்பு, தி.மு.க.வின் போராட்டங்களை 'நான்சென்ஸ்' (முட்டாள்தனம்) என்று நேரு எள்ளி நகையாடிய தற்கு எதிர்ப்பு எனத் தி.மு.க. மும்முனைப் போராட்டத்தை வேகமாக முன்னெடுத்தது. 1950களில் தி.மு.க. ஏறுமுகம் கண்டதற்கு இந்த மும்முனைப் போராட்டமும் முக்கியக் காரணமாகும். இதற்குப் பிறகு நடந்த 1957ஆம் ஆண்டுப் பொதுத் தேர்தலில் முதல்முறையாகப் போட்டியிட்ட தி.மு.க. 15 சட்டமன்றத் தொகுதிகளிலும் இரண்டு நாடாளுமன்றத் தொகுதிகளிலும் வென்று முக்கியமான கட்சியாக நிலைபெறத் தொடங்கியது; அதற்குப் பிறகு பத்தாண்டுகளில் பெருவெற்றி பெற்று அரசு கட்டில் ஏறியதும் வரலாறு. வெற்றிக் கூட்டணி யில் ராஜாஜியின் சுதந்திரக் கட்சியும் இடம்பெற்றதுதான் நகைமுரண்.

ராஜாஜிக்கு எதிரான போராட்டம் வலுப்பெற்று உச்சத்தை அடைந்த சமயத்தில் ஒரு சுவாரசியமான நிகழ்ச்சி நடந்தேறியது. சென்னை உயர் நீதிமன்றத்திற்கு எதிர்ப்புறமிருந்த கடற்கரையில் 20 டிசம்பர் 1953இல் நபிகள் நாயகத்தின் பிறந்தநாள் கொண்டாட்டப் பொதுக் கூட்டம் ஒன்று நடைபெற்றது. இவ்விழாவிற்குப் பெரியார், ராஜாஜி என இரு துருவங்களும் அழைக்கப்பட்டிருந்தனர். கடும் காய்ச்சலிலிருந்து மீண்டிருந்த பெரியார், ராஜாஜி வருவதற்கு முன்பே கூட்ட மேடையேறுவதில் கவனம் கொண்டு அவரை வரவேற்கக் காத்திருந்தார். (அரசியல் வேறுபாடுகளுக்கு அப்பாலும் உற்ற நண்பர்களான இருவரும் 1949இல் திருவண்ணாமலையில் சந்தித்துக்கொண்ட பின்னர் நேரில் சந்திக்கவில்லை.) இருபது ஆண்டுகள் கழித்து ஒரே மேடையில் இருவரும் தோன்றிய அரிய நிகழ்ச்சியாகவும் இது அமைந்தது. இரு பெரும் ஆளுமைகள் ஒன்றாகத் தோன்றிய காட்சியைக் கண்டு மக்கள் கூட்டம் ஆர்ப்பரித்தது. நடந்துகொண்டிருந்த சர்ச்சையை இருவருமே தொட்டுப் பேசவில்லை. கருத்து வேறுபாடுகளை நாகரிகமாக முன்வைக்க வேண்டும் என்பதை மட்டும் இருவரும் உணர்த்தினர். இரண்டு பழைய நண்பர்கள் ஒன்றாக மேடையேறியதே ஓர் அரசியல் அறிக்கைக்குச் சமமாகும் என்று ராஜாஜி கூறினார். செவிக்கு

ராஜாஜி மந்திரி சபையைக் கவிழ்க்கச் சில காங்கிரஸ் எம். எல். ஏ.க்கள் செய்யும் முயற்சி பலித்தால், சென்னை மாகாணத்தின் கதி என்ன ஆகும்?

கல்கி, 29–11–1953

உணவாகத் தம் பேச்சு அமையாவிட்டாலும் கண்ணுக்கு விருந்தாக இந்த மாலை அமைந்திருக்கும் என்றார் பெரியார்.[30]

வீரராகவன் குறிப்பிடுவதுபோல் அதற்குள் ஏறத்தாழ எல்லாம் முடிந்துவிட்டிருந்தது. தம் கட்சியின் ஆதரவை ராஜாஜி இழந்துவிட்டார். கட்சிக்குள்ளேயே எதிர்ப்பணி வலுப்பட்டுவிட்டது.[31] தமது திட்டத்தை நியாயப்படுத்தவும் அரண் செய்யவும் ராஜாஜி எடுத்த ஒவ்வொரு முயற்சியும் மேலும் எதிர்ப்பைக் கிளப்பவும் வலுப்படுத்தவுமே செய்தது. சந்திரமதியின் தாலி அரிச்சந்திரனின் கண்ணுக்கு மட்டுமே புலப்பட்டதுபோல் புதிய கல்வித் திட்டத்தின் சிறப்புகள் ராஜாஜியைத் தவிர வேறு எவரின் கண்ணுக்கும் புலப்பட வில்லை. ராஜாஜியின் தீவிர ஆதரவாளர்கள் மட்டுமே அவருக்கு அரணாக நின்றனர். 'கல்கி' தமது வார இதழில் விடாமல் புதிய திட்டத்தின் சிறப்புகளை எடுத்துரைத்தும் எதிர்வாதங்களை மறுத்தும் வலுவாக எழுதினார்.[32] காங்கிரஸ்

30. *விடுதலை*, 20 டிசம்பர் 1953; மேலும் *கல்கி*, 27 டிசம்பர் 1953.
31. ராஜாஜி எதிர்ப்பணியில் இருந்தவர்கள் என்று பின்வரும் பெயர்களைச் சொக்கலிங்கம் (*காமராஜ்*, ப. 119) குறிப்பிடுகிறார்: வரதராசுலு நாயுடு, வி.கே. ராமசாமி முதலியார், கே.டி. கோசல்ராம், டி.ஜி. கிருஷ்ணமூர்த்தி, பஞ்சாட்சரம் செட்டியார், ஏ.எம். சம்பந்தம்.
32. இக்கட்டுரைகள், தலையங்கங்கள் எல்லாம் அண்மையில் நூலாக்கம் பெற்றுள்ளன: கல்கி, *அமரர் கல்கியின் கல்விச் சிந்தனைகள்* (சென்னை: வானதி பதிப்பகம், 2008).

கட்சிக்குள் தனிக்குழுவாக இயங்கிய ம.பொ.சி.யின் தமிழரசு கழகம் ராஜாஜியை ஆதரித்தது. ம.பொ.சி.யின் காமராசர் எதிர்ப்பு நிலைப்பாடு இதற்கு அடிப்படையாக அமைந்தது. மயிலாடுதுறையில் ம.பொ.சி. ஒரு பொதுக் கூட்டத்தில் கல்வித் திட்டத்தை ஆதரித்துப் பேசுகையில் நடந்த தாக்குதலில் அவர் நெற்றியில் காயம் பட்டது. கல்வித் திட்டத்தை முழுமையாக ஆதரித்த ம.பொ.சி.யும்கூட அரசாங்கத்தைக் காப்பாற்றுவதற் காகக் கல்வித் திட்டத்தைக் கைவிடுமாறு ராஜாஜியிடம் மன்றாடினார். எவர் பேச்சையும் கேட்கும் இயல்பில்லாத ராஜாஜி எந்த இறைஞ்சலுக்கும் மசியவில்லை.

கடைசியில் பதவி விலகுவதைத் தவிர ராஜாஜிக்கு வேறு வழி இருக்கவில்லை. தமது பதவி விலகலுக்கு உடல்நலத்தைக் காரணமாகச் சுட்டிய ராஜாஜி அரசியல் கட்டாயங்கள் பற்றிக் குறிப்பிடவில்லை. அவ்வேளையில் கல்கி எழுதிய தலையங்கம் ராஜாஜி முதல்வராக இருந்த காலத்தை ‘இரண்டு பொன் வருடங்கள்’ என்று சிறப்பித்து அவருடைய சாதனைகளைப் பட்டியலிட்டது. சட்டமன்ற உறுப்பினர்களின் தன்னலத்தையும் பேராசையினையும் கண்டித்த கல்கி, காமராசரின் பெயரைத்தானும் அதில் குறிப்பிடவில்லை. புதிய கல்வித் திட்டம் பற்றியும் ஒரு வார்த்தை சொல்லவில்லை.[33]

‘இந்தப் பைத்தியக்காரத் திட்டத்தை ஒழிந்துவிட்டுத்தான் மறுவேலை’ என்று சொன்ன காமராசர்,[34] அதே வேளையில் கட்சித் தலைவர் என்ற முறையில் எதிர்ப்பின் வீரியத்தையும் கட்டுப்படுத்த முனைந்தார் என்கிறார் நெ.து.சு.[35] கல்வித் திட்டத்தை எதிர்த்த காமராசர் அதன் முன்னணியில் நிற்கவில்லை; அதிருப்தியாளர்கள் காமராசர்வழித் தம்மை வெளிப்படுத்திக்கொண்டனர் என்கிறார் சொக்கலிங்கம்.[36] ‘கல்வித் திட்டத்தை விமர்சித்த காமராசர் அதனைத் திரும்பப் பெறுமாறு ராஜாஜிக்கு ஆலோசனை கூறினார். கல்வித் திட்டத்திற்கு எதிரான இயக்கத்தை அவர் முன்னின்று நடத்தாவிட்டாலும்கூட எதிர்ப்பாளர்களைக் கட்டுப்படுத்த எதையும் செய்யவில்லை’ என்று மற்றொரு வாழ்க்கை வரலாற்றாசிரியர் வி.கே. நரசிம்மன் எழுதுகிறார்.[37]

---

33. ‘இரண்டு பொன் வருடங்கள்’, *கல்கி*, 11 ஏப்ரல் 1954; கல்கி, *வாழ்க சுதந்திரம், வாழ்க நிரந்தரம்* (சென்னை: வானதி பதிப்பகம், 2001), ப. 527-35.
34. நெ.து.சு., *நினைவு அலைகள்*, பகுதி 2, ப. 454.
35. நெ.து.சு., *நினைவு அலைகள்*, பகுதி 2, ப. 464.
36. சொக்கலிங்கம், *காமராஜ்*, ப. 114.
37. Narasimhan, *Kamaraj*, P. 52

1954இல் ராஜாஜியின் பதவி வாழ்க்கை முடிந்தாலும் அவருடைய அரசியல் வாழ்க்கை முடிந்துவிடவில்லை. அனைவரின் மதிப்புக்கும் உரிய மூதறிஞராக அவர் திகழ்ந்தார். 1959இல் அவர் தொடங்கிய சுதந்திரக் கட்சி, நேருவின் சோசலிசக் கொள்கையை ஏற்ற காங்கிரசிற்கு வலுவான எதிர்ப்பணியாக விளங்கியது.

ராஜாஜிக்குப் பின் முதலமைச்சரான காமராசர் 1957, 1962 தேர்தல்களில் கட்சியை வெற்றிக்கு இட்டுச் சென்றார். தமிழ்நாட்டின் வளர்ச்சிக்கான அடிப்படை காமராசர் பதவிக் காலத்தில்தான் இடப்பட்டதென்பது அனைவரும் ஒப்ப மொழிவது. 1963இல் தாமே முன்மொழிந்த 'கே திட்ட'த்தின்படி பதவியைத் துறந்து முழுநேரக் கட்சிப் பணியாற்ற அவர் முனைந்தார். அதைத் தொடர்ந்த சில ஆண்டுகளைக் காமராசரின் பொற்காலம் எனலாம். 'சிண்டிகேட்' எனப்பட்ட பிராந்திய காங்கிரஸ் தலைவர்களின் அணிக்குத் தலைமை யேற்று (நேருவின் மறைவுக்குப் பிறகு மே 1964இல்) லால் பகதூர் சாஸ்திரிக்கும் (சாஸ்திரியின் திடீர் மறைவுக்குப் பிறகு ஜனவரி 1966இல்) இந்திரா காந்திக்கும் முடிசூட்டினார். தேசிய அளவில் அவர் உச்சநிலையிலிருந்த அதே வேளையில் 1967 தேர்தலில் காங்கிரஸ் பெருந்தோல்வி அடைந்தது. ராஜாஜியின் சுதந்திரக் கட்சி முதலான சில கட்சிகளோடு கூட்டணி வைத்திருந்த தி.மு.க. தனிப் பெரும்பான்மை பெற்று ஆட்சியமைத்தது. தம் சொந்த தொகுதியான விருதுநகரில் மாணவர் தலைவர் ஒருவரிடம் காமராசர் தோற்றார். மையத்தில் ஆட்சியைப் பிடித்தாலும் இந்தியாவெங்கும் ஒன்பது மாநிலங்களில் காங்கிரஸ் கட்சி தோல்வியைத் தழுவியது. அதற்கடுத்த சில ஆண்டுகளில் இந்திரா காந்தி 'சிண்டிகேட்' பிடியிலிருந்து காங்கிரஸ் கட்சியைக் கைப்பற்றித் தனி ஆளுமைமிக்க தலைவராக உருவெடுத்தார்.

1971 தமிழகத் தேர்தலில் தலைகீழ் மாற்றம் நிகழ்ந்தது. ராஜாஜியும் காமராசரும் இணைந்து தி.மு.க.வை எதிர் கொண்டனர். ஆனால் தோல்வியே விளைந்தது. அதற்கடுத்த ஆண்டு இறுதியில் ராஜாஜி காலமானார். நெருக்கடி நிலை அறிவிக்கப்பட்ட சில மாதங்களில் மனம் நொடிந்துபோன காமராசர் 1975 காந்தி பிறந்த நாளில் மாரடைப்பால் மறைந்தார்.

~ ~

ராஜாஜி முன்மொழிந்த திருத்திய கல்வித் திட்டம் தொடர்பான சர்ச்சையின் வரலாற்றுப் பின்னணி இதுதான். மிக விரிந்த அளவிலான ஆவணங்களைக் கொண்டு அக்கால அரசியல், கருத்தியல் நீரோட்டங்களை நன்கு உணர்ந்தவராக, ஆர்வமூட்டும் ஒரு வரலாற்றை வீரராகவன் எழுதியிருக்கிறார்.

ஆனால் இந்நூலும்கூட அது எழுதப்பட்ட காலத்தின் குழந்தையே. சமூக மாற்றத்தில் கருத்தியலுக்குரிய இடத்தை வீரராகவன் குறைத்து மதிப்பிடுவதாகவே நான் கருதுகிறேன். முதல் இயலில் கல்விச் சிந்தனைகளை விரிவாக ஆராய்ந்திருந்தாலும்கூட அரசியல் மோதல்களுக்குத் தந்த முதன்மை இடத்தைக் கருத்தியல் மோதல்களுக்கும் மாறுபட்ட சமூகப் பார்வைகளுக்கும் அவர் தரவில்லை என்றே சொல்ல வேண்டும். இளம் மார்க்சியராக இவ்வாய்வைச் செய்த வீரராகவன் முழுமையான சமூக மாற்றம் ஏற்படும்வரை கல்வியில் மாற்றம் ஏற்படாது என்று கருதியிருக்கிறார். சமூகத்தின் பொருளுற்பத்தி அடிப்படை மாறும்வரை கல்வி உட்பட மேற்கட்டுமானத்தின் எந்தப் பகுதியும் மாறாது என்ற கருத்தாக்கத்தை அவர் ஆழமாகக் கைக்கொண்டிருக்கிறார். இந்த இறுக்கம் நூல் முழுவதும் விரவி இருக்கக் காணலாம். ஜனநாயகபூர்வமற்ற முறையில் கல்வித் திட்டத்தைப் புகுத்த முயன்ற ராஜாஜியைக் கண்டிக்கும் அதே வேளையில் உடலுழைப்பின் மேன்மைகள் மீதும் சாய்வைக் கொண்டவராக வீரராகவன் இருந்திருக்கிறார்.

பொதுவுடைமைக் கட்சிகள் திராவிட இயக்கத்தோடு கடுமையாக முரண்பட்டிருந்த காலத்தில் செய்த ஆய்வு இது.[38] இதன் விளைவாக, ராஜாஜியின் கல்வித் திட்டத்திற்குத் திராவிட இயக்கம் காட்டிய எதிர்ப்பை வீரராகவன் குறைத்து மதிப்பிடுகிறார். உடலுழைப்பிலிருந்து அறிவார்ந்த உழைப்பைச் செலுத்தும் நிலைக்கு உயர முயன்ற பிராமணரல்லாதார் உடலுழைப்பை மேன்மைப்படுத்த ஏன் விரும்பவில்லை என்பதை வீரராகவன் புரிந்துகொள்ள முயலவில்லை என்றே சொல்ல வேண்டும். காமராசர் ஆட்சியில் கல்வித் துறையில் ஏற்பட்ட முன்னேற்றங்களையும் அவர் குறைத்து மதிப்பிடுகிறார் என்றே சொல்ல வேண்டும்.

உடலியல் குறைபாடுகளுடன் பல்வேறு சிக்கல்களையும் எதிர்கொண்ட இருபத்துமூன்று வயது இளைஞரிடம்

---

38. அண்மையில் இருவர் சுருக்கமாக ராஜாஜியின் கல்வித் திட்டத்தை ஆராய்ந்துள்ளனர்: Vasanthi Srinivasan, *Gandhi's Consciene Keeper: C. Rajagopalachari and Indian Politics* (Ranikhet: Permanent Black, 2009), pp. 63–7; Anandhi S., 'Education and Dravidian Common Sense', *Seminar*, no. 708 (August 2018), pp. 28–32.

எவ்வளவுதான் எதிர்பார்ப்பது. வீரராகவன் திரட்டித் தந்திருக்கும் ஆவணத் தகவல்களும், அவற்றைப் பொருள் கொள்வதில் அவர் காட்டியிருக்கும் நுழைபுலமும் இந்நூல் எழுதப்பட்டு நாற்பதாண்டுகள் கழித்தும் மலைப்பைத் தருகின்றன.

ராஜாஜியின் திருத்திய கல்வித் திட்டத்தின் நிறைகுறைகள் ஒரு புறமிருக்க, அதற்கடுத்த அரை நூற்றாண்டுக்கும் மேற்பட்ட அரசியல் சூழலைத் தீர்மானித்த நீரோட்டங்களின் சுழலில் அது சிக்கிக்கொண்டது. அந்த அரசியலைப் புரிந்துகொள்ள விரும்புவோர் வீரராகவனின் இந்த நூலை இன்றியமையாத கைவிளக்காகக் கொள்வர் என்பதில் கருத்து மாறுபாட்டுக்கு இடமிருக்க முடியாது.

சாதிக்குப் பாதி நாளா?
ராஜாஜியின் கல்வித் திட்டம்

முன்னுரை

கல்வித் திட்டம் கிளப்பிய அரசியல் புயல்

இந்த நூல் சென்னை மாநிலத்தில் அதன் முதலமைச்சர் சி.ராஜகோபாலாச்சாரி 1953இல் அறிமுகப்படுத்திய திருத்திய தொடக்கக் கல்வித் திட்டத்தை ஆய்வுசெய்ய முனைகிறது. இந்தத் திட்டத்தையும் அதற்கான எதிர்வினைகளையும் இம்மாநிலத்தின் சமூக-பொருளாதார, அரசியல் வரலாற்றில் பொருத்தி, அதன் தாக்கங்களை அலசுகிறது.

'குலக்கல்வித் திட்டம்' என்று அதன் எதிர்ப்பாளர்கள் வர்ணித்த இந்தத் திட்டம் கிராமப்புறக் குழந்தைகள் பாதி நாள் பள்ளிக்கூடம் வந்தால் போதும்; மீதி நாளில் பெற்றோரின் மரபுத் தொழிலைக் கற்கலாம் என்று பரிந்துரைத்தது. பெற்றோர் தொழில் வர்க்கத்தைச் சேராதவராக இருந்தால் அந்தக் கிராமத்தின் வேறு ஏதேனும் ஒரு தொழிலை அந்தக் கிராமத்தின் கைவினைஞர் மூலம் கற்றுக்கொள்ளலாம் என்றும் கூறியது. இந்தத் திட்டம் பெரும் சர்ச்சையைக் கிளப்பியது.

அந்தக் காலகட்டத்தில் மாநிலத்தில் நிலவிய சமூக-பொருளாதாரச் சூழல் இந்தச் சர்ச்சையைக் கசப்பானதாக ஆக்கியது. திட்டம் தொடங்கி ஒன்பது மாதங்களுக்குள், 1954 மார்ச் மாதம் ராஜாஜி முதல்வர் பதவியிலிருந்து விலகுவதற்குக் காரணமாக இந்தச் சர்ச்சை அமைந்தது.

1950களின் தொடக்கத்தில் நடந்த இந்த நாடகத்தில் ராஜாஜி உள்ளிட்ட முக்கியப் பாத்திரங்களின் அரசியல் வாழ்க்கை குறித்து விரிவாகப் பலர் எழுதியிருக்கிறார்கள். ஆனால், அந்த அலசல்கள் சர்ச்சையின் அரசியல் கோணத்துடன் நின்றுவிட்டன. திட்டத்தின் அடியோட்டமாக அமைந்த சமூக–பொருளாதாரக் கோட்பாடு முற்றிலும் புறக்கணிக்கப்பட வில்லை என்றாலும் போதிய முக்கியத்துவமும் பெறவில்லை. கல்விக் கொள்கைகளின் சமூகவியல், கோட்பாட்டு அடிப்படைகளுக்கு அழுத்தம் தந்து பிரச்சினையின் பன்முகக் கூறுகளையும் துறைகளையும் தழுவுவதாக அமையும் ஆய்வுக்கான தேவை இருப்பதாகக் கருதி இந்த எளிய முயற்சியை நான் மேற்கொண்டிருக்கிறேன். தரம் சார்ந்தும் எண்ணிக்கை சார்ந்தும் கல்வியின் வளர்ச்சியைத் தீர்மானிக்கும் சமூக–பொருளாதார, அரசியல் காரணிகளை அலசுவதற்குப் புறவயமான அணுகுமுறையைக் கைக்கொண்டுள்ளேன்.

பிரச்சினையை மையமாகக் கொண்ட எனது அணுகுமுறை இந்தத் திட்டம் தீர்க்க முயன்ற கல்விப் பிரச்சினையை அலசுகிறது. கல்விச் சிக்கலை உள்முகமாக அணுகுவதில் உள்ள வரையறைகளை இந்த ஆய்வு எடுத்துக்காட்டுகிறது. இந்தத் திட்டத்தால் விளைந்த அரசியல் நெருக்கடியையும், மாநிலத்தின் அரசியல் மாற்றங்களின் மீது அது செலுத்திய நீண்ட கால விளைவுகளையும் அலசுகிறது.

அரசு வெளியீடுகள், சட்டமன்ற நிகழ்ச்சிப் பதிவுகள், நிர்வாக அறிக்கைகள், அரசிதழ் அறிவிக்கைகள், அந்தக் காலத்துச் செய்தித்தாள்கள், பருவ இதழ்கள் ஆகியவை இந்த ஆய்வின் முதல்நிலை ஆதாரங்களில் முக்கிய இடம் பெறுகின்றன. தமிழக அரசின் ஆவணக்காப்பகம் பார்வையிட அனுமதித்த அளவில் துறைசார் கோப்புகளும் பயன்படுத்தப்பட்டுள்ளன. ஆவணங்கள் பதிவாகி முப்பது ஆண்டுகள் ஆவதற்கு முன் அவற்றைப் பார்வையிட அனுமதி இல்லை என்பது ஆவணக்காப்பக விதி. திட்டத்தைத் தொடங்கு வதற்கு முன்பு முதல்வருக்கும் கல்வித் துறைக்கும் இடையே நடந்த பரிமாற்றங்கள் குறித்த குறிப்பிட்ட சில கூற்றுகளைச் சரிபார்க்க முடியாதபடி இந்த விதி தடுத்துவிட்டது. தமிழகக் காங்கிரஸ் கமிட்டியின் கோப்புகளையும் பார்வையிட்டேன். தமிழக அரசியல், சமூக உறவுகள், இந்தியப் பொருளாதார வளர்ச்சி, குறிப்பாகக் கிராமியப் பொருளாதாரம், கல்வியின் சமூகக் கூறுகள், காந்தி, ராஜாஜி, நேரு ஆகியோரின் கல்வி, சமூக, அரசியல் கோட்பாடுகள், மேலைக் கல்வியாளர்களின் கோட்பாடுகள் ஆகியவை தொடர்பான நூற்றுக்கும் மேற்பட்ட

நூல்களைப் பயன்படுத்தியுள்ளேன். 1950களில் தமிழகத்தின் கல்வி, அரசியல் ஆகியவற்றோடு தொடர்புகொண்டிருந்த முக்கிய ஆளுமைகள் சிலரையும் நேர்காணல் செய்தேன்.

முதல் இயல் மேற்குலகில் கல்விச் சீர்திருத்தத்திற்காக நடந்த இயக்கங்கள் பற்றிய அறிமுகத்தை அளிப்பதுடன் இந்தியாவின் கல்வி, அரசியல் சீர்திருத்தங்களில் அவை செலுத்திய செல்வாக்கையும் சுட்டிக்காட்டுகிறது. இதையடுத்து, இந்திய தேசிய இயக்கத்தினுள் நிலவிய பல்வேறுபட்ட கல்விக் கோட்பாடுகள் குறித்த அலசல் இடம்பெறுகிறது. இந்தியாவில் வெகுமக்களுக்கான கல்வியில் உள்ள பிரச்சினைக்கான தீர்வு குறித்த தேடலைப் பற்றிய சுருக்கமான விவரணை இந்த இயலின் முடிவில் இடம்பெறுகிறது.

திட்டத்தைத் தொடங்குவதற்கான முன்தயாரிப்புகள், அறிவிக்கப்பட்ட திட்டத்தின் விவரங்கள், கல்வியாளர்கள், ஆசிரியர்கள், பிரமுகர்கள், அரசியல்வாதிகள் ஆகியோரின் எதிர்வினைகள் ஆகியவை இரண்டாவது இயலில் விவரிக்கப்படு கின்றன. இதையடுத்து, கல்வித் திட்டம் அரசியல் பிரச்சினையாக மாறியது குறித்த அலசல் இடம்பெறுகிறது. சட்டமன்ற விவாதங்களின் முக்கியத்துவம், திட்டத்தை நிறுத்திவைப்பதற் கான முக்கியமான தீர்மானம் நிறைவேறியது ஆகியவையும் அலசப்படுகின்றன.

அடுத்த இயல், தீர்மானம் குறித்த சட்டரீதியான சர்ச்சைகளைப் பற்றிய விமர்சனப் பார்வையுடன் தொடங்குகிறது. இதைத் தொடர்ந்து, திட்டம் குறித்த விமர்சனங்களுக்கு எதிர்வினையாக அரசு நியமித்த பாருலேகர் குழு கையளித்த அறிக்கையைப் பற்றிய விவாதம் இடம்பெறுகிறது. ஆந்திர மாநிலம் பிரிந்ததைத் தொடர்ந்து அரசியல் களத்தில் நிகழ்ந்த அதிரடி மாற்றங்கள், இந்த சர்ச்சை முற்றிலும் அரசியல்மயமானது, ராஜாஜி பதவி விலகுவதற்கு வித்திட்ட நிகழ்வுகள் ஆகியவை பற்றிய அலசலும் இந்த இயலில் உள்ளது.

பாருலேகர் குழு அறிக்கை குறித்த சர்ச்சையின் கல்விசார் கூறுகளைக் கடைசி இயல் விவாதிக்கிறது. பாருலேகர் குழு அறிக்கைக்கான எதிர்வினைகள், ராஜாஜி அரசின் நிலைப்பாடு, காமராசர் அரசு திட்டத்தைத் திரும்பப் பெற்றுக்கொண்டது ஆகியவற்றையும் இந்த இயல் விவாதிக்கிறது. இந்த இயலின் இரண்டாம் பகுதி காமராசர் அரசின் சாதனைகளை எடுத்துரைப்பதுடன், அனைவருக்குமான தொடக்கக் கல்வி தருவதில் உள்ள பிரச்சினைக்குத் தேசம் உண்மையிலேயே தீர்வுகண்டுவிட்டதா என்னும் கேள்வியை எழுப்புகிறது.

நாட்டின் வருங்காலச் சமூகப் பொருளாதார வளர்ச்சிக்கு ராஜாஜியின் திட்டம் பொருத்தமானதுதானா என்பதை நாடு ஏற்றுக்கொண்ட நேரு பாணியிலான வளர்ச்சி வியூகத்தின் பின்னணியில் ஆராயப்படுகிறது.

கடைசி இயல் நாட்டிற்கான கல்வி வியூகம் என்னும் முறையிலும் ஜனநாயக மரபுகளைக் காப்பது என்னும் கண்ணோட்டத்திலும் 1953-54இல் நடந்த நிகழ்வுகளிலிருந்து நாம் பெறக்கூடிய பாடங்களைத் தொகுத்துத் தருகிறது.

1

திட்டத்தின் தொடக்கம்

பத்தொன்பதாம் நூற்றாண்டின் இறுதிக் கால் பகுதியில் விடுதலைப் போராட்டம் தொடங்கியதிலிருந்தே கல்வியைப் பற்றிய அக்கறை தேசியவாதத் தலைவர்களுக்கு இருந்துவந்தது. வெகுமக்கள் மத்தியில் கல்வி பரவ வேண்டிய தேவையைக் குறித்தும் இந்தியக் குழந்தைகள் பெற வேண்டிய கல்வியின் தரம், உள்ளடக்கம், வடிவம் ஆகியவை குறித்தும் அவர்கள் அக்கறை கொண்டிருந்தனர். வெகுமக்களின் கல்வியறிவின்மை என்னும் பிரச்சினைக்கான தீர்வை அவர்கள் தீவிரமாகத் தேடினார்கள். இந்திய மக்கள் அரசியல், பொருளாதாரம், பண்பாடு ஆகிய துறைகளில் முன்னேறுவதை உறுதிசெய்யக்கூடிய சரியான கல்விமுறை எது என்பது குறித்த ஆய்விலும் தீவிரமாக ஈடுபட்டார்கள்.

மரபை நாடிச் சென்று வேத காலக் கல்வியைப் பற்றி ஆராய்ந்த தேசியவாதக் கல்வியாளர்கள் மேற்கத்திய முற்போக்குக் கல்விக் கோட்பாடுகளையும் பரிசீலித்தார்கள். நிலப்பிரபுத்துவ ஒடுக்குமுறை, மதகுருமார்களின் மௌடீகப் போக்கு ஆகியவற்றுக்கு எதிராக ஜனநாயகம், விடுதலை ஆகியவற்றை முன்னெடுத்த இயக்கத்திற்கு வித்திட்ட தொழிற்புரட்சிக்குக் காரணமாய் அமைந்த மேற்கத்தியக் கல்வியைப் பற்றியும் சிந்தித்தார்கள்.

இந்தியக் கல்வியாளர்கள், தேசியத் தலைவர்கள் ஆகியோர் மீது, குறிப்பாக காந்தி, ராஜாஜி மீது

தாக்கம் செலுத்திய மேலைக் கல்விச் சீர்திருத்த இயக்கம் குறித்து இந்த இயலின் முதல் பகுதி ஆராய்கிறது. இதைத் தொடர்ந்து தேசிய இயக்கத்தில் காணப்பட்ட கல்வி குறித்த பல்வேறு தத்துவங்களும் அவற்றில் முன்னிலை பெற்ற காந்தியின் ஆதாரக் கல்வித் திட்டமும் அலசப்படுகின்றன. கடைசிப் பகுதி இந்தியாவில் வெகுமக்களுக்கான கல்வியை அளிப்பது எப்படி என்னும் பிரச்சினைக்குத் தீர்வு காண்பதற்காக நடந்த தேடலை விவரிக்கிறது. இந்திய மக்களின் சமூக – பொருளாதாரத் தேவைகளுக்கு ஏற்ற கல்வித் திட்டத்திற்கான இயக்கத்தில் ராஜாஜியின் திட்டம் எந்த இடத்தில் அமைந்தது என்பது இப்பகுதியில் முக்கியத்துவம் பெறுகிறது.

மேற்கத்தியக் கல்விச் சீர்திருத்த இயக்கங்கள்

மேற்குலகில் கல்விச் சீர்திருத்தங்களுக்கான இயக்கங்கள் எல்லாம் இரு கூறுகளைக் கொண்டிருந்தன. ஒன்று அனைவருக்குமான கல்வி (வெகுமக்களிடையே கல்வியைக் கொண்டுசெல்லுதல்); இன்னொன்று கல்வியின் உள்ளடக்கமும் கற்பிக்கும் முறையும் (எதை, எப்படிக் கற்பிப்பது). இந்த இரு அம்சங்களும் மேற்கத்திய நாடுகளில் செயல்பட்ட அரசியல், சமூக பொருளாதார மாற்றங்களுக்காக ஒரே சமயத்தில் நடைபெற்ற இயக்கங்களின் தாக்கத்திற்கு உட்பட்டிருந்தன.

நவீன யுகத்திற்கு முன்பு அமைப்பு சார்ந்த கல்வி என்பது மத குருமார்களுக்கும் நிலவுடைமையாளரான மேட்டுக்குடியினருக்கும் மட்டுமே உரிய சலுகையாக இருந்தது. வளர்ந்து வந்த வணிக, தொழிலக நடுத்தர வர்க்கத்தினர் தங்களுக்கும் இந்தச் சலுகை நீட்டிக்கப்பட வேண்டும் என்று போராடினார்கள். பண்டைய நிலவுடைமைச் சமூகத்தின் சாம்பலின் மீது தாங்கள் கட்டி எழுப்ப விரும்பிய தொழில்சார் சமூகத்திற்குத் தேவையான பொருள் சார் தொழில்நுட்ப அடித்தளத்திற்கும் சமூக – பொருளாதாரக் கட்டுமானத்திற்கும் பொருந்தும்வகையில் கல்வியின் உள்ளடக்கத்தையும் வடிவத்தையும் மாற்றியமைப்பதற்காகவும் அவர்கள் போராடினார்கள். பழைய பள்ளிக்கூடங்கள் கிறிஸ்தவ குருமார்களை உருவாக்குவதை நோக்கமாகக் கொண்டிருந்தன. மேட்டுக்குடியினரின் கல்வி, அறிவுத் தேர்ச்சி பெறுவதிலும், அரசவைகளிலும் ராஜதந்திர வட்டாரங்களிலும் தேவைப்படும் நெறிமுறைகளிலும் நடத்தைகளிலும் கவனம் செலுத்தியது. வளர்ந்துவந்த நடுத்தர வர்க்கத்தினருக்கான கல்வித் தேவைகள் இவற்றினின்றும் மாறுபட்டவையாக இருந்தன. தாய்மொழி வழியே கல்வி

கற்பிக்கும் 'உள்ளூர்' பள்ளிகள் அவர்களுக்குத் தேவைப்பட்டன. வணிகத்திற்குத் தேவையான எழுத்துத் திறனையும் கணிதத்தையும் கற்றுத்தரும் தேவையை நிறைவேற்றுவதற்கான பள்ளிகள் இவை.

ழீன்–ழாக் ரூஸோ (*Jean-Jacques Rousseau*) எழுதிய 'எமிலி' (*Emile*) (*1762*) அவருடைய 'சமுதாய ஒப்பந்தம்' என்னும் நூலைப் போலவே சமூகத்தில் பெரிய தாக்கத்தைச் செலுத்தியது. இது வரவிருந்த புதிய கல்விக் கோட்பாட்டிற்குக் கட்டியம் கூறியது. உடல்ரீதியான உழைப்பு, தர்க்கரீதியான அணுகுமுறை ஆகியவற்றுக்கு முக்கியத்துவம் அளித்த ரூஸோ, மனப்பாடம் செய்வது முடிவெடுக்கும் திறனைப் பாதிக்கும் என்று கூறி அதை நிராகரித்தார். "வாசிப்பு என்பது குழந்தைப் பருவத்தின் சாபக்கேடு" என்றும் அவர் குறிப்பிட்டார். எனவே, உடல்ரீதியான நடவடிக்கைகள், ஆய்வுக்கூடப் பரிசோதனைகள் ஆகியவற்றுடன் தொடர்பு கொண்ட பார்வை இதன் அடிப்படையாக அமைந்தது. ராபின்சன் குரூசோவின் கதை நடைமுறை சார்ந்ததும் அறிவியல் ரீதியிலானதுமான சிக்கல்களைக் குழந்தைகள் தீர்ப்பதற்கான "ஆதார" நூலாகக் கருதப்பட்டது. இயற்கையோடு ஒட்டிய வாழ்வு, தன்னுடைய தேவைகளைத் தானே கவனித்துக்கொள்ளுதல் ஆகியவற்றின் மூலம் குரூசோ பிரதிநிதித்துவப்படுத்திய எளிமையான தொழில்துறைச் சூழலைக் குழந்தைகள் கற்க வேண்டும் என்று முடிவுசெய்யப்பட்டது. தொழிற்சாலைகள் சார்ந்த ஆய்வு, குறிப்பாக வேலைப் பிரிவினை முறைகள், பண்டப் பரிமாற்றம் ஆகியவை சமூக உறவுகள் குறித்த ஆய்வுக்கான அணுகுமுறையாக அமைய வேண்டும் என்று கூறப்பட்டது. நிறுவனமயப் பட்ட கல்வியை ரூசோ ஆதரிக்கவில்லை.[1] 'எமிலி' கல்விமுறை தனிநபர் சார்ந்தது. அப்போதைய சமூகத்தின் தனிநபருக்கான கல்விக்கானது. சமூக ஒப்பந்தத்தின் புதிய குடிமகனுக்காகவென முன்வைக்கப்பட்ட உண்மையான கல்வி பொதுவாழ்வில் கொள்ளும் ஈடுபாட்டில் அது மையம் கொண்டிருந்தது.[2]

ரூஸோவிடமிருந்து உத்வேகம் பெற்றாலும் சுவிட்சர்லாந்தைச் சேர்ந்த யொஹன் ஹென்ரிக் பெஸ்தலட்ஸி (*Johann Heinrich Pestalozzi, 1746–1827*) இந்தக் கோட்பாடுகளைப் பள்ளிக் கல்வியில் செயல்படுத்த முயன்றார். நெப்போலியன் காலப் போர்களால் ஏற்பட்ட பெருநாசத்தில் வீடற்றவர்களாக மாறிய அனாதைகளுக்கான மறுவாழ்வுப் பணிகள் 18ஆம் நூற்றாண்டின் தொடக்கத்தில் ஐரோப்பாவிற்குத் தீவிரமான பிரச்சினைகளை ஏற்படுத்தின. உழவர், கைவினைஞரின்

---

1. Parker, *The History of Modern Elementary Education*, p. 181ff.
2. Colletti, *From Rousseau to Lenin*, p. 147.

வீட்டிலமைந்த ஒழுங்காயமைந்த சூழலைப் பள்ளிக்கூடங் களிலும் பெஸ்தலட்ஸி கொண்டுவர முயன்றார். "பள்ளிக்கூடச் சூழல் வீட்டில் இருக்கும் வாழ்க்கைக்கு மிக நெருக்கமானதாக இருக்க வேண்டும். இப்போது இருப்பதுபோல அதற்கு முரணாக இருக்கக் கூடாது" என்றார். குடும்ப வாழ்க்கையை ஈர்ப்புடையதாக ஆக்கிய விழுமியங்களையும் உணர்வுகளையும் எந்த அளவுக்குக் கொண்டிருக்குமோ அந்த அளவுக்குத்தான் பள்ளிக்கூடம் கல்விக்குப் பயன் தருவதாக இருக்கும் எனவும் கருதினார். தொழிற்சாலை என்னும் அமைப்பு அப்போது உருப்பெற்றிருக்கவில்லை. உள்ளூர்த் தொழில்களும் கைவினைத் தொழில்களுமே ஆதிக்கம் செலுத்திவந்தன. அதனால்தான் உள்ளூர்த் தொழில்கள், கைவினைத் தொழில்கள், வேளாண்மை ஆகியவற்றுக்கான நேரடிப் பயிற்சிக்கு அழுத்தம் கொடுக்கபபட்டது.

Leonard and Gertrude என்னும் நூல் கெர்ட்ரூடின் ஆதரிச இல்லத்தின் சித்திரத்தை முன்வைக்கிறது. அங்கே குழந்தைகள் தங்கள் அன்னையிடம் ஒழுக்கம் சார்ந்த பயிற்சியைப் பெற்றவாறே பெரும்பகுதி நேரத்தை நூல் நூற்கும் வேலையில் கழிக்கின்றனர். வீட்டு வேலை என்பது வீட்டின் மையமான செயல்பாடாக இருந்தாலும் அறிவுசார் பயிற்சியும் கூடவே வழங்கப்பட்டது. குழந்தைகள் உடல் சார்ந்த உழைப்பில் ஈடுபட்டபடியே அறிவுசார் பயிற்சியையும் பெற்றார்கள்.[3] சுவிட்சர்லாந்தில் இம்மானுவேல் ஃபெல்லன்பர்க் தொடங்கிய கல்வி நிறுவனங்களில் பணக்காரர்கள், ஏழைகள் என இரு தரப்பினருக்கும் கைத்தொழில் பயிற்சியும் வழங்கப்பட்டது. "பள்ளிப் பாடங்கள் கோடைக்காலத்தில் தினமும் மூன்று மணிநேரமும் குளிர்காலத்தில் நான்கு மணிநேரமும் நடத்தப் பட்டன. எஞ்சிய நேரம் வயலில் அல்லது தோட்ட வேலைக்காக ஒதுக்கப்பட்டது."[4]

ஃபிரெட்ரிக் ஃபிரோபெல் (*Friedrich Froebel, 1782–1852*) ஜெர்மனியில் உடல் சார்ந்த நடவடிக்கைகளை அடிப்படை யாகக் கொண்ட பயிற்சியைப் பள்ளிக்கூடங்களில் ஏற்பாடு செய்தார். ஒவ்வொரு குழந்தையும் ஏதேனும் ஒரு உற்பத்திப் பணியில் தினமும் ஓரிரு மணிநேரம் தீவிரமாக ஈடுபட வேண்டும். முற்பகலில் படிப்பு, பிற்பகலில் வயல், தோட்டம், காடு, வீடு என்று களப்பணி என்னும் கல்வித் திட்டத்தை அவர் முன்வைத்தார்.[5]

---

3. Parker, *The History of Modern Elementary Education,* p. 311.
4. Ibid., pp. 316–7.
5. Ibid., p. 443.

காந்தியக் கல்விக் கோட்பாட்டின் விதை 18ஆம் நூற்றாண்டிலும் 19ஆம் நூற்றாண்டின் தொடக்கத்திலும் மேற்கண்ட மேற்கத்தியக் கல்விக் கோட்பாட்டாளர்கள் முன்வைத்த கல்விச் சிந்தனைகளைத் தன்னுள் கொண்டிருந்தது.

ஹெர்பர்ட் ஸ்பென்சர் (Herbert Spencer, 1820-1903) கல்வித் துறைக்குள் வந்தபோது பெஸ்தலட்ஸி பள்ளிக்கூட நடைமுறை வெறும் சடங்காகிப் போயிருந்தது. "சிறந்த பார்வையும் மோசமான அமலாக்கமும் கொண்ட" இந்தக் கல்வித் திட்டத்தைக் கடுமையாக விமர்சித்த ஸ்பென்சர் தன்னுடைய அதீதமான தனிநபர்வாதம், சமூகம் குறித்த உயிர்க் கோட்பாடு (organic theory) ஆகியவற்றின் அடிப்படையில் தன்னுடைய கல்வித் திட்டத்தை முன்வைத்தார். தன் காலத்தின் சமூக-பொருளாதார அமைப்பைச் சமூகப் பரிணாமத்தின் முடிவாகக் கருதும் 'தலையிடாக் கொள்கை'யை (laissez-faire) ஸ்பென்சர் ஆதரித்தார். தேசியக் கல்வியையும் அரசின் கட்டுப்பாட்டையும் சிறிதும் சமரசமின்றி எதிர்த்தார். கல்வி என்பது தனிநபர் சார்ந்த விஷயம் என்பது அவர் பார்வை. தனிநபர் செயல்முறையான கல்வி குழந்தையின் பருண்மை யான அனுபவங்களிலிருந்து தொடங்குகிறது. தனிப்பட்ட கண்டறிதல்கள் மூலம் கற்க வேண்டும் எனக் கூறுகிறது. மகிழ்ச்சிகரமான உத்தேவகத்தை உருவாக்குவதன் மூலம் தன்னைத்தானே திருப்திகரமானது என்று அங்கீகரித்துக் கொள்கிறது.[6] தன்னுடைய திட்டத்தை அறிமுகப்படுத்த முயன்றபோது ராஜாஜி, ஏகாதிபத்திய விரிவாக்கம் உச்சத்தில் இருந்த விக்டோரிய பிரிட்டனின் அரிஸ்டாட்டிலாகக் கருதப்பட்ட ஸ்பென்சரின் தத்துவத்தை விரிவாக மேற்கோள் காட்டியிருந்தார்.[7]

சமூக வாழ்வு என்னும் பின்புலத்தில் வைத்துக் கல்வியின் செயல்முறையைக் காண்பதன் முக்கியத்துவத்தை அமெரிக்காவின் ஜான் டூவி (John Dewey, 1859-1952) உணர்ந்தார். பள்ளிகள் சமூகத்துடன் ஒருங்கிணைந்திருந்தால்தான் மாணவர்கள் பின்னாளில் சமூகக் கட்டமைப்பில் உருப்பெறும் பதற்றத்தை எதிர்கொள்ள முடியும் என்று அவர் கருதினார்.[8] "பணியின் மூலம் கற்றல்" – அதாவது நிதர்சன வாழ்க்கையோடு தொடர்புகொண்ட செயல்பாடுகள் மூலம் கற்றுக்கொள்வதை அவர் வற்புறுத்தினார். மாணவர்கள் பெரியவர்கள் ஆன பிறகு அவர்களுடைய தொழிலுக்கு உத்தரவாதம் அளிப்பது இதன்

---

6. Ibid.
7. 'Educational Reform in Madras State', *The South Indian Teacher*, June 1953.
8. Ramanathan, *Education from Dewey to Gandhi*, p. 16.

அடிப்படை. இதனைச் சுற்றியே மொத்தப் பாடத்திட்டத்தையும் கட்டமைக்க வேண்டும் என்பதுதான் ஜான் டூவி பரிந்துரைத்த மருந்து.

டூவி காலத்தில் அமெரிக்கா பெற்றிருந்த வளர்ச்சி காந்திகால இந்தியா பெற்றிருந்த வளர்ச்சியைக் காட்டிலும் மிகவும் வேறுபட்டது. அமெரிக்கக் குழந்தைகள் கற்றுக்கொள்ள வேண்டியிருந்த தொழில்துறை செயல்முறையும் இந்தியாவின் கிராமப்புறக் குழந்தைகள் கற்றுக்கொள்ள வேண்டியிருந்த தொழில்துறை செயல்முறையும் ஒன்றல்ல. டூவியின் தீர்வு அப்போது அதிகரித்துவந்த பெருநிறுவனச் சூழலுக்கும் ஒருங்கிணைந்த சமுதாயத்துக்கும் ஏற்றதாக இருந்தது.[9]

நடப்பிலுள்ள சமூக – பொருளாதார அமைப்பின் தேவைகளை நிறைவேற்றும் கல்வி முறை சமூகத்தின் விளிம்பு நிலையில் இருக்கும் மக்கள் ஒப்புக்கொள்ளக்கூடியதாக எல்லா சமயங்களிலும் இருப்பதில்லை. எடுத்துக்காட்டாக, தலைசிறந்த கல்வியாளர் (அமெரிக்க கறுப்பினத்தவரான) டபிள்யூ. ஈ. பி. டூ பாய்ஸ் பின்வருமாறு கூறுகிறார். “வாழ்வுக்கான வருமானம் ஈட்டுவதை மையமாகவும் வழிமுறையாகவும் கொண்ட கல்விக் கொள்கையை நாம் பார்க்கிறோம். தொழில்நுட்பப் பள்ளிகளில் கற்பிக்கப்படும் விஷயங்களும் கற்பிக்கும் முறைகளுமே அனைத்துப் பள்ளிகளுக்குமான ஆகச் சிறந்த தேர்வுகள் என்று இந்தக் கோட்பாடு பிடிவாதமாக வலியுறுத்துகிறது. இது அடிப்படையிலேயே பிழையானது.... நமது இளைஞர்களை வலிமை மிக்கவர்களாகவும் சிந்திக்கத் தெரிந்தவர்களாகவும் பண்பட்ட ரசனை கொண்டவர்களாகவும் நாகரிகம் எதை நோக்கிச் செல்கிறது என்பதையும் அதன் பொருளையும் அறிந்தவர்களாகவும் ஆக்கும் கல்வியை நாம் அளிக்க வேண்டும்.”[10]

உழைக்கும் வர்க்கத்தினரின் “நலனுக்காக” நடுத்தர வர்க்கம் பரிந்துரைந்த கல்வியினின்றும் மாறுபட்டதொரு கல்வி முறை தேவை என்று 19ஆம் நூற்றாண்டில் சாசன இயக்கத்தினர் (Chartists) இடையறாது போராடினார்கள்.[11] இந்த இயக்கத்திற்கென லோவெட் போன்ற கல்விக் கோட்பாட்டாளர்கள் இருந்தார்கள்.

உழைக்கும் வர்க்கத்தினருக்காக வழங்கப்பட்ட கல்வி முறைக்கான அவர்களுடைய எதிர்ப்பு அரசியல் தளத்தில் நிகழ்ந்தது.

---

9. Wingo, *Philosophies of Education*, p. 189.
10. Du Bois, *The Education of Black People*, 1973.
11. Simon, *Studies in the History of Education, 1780–1870*, chaps IV–VII.

மக்கள் தங்களை ஆள்பவர்களால் கற்பிக்கப்படுவதைக் காட்டிலும் கற்காமலேயே இருப்பது நல்லது. ஏனென்றால் இந்தக் கல்வியானது எருதினை நுகத்தடியில் பூட்டுவது; வேட்டையாடும் நாயின் ஒழுங்கு. இதன் விசையானது வேட்டை நாயை அதன் ஆக வலிமையான உணர்ச்சி வேகத்தை மறக்கச் செய்வது. தன் இரையைப் பாய்ந்து கவ்வுவதற்குப் பதிலாகத் தன் எஜமானரின காலடியைப் பின்தொடர்வதையே அதன் இயக்கமாக மாற்றுகிறது."[12]

கல்வி உரிமைக்கான இயக்கம் வேலை நேரத்தைக் குறைப்பதற்காகவும் குழந்தைத் தொழிலாளர் முறையை ஒழிப்பதற்காகவும் நடந்த இயக்கத்துடன் இணைந்துகொண்டது. "குறைந்த சம்பளமும் வசதிக் குறைவும் பெற்றோர்கள் தங்கள் குழந்தைகளைப் படிக்கவைக்க முடியாமல் ஆக்குகின்றன என்றால் இவர்களுடைய உழைப்பால் லாபம் ஈட்டுபவர்கள்தான் அந்தக் குழந்தைகளுக்கான கல்வியைத் தர வேண்டும்."[13] இதனையடுத்து, குழந்தைத் தொழிலாளர்களை வேலைக்கு அமர்த்திய முதலாளிகள் அந்தக் குழந்தைகளைச் சில மணிநேரம் வேலையிலிருந்து விடுவித்து அவர்களுக்குக் கல்விதர வேண்டும் என்று சட்டத்தால் வற்புறுத்தப்பட்டார்கள். கல்வியையும் உற்பத்திக்கான பணியையும் இணைப்பதன் நன்மையைப் பொற்காலம் குறித்துக் கனவுகண்ட பொதுவுடைமைவாதியான ராபர்ட் ஓவன் அதற்கு முன்பே செயலில் காட்டியிருந்தார். ஏழ்மை ஒழிப்புச் சட்டத்தின் *(Poor Law)* அதிகாரிகள் அவரிடம் பயிற்சிப் பணியாளர்களாக அனுப்பியிருந்த குழந்தைகளுக்காகப் பள்ளிக்கூடம் ஒன்றைத் திறந்ததன் மூலம் அவர் இதைச் செய்தார். "வருங்காலத்திற்குரிய கல்விக்கான விதை" இதில் இருப்பதாகக் கார்ல் மார்க்ஸ் கருதினார். "இத்தகைய கல்வியானது ஒவ்வொரு குழந்தையின் வாழ்விலும் குறிப்பிட்ட வயதிற்குப் பிறகு உற்பத்திக்கான உழைப்பையும் கல்வியையும் உடற்பயிற்சியையும் இணைக்கும். இது, உற்பத்தித் திறனை வளர்க்கும் வழிகளில் ஒன்றல்ல; முழுமையாக வளர்ச்சியடைந்த மனிதர்களை உருவாக்குவதற்கான ஒரே வழி இதுதான்."[14]

மேற்கத்தியக் கல்விச் சீர்திருத்தம் குறித்த சுருக்கமான இந்தப் பதிவின் சாராம்சத்தைப் பார்க்கும்போது, கல்வியைக்

---

12. *Mechanics Magazine*, no. 7 (October 1823); quoted in Simon, *Studies in the History of Education*, p. 230.
13. Samuel Kyod in the *Labourer*, vol. II, 1847; quoted in Simon, *Studies in the History of Education*, p. 274.
14. Marx, *Capital*, vol. I (1887; repr., New Delhi: LeftWord, 2010), p. 454.

கிறிஸ்தவ மதகுருக்களிடமிருந்தும் நிலவுடைமையாளர்களான மேட்டுக் குடியினரிடமிருந்தும் விடுவிப்பதற்காக நடுத்தர வர்க்கத்தினர் மேற்கொண்ட போராட்டங்கள், பின்னர் சாசன இயக்கத்தின் தலைமையில் பிரிட்டனில் தொழிலாளர் வர்க்கத்தினர் மேற்கொண்ட போராட்டங்கள் ஆகியவை இந்தியாவில் நடைபெற்ற கல்விக்கான இயக்கத்துடன் பலவிதங்களில் ஒன்றுபட்டிருப்பதைக் காணமுடிகிறது. இந்தியக் கல்வி இயக்கங்களின் செயல்பாடுகள் அடுத்த பிரிவில் விவரிக்கப்படுகின்றன. வேலை செய்வதன் மூலம் கற்றல், உற்பத்திக்கான வேலையைக் கல்வியுடன் இணைத்தல் என்னும் கல்விக் கோட்பாடு காந்தியின் சிந்தனைகளில் பிரதிபலிக்கிறது. இலவசப் பொதுக்கல்வி அல்லது அனைவருக்கும் கல்வி என்பதே தொழில்மயமான சமூகத்தின் உருவாக்கம்தான். "பள்ளி" என்னும் சொல்லின் பொருள் அந்தப் பள்ளி அமைந்துள்ள சமூகத்தின் பின்புலத்தால் தீர்மானிக்கப்படுகிறது.[15] சமூகம்தான் பள்ளியின் செயல்பாட்டைத் தீர்மானிக்கிறது. எனவே பள்ளிக்கூடம் குறித்த ஒருவரது கண்ணோட்டத்தைச் சமூகம் குறித்த அவருடைய தத்துவம், கண்ணோட்டம் ஆகியவற்றிலிருந்து பிரித்துப் பார்க்க முடியாது. கல்விச் சீர்திருத்தத்திற்கான இயக்கங்களும் சமூக – பொருளாதார, அரசியல் மாற்றங்களுக்கான இயக்கங்களும் எப்போதுமே ஒன்றோடொன்று தொடர்பு கொண்டவை.

நவீன இந்தியாவில் கல்விக் கோட்பாடுகள்

இந்தியாவை ஆங்கிலேயர் கைப்பற்றுவதற்கு முன்புவரை தன்னிறைவை அடிப்படையாகக் கொண்டு இயங்கிய கிராமப் பஞ்சாயத்துக்களின் அடிப்படையிலேயே சமூகம் கட்டமைக்கப்பட்டிருந்தது. வேளாண்மையும் கால்நடை வளர்ப்பும் கிராமப்புறங்களில் முக்கியத் தொழில்களாக இருந்தன. கைவினைப் பொருள்களின் உற்பத்தி பொருளாதார ரீதியாகத் தன்னாட்சி பெற்றிருந்த கிராமத்தின் முக்கியத் தூணாக இருந்தது. கைவினைஞர்கள் கிராமப்புற மக்களுக்குத் தேவையான சேவைகளை வழங்கினார்கள். அவர்களுடைய வாழ்வாதாரத்திற்கான செலவைக் கிராமம் பார்த்துக்கொண்டது.[16] மத்திய அரசுக்கான வரி பணமாக அல்லாமல் பொருளாகவே வழங்கப்பட்டது. நகர்ப்புறங்களுடனான வணிகம் வேளாண் உற்பத்தியின் உபரியை நகரங்களுக்கு விற்பது என்னும் அளவிலேயே இருந்தது. கிராமப்புறப் பொருளாதாரம் தன்னிறைவு

---

15. Wingo, *Philosophies of Education*, p. 297.
16. Gopalakrishnan, *Development of Economic Ideas in India*.

பெற்றதாகவும் வாழ்வாதாரத்திற்குப் போதுமானதாகவும் தேக்கநிலை கொண்டதாகவும் இருந்தது. "அரசியல் வானில் திரண்ட புயல்மேகங்களால் சமுதாயத்தின் பொருளாதாரக் கூறுகளின் கட்டமைப்பு பாதிக்கப்படவே இல்லை."[17] இத்தகைய பொருளாதாரத்திற்கு நிறுவனமயப்பட்ட கல்வி தேவைப்படவில்லை. தொழிலாளர்களை உருவாக்குவதற்குக் குடும்பத்தில் கிடைத்த பயிற்சியே போதுமானதாக இருந்தது.

இந்தக் கிராமப் பொருளாதாரத்திற்கு ஆங்கிலேய காலனியாதிக்கம் மரண அடி கொடுத்தது. உற்பத்திப் பொருள்கள் வெளியிலிருந்து நுழைந்தன. இதனால் கிராமத் தொழில் சிதைந்தது. புதிய நிலவரி விதிப்பு வேளாண் சார் உறவுகளைப் பெருமளவில் மாற்றியமைத்தது. நில உரிமையாளர்கள் வர்க்கம் உருவானது. எல்லாவற்றுக்கும் பணப் பரிமாற்றமே வலியுறுத்தப்பட்டது. நிர்ணயிக்கப்பட்ட விலையும் அதிகமாக இருந்தது. சுய நுகர்வுக்கான உற்பத்தி என்பது வெளிச் சந்தையின் தேவைக்கான உற்பத்தி என்பதாக மாறியது. பிரிட்டனுக்குக் கச்சாப் பொருள்களை ஏற்றுமதி செய்து, முழுமையாக உற்பத்தியான பொருள்களை பிரிட்டனிலிருந்து இறக்குமதியாக்கும் சந்தையாக இந்தியா மாறியது. பணப்பயிர் களைப் பயிரிட ஊக்கமளிக்கப்பட்டது. ரயில்வே உள்ளிட்ட உள்கட்டுமானம் ஏகாதிபத்திய அரசின் நலன்களுக்காக உருவாக்கப்பட்டது. வணிகத்தில் ஆங்கிலேயரின் ஏகபோகம் நிலவியது. ஏற்கெனவே இருந்த வணிக வர்க்கத்தினர் திவாலானார்கள். இவை அனைத்தும் சேர்ந்து முதலாளித்துவத் திற்கு முந்தைய தன்னிறைவு பெற்ற கிராமத்தைக் குலைத்துப் போட்டன. கிராமப்புற இந்தியா தன்னுடைய தேவைக்கான வாழ்வாதாரப் பொருளாதாரத்திலிருந்து சர்வதேச முதலாளித்துவ அமைப்பின் சுழலில் சிக்கிக்கொண்டது. அதன் காரணமாக மூலதனம், வணிகமயமாக்கம், பணமயமாக்கம் என அனைத்துத் தன்மைகளையும் பெற்றது.[18]

விரிந்து பரந்த இந்தியத் துணைக்கண்டம் பிரிட்டிஷ் அரசியல் அதிகாரத்தின் கீழ் வந்தது. பொருளாதாரத்தின் அடிப்படைக் கட்டுமானங்கள் பெரும் மாற்றங்களுக்கு ஆளாகின. நிர்வாக அமைப்பும் பிரிட்டிஷ் நீதிமுறை அமைப்பும் இங்கே தேவைப்பட்டன. சொத்துக்களைப் பொருத்தவரை இந்திய நீதி அமைப்பு அதுகாறும் கூட்டுச் சொத்துரிமை என்னும் முறையைக் கடைப்பிடித்துவந்தது. இதற்கு மாறாகத் தனிச் சொத்துரிமையை மையமாகக் கொண்ட நீதி அமைப்பு

---

17. Marx, *Capital*, vol. I, p. 339.
18. Desai, *Rural Sociology in India*, p. 788.

உருவானது. அரசு ஊழியர்கள் என்னும் புதிய வர்க்கம் உருவாயிற்று. இவர்களைப் பற்றி மெக்காலே சொல்வதைப் பாருங்கள்: “நமக்கும் நம்மால் ஆளப்படும் லட்சக்கணக் கான மக்களுக்கும் இடையே இணைப்புப் பாலம் இவர்கள். இவர்களுடைய ரத்தம் இந்திய ரத்தம்; தோல் இந்தியத் தோல். ஆனால் ரசனை, கருத்து, ஒழுக்கம், அறிவு ஆகியவற்றில் இவர்கள் ஆங்கிலேயர்.”[19] எஞ்சியிருந்த சுதேசிக் கல்வி நிறுவனங் களுக்கு மரண அடி கொடுத்த மெக்காலே நவீன ஆங்கிலக் கல்வியை அறிமுகப்படுததினார். இது, மக்களிடமிருந்து அனைத்து விதங்களிலும் தங்களைத் துண்டித்துக்கொண்டு ஆங்கிலேயரின் திட்டங்களைப் பணிவாக ஏற்றுச் செயல்படுத்தக் கூடிய நிர்வாகிகளை உருவாக்கப் பயிற்சி அளித்தது.[20]

ஏகாதிபத்தியத் தலையீடும் நவீனக் கல்வியும் அரசு ஊழியர்களை மட்டுமின்றித் தொழில்முனைவோர் என்னும் வர்க்கத்தையும் உருவாக்கியது. இந்திய தேசிய பூர்ஷ்வா வர்க்கம் பிறந்தது. இந்தியர்களுக்குச் சொந்தமான தொழிற்சாலைகள் தொடங்கப்பட்டன. ஆசிரியர், பத்திரிகையாளர் முதலான தாராளவாதத் தொழில்கள் திறமைசாலிகளைக் கவர்ந்தன. காலனிய அமைப்பில் ஏற்பட்ட ஆழமானதும் நிலையானது மான மாற்றம் பிரக்ஞைபூர்வமான அரசியல் தலைமையை உருவாக்கியது. கல்வி பெற்ற புதிய நடுத்தர வர்க்கம் பிரிட்டிஷ் பூர்ஷ்வா பிரிவினரைத் தங்கள் முன்னேற்றத்திற்குத் தடையாகக் கருதியது. தேசிய இயக்கம் தாதாபாய் நௌரோஜி, மகாதேவ கோவிந்த ரானடே, கோபாலகிருஷ்ண கோகலே, ரமேஷ் சந்திர தத் ஆகியோர் தலைமையில் வளர்ந்தது. இவர்கள் தொழில்துறை வளர்ச்சியிலும் வேளாண் தேவைகளைப் பூர்த்திசெய்யும் வகையில் இந்த வளர்ச்சி இருப்பதை உறுதி செய்வதற்கான திட்டமிட்ட பொருளாதார வளர்ச்சியிலும் நம்பிக்கை கொண்டிருந்தார்கள். புதிதாகக் கல்வி பெற்ற இந்த நடுத்தர வர்க்கத்தினர் சமூகச் சீர்திருத்தம், அறிவொளி, கல்வி ஆகியவற்றுக்காகப் போராடினார்கள். பிற்போக்குத்தனம், பழமைவாதம் ஆகியவற்றுக்கு எதிராக நவீனமயமாதலை முன்னிறுத்திப் பணிபுரிந்தார்கள்.[21] ரானடே தொழிற்கல்வியின் தேவையை வலியுறுத்தினார். அனைவருக்குமான தொடக்கக் கல்விக்காக கோகலே போராடினார். தொழிலையும் தொழில்நுட்ப வளர்ச்சியையும் தொடங்கிவைக்கவும் ஜனநாயகத்தை முன்னெடுக்கவும் பிரிட்டிஷ் அரசையே தேசிய

19. Gopalakrishnan, *Development of Economic Ideas in India*, p. 31.
20. Ibid.
21. Ibid., pp. 22–5.

இயக்கம் 1905 வரையிலும் நம்பியிருந்தது. இந்த நம்பிக்கை தவிர்க்க முடியாமல் நிராசையில் முடிந்தது.

இந்தத் தலைவர்களுக்கு வெகுமக்கள் ஆதரவு இல்லாததால் அவர்களுக்கும் பரந்துபட்ட சமூகத்திற்கும் நடுவே இடைவெளி விழுந்தது. புதிய கொள்கையோடும் திட்டத்தோடும் புதிய தலைமை உருவாக வேண்டியது தவிர்க்க முடியாததாயிற்று. தேசிய இயக்கத்தை வெகுமக்கள் இயக்கமாக மாற்றக்கூடிய தலைவராக பாலகங்காதர திலகர் உருவெடுத்தார். மிதவாதக் காங்கிரஸ் தலைவர்களின் "தேசியத்தன்மை அற்ற", "மேற்கத்தியமயமான" கருத்தாக்கங்கள்தாம் இயக்கத்தின் பலவீனத்திற்குக் காரணம் என்று திலகரும் அவருடைய ஆதரவாளர்களும் கருதினார்கள். இந்துப் பண்பாட்டைக் காட்டிலும் ஐரோப்பியப் பண்பாடு உயர்ந்தது என்று சொல்லித் தங்களது அரசியல் ஆதிக்கத்தை ஆங்கிலேயர் நியாயப்படுத்தினர்.

தேசியவாதிகள் இதற்கு எதிர்வினையாகப் புராதன ஆரியப் பண்பாட்டை உயர்த்திப் பிடித்தார்கள். விநாயகர், காளி வழிபாட்டைத் தீவிரமாக வளர்த்தெடுத்தனர். சமூகச் சீர்திருத்தத்தை முன்னெடுக்கும் உரிமை அன்னிய அரசுக்கு இல்லை என்றும் அவர்கள் வாதிட்டனர். இந்து சமயத்தின் பொற்காலத்தைப் புதுப்பித்து மக்கள் ஒன்றிணையும் புள்ளியாக அதை மாற்றினால்தான் ஏகாதிபத்தியத்துக்கு எதிரான வெகுமக்கள் சார்ந்த தேசிய இயக்கத்தைக் கட்டமைக்க முடியும் எனவும் அவர்கள் நம்பினர். 1905இல் வங்காளம் இரண்டாகப் பிரிக்கப்பட்டபோது தேசிய இயக்கத்தின் இந்தக் கட்டம் உச்சத்தை எட்டியது.

வங்கப் பிரிவினைக்கு எதிரான போராட்டத்தை ஒட்டி தேசியக் கல்வி இயக்கம் பிறந்தது. "தேசிய அடிப்படையில் தேசியத்தின் கட்டுப்பாட்டின் கீழ் கல்வி, எழுத்தறிவு, அறிவியல், தொழில்நுட்பம் ஆகியவற்றைக் கற்பிக்கும் அமைப்பு உருவாக்கப்பட வேண்டும்" என்றது கல்கத்தா காங்கிரஸ் தீர்மானம்.[22] "சுயராஜ்ஜியம், தேசியக் கல்வி ஆகியவை பிரிக்க முடியாத இரண்டு லட்சியங்கள். இவை இரண்டில் எதைக் கைவிட்டாலும் இன்னொன்றும் தோற்றுப் போகும்" என்றார் அரவிந்தர்.[23] கல்விக் கொள்கையை "அரசும் மக்களும் குடியாண்மை குறித்த மாறுபட்ட லட்சியங்களைக் கொண்டிருக்கும் சூழலில் அரசுக் கல்வி என்பதினின்றும் மாறுபட்ட

22. கல்கத்தா காங்கிரஸ் மாநாட்டுத் தீர்மானம், 1906.

23. *Srinivasa Iyengar, On Education and Educationists* நூலில் மேற்கோள், ப. 198.

தேசியக் கல்வி என்பதற்கான தேவை எழுகிறது" என்று திலகர் விளக்கினார்.[24]

தேசியப் பள்ளிகளும் கல்லூரிகளும் வங்கம், பஞ்சாப், காசி, மசூலிப்பட்டினம், சென்னை, பம்பாய் ஆகிய இடங் களில் தொடங்கப்பட்டன. இவை அரசின் நிதி உதவியையும் அங்கீகாரத்தையும் ஏற்க மறுத்தன. 1918இல் ரவீந்திரநாத் தாகூரை வேந்தராகக் கொண்டு தேசியப் பல்கலைக்கழகத்தை அன்னி பெசன்ட் தொடங்கினார். தேசியப் பள்ளிகளும் கல்லூரிகளும் மாணவர்களிடத்தில் இந்தியாவின் மேன்மை குறித்த பெருமிதத்தை ஏற்படுத்தினாலும் அறிவியல், தொழில்நுட்பக் கல்வியிலும் அவை அதே அளவு கவனம் செலுத்தின. குமாஸ்தாக்களையும் வழக்கறிஞர்களையும் உருவாக்குவதற்குப் பதிலாக சுதேசி தொழில்துறையைக் கட்டியெழுப்பக்கூடிய தேசபக்த அறிவியலாளர்களையும் பொறியாளர்களையும் உருவாக்குவதே அவற்றின் நோக்கம்.[25] தேசியக் கல்வி இயக்கம் உயர்நிலை, மேல்நிலைக் கல்வியில் கவனம் செலுத்தியது. தொடக்கக் கல்வியைப் பொருத்தவரை மான்டிசோரி கல்விமுறைக்கு நெருக்கமானதாக அன்னி பெசன்டின் கருத்து இருந்தது.

மாண்டேகு – செம்ஸ்ஃபோர்டு சீர்திருத்தங்களுக்குப் (1919) பிறகு தேசியக் கல்வி இயக்கம் வலுவிழந்தது. தேசிய இயக்கத்தின் தலைமையை ஏற்ற காந்தி, தேசிய இயக்கத்திற்குப் புதிய திருப்பத்தை அளித்தார். ரவுலட் சட்டத்திற்கு எதிராக சத்தியாகிரக இயக்கத்தைத் தொடங்கினார். அதைத் தொடர்ந்து 1921இல் ஒத்துழையாமை இயக்கத்தைத் தொடங்கினார். நாடு முழுவதும் மக்கள் எழுச்சி ஏற்பட்டது. தேசிய இயக்கம் கிராமங்களுக்கும் பரவியது. ஒத்துழையாமை இயக்கம் ஒரு கட்டத்தில் திரும்பப் பெறப்பட்டது. இதனால் ஏற்பட்ட ஆற்றாமைக்கு வடிகாலாக ஆக்கபூர்வமான பல திட்டங்களை முன்னெடுத்த காந்தி, ஒத்துழையாமை இயக்கத்தில் இணைந்த ஆயிரக்கணக்கான அரசியல் தொண்டர்களை இந்தத் திட்டங் களில் ஈடுபடுத்தினார்.

---

24. Ibid.
25. மேலது, ப. 205-6. அன்னி பெசன்டு தேசியக் கல்வியின் இலக்கியப் பிரிவில் இந்திய இலக்கியம், வரலாறு, தத்துவம் ஆகியவற்றுக்கே முன்னுரிமை அளித்தார். வெளிநாட்டு எழுத்தாளர்கள், வரலாறு, தத்துவம் ஆகியவற்றுக்கு இரண்டாம் இடம். அறிவியல் பிரிவில் மேற்கத்திய அறிவியலுக்கு இடம் உண்டு. ஆனால், கீழை அறிவியலுக்கும், குறிப்பாக மருந்துகள், உளவியல் ஆகியவற்றில், முக்கியத்துவம் தரப்படும். தொழில்நுட்பப் பிரிவில் நாட்டின் தொழில்சார் வாழ்வுக்குத் தேவையான அனைத்தையும் (தொழில்சார் வேதியியல், பொறியியல், கைவினைத் தொழில்கள், வேளாண்மை) அது கைக்கொண்டது.

இப்படியாக, காந்தியின் சமூக – பொருளாதாரத் தத்துவம் தேசிய இயக்கத்திற்குள் மிக முக்கியமான சிந்தனைப் போக்காக உருப்பெற்றது. பண்டைய கிராமியச் சமூகங்களைப் புதுப்பிப்பதன் மூலம் கிராமங்களுக்குப் புத்துயிர் ஊட்டப் பட்டன. ஒவ்வொரு கிராமமும் "முழுமையான குடியரசாக விளங்கும். தன்னுடைய அடிப்படைத் தேவைகளுக்காக யாரையும் சாராமல் தன்னிறைவு பெற்று விளங்கும்." ராட்டை பொருளாதாரத் தன்னிறைவுக்கும் அரசியல் விடுதலைக்கும் குறியீடாக ஆனது. கதர் உற்பத்தியும் கிராமத் தொழிற்சாலை களும் ஊக்குவிக்கப்பட்டன. இயந்திரமயமாக்கப்பட்ட தொழிற்சாலை அமைப்பு முறையை அகிம்சைக்கு முரணானதாக காந்தி கண்டார். அதிகாரப் பரவல் அவருடைய லட்சியங்களின் முக்கியப் பகுதியாக இருந்தது. நுகர்வுப் பண்பாட்டை முன்னிறுத்தும் நவீன தொழில்துறையும் தொழில்நுட்பமும் எல்லாவிதமான பதற்றங்களுக்கும் நிராசைகளுக்கும் அடிப்படைக் காரணம் என்று காந்தி கருதினார். இவை பேராசையைத் தூண்டும் என்றும் அவர் நம்பினார். தொழில்மய மான இந்தியா பிற நாடுகளைச் சுரண்ட ஆரம்பித்துவிடும் என்று அஞ்சிய காந்தி, அறங்காவலர் முறையையும் வர்க்கச் சமரசத்தையும் போதித்தார். பண்டை இந்தியாவைப் புனர்நிர்மாணம் செய்ய விரும்பிய காந்தி அந்த இந்தியாவில் தீண்டாமை, பெண் ஒடுக்குமுறை, குழந்தைத் திருமணம் முதலான தீமைகள் இல்லாமல் போகும் எனக் கனவு கண்டார். வர்ணாசிரம தர்மம் பாதுகாக்கப்படும் என்றாலும் அதன் தீய அம்சங்களான தீண்டாமையும் சாதியமும் இருக்காது என அவர் கருதினார். எளிமையான, தன்னிறைவு பெற்ற, சுய திருப்தி கொண்ட கிராமப் பொருளாதாரத்தைச் சுதந்திர இந்தியாவின் லட்சியமாக அவர் உருவகித்தார்.

காந்தியின் கல்விக் கோட்பாடு அவருடைய சமூக – பொருளாதாரக் கோட்பாட்டுடன் பொருந்தியிருந்தது. அன்னிய மொழியில் கற்பிக்கப்பட்டு, மக்களிடமிருந்து அன்னியமாக்கப்படும் அதிகாரவர்க்கத்தை உருவாக்கும் கல்வி முறையை அவர் நிராகரித்தார். தென்னாப்பிரிக்காவிலும் சேவாகிராமிலும் அவர் கல்வியில் பல பரிசோதனைகளைச் செய்து பார்த்திருந்தார். இவை அனைத்தும் ஆதாரக் கல்வித் திட்டமாக (*Basic Education Scheme*) உருப்பெற்றன. இந்தத் திட்டம் 1937 'ஹரிஜன்' இதழில் விளக்கம்பெற்றது. அவருடைய தன்னிறைவு பெற்ற கிராமங்களைப் போலவே அடிப்படைக் கல்விக்கான பள்ளிகள் சொந்தக் காலில் நிற்பவையாக இருக்க வேண்டும் என்பது அவருடைய விருப்பமாக இருந்து. கிராமியக் கைவினையில், கூடியவரையிலும் கிராமப்புறத்

தொழிலின் முக்கிய அம்சமான நூல் நூற்பதில் தொடங்கும் கல்வி ஏழாண்டுகள் நீடிக்கும். உள்ளூர் சூழ்நிலைகளுடன் அது நெருக்கமாகத் தொடர்பு கொண்டிருக்கும். முழு நேரக் கல்வியாக இருக்கும். ஆதாரக் கல்வித் திட்டத்தின் கோட்பாட்டிலும் நடைமுறையிலும் பயிற்சி பெற்ற ஆசிரியர் முக்கியப் பாடங்களுடன் கைத்தொழில்களையும் கற்றுத் தருவார். முக்கியப் பாடங்கள் ஒவ்வொரு அம்சத்திலும் கைத்தொழிலுடன் தொடர்பு கொண்டதாக இருக்கும் விதத்தில் பாடத்திட்டம் வடிவமைக்கப்பட்டிருக்கும். ஆதாரப் பள்ளிகளில் படித்து வெளியே வரும் மாணவர்கள் தொழிலாளர்களின் கண்ணியத்தை மதிப்பதுடன் சுயசார்புள்ள கிராமியச் சமூகத்தின் தன்னம்பிக்கையுள்ள குடிமக்களாக இருப்பார்கள்.

நோபல் பரிசு பெற்ற ஸ்வீடன் நாட்டுப் பொருளாதார நிபுணரும் நவீனமயமாக்கல் குறித்த கோட்பாட்டாளருமான குன்னர் மிர்டால் இந்திய முயற்சியை அமெரிக்காவின் தென்னக மாகாணங்களின் கறுப்பு இன மக்களுக்கான தொழிற்கல்வியோடு ஒப்பிட்டார். (இதைக் கறுப்பு இனக் கல்வியாளர் டூ பாய்ஸ் விமர்சித்ததை முன்னர் கண்டோம்.) "கல்வியையும் உள்ளூர்ச் சூழலுடனும் அதன் மரபார்ந்த முன்னெடுப்புகளுடனும் நெருக்கமாக இணைப்பது நவீனமயமாதலை முடக்கிவிடு கிறது. இடம்பெயரவும், மாற்றம் கொள்ளவும், பரந்துபட்ட சமூகத்துடன், ஏன் சர்வதேச சமூகத்துடன் இணைந்து கொள்ளவும் உதவக்கூடிய கல்வியே இளைஞர்களுக்குத் தேவை" என்று மிர்டால் கருதினார்.[26] ஆக இந்தியாவைத் தொழில்மய மான தேசமாக மாற்ற விரும்பும் நவீனத்துவப் போக்கிற்கு எதிராக காந்தியின் கல்விக் கொள்கை செயல்பட்டது.

நவீனப் பள்ளிகளின் சமூக – பொருளாதாரக் கல்விக் கோட்பாட்டின் பரிணாமமும் ஒன்றுக்கொன்று எதிரான கோட்பாடுகளின் மோதலுக்கான தீர்வும் கடைசி இயலில் விவாதிக்கப்படுகின்றன. தொடக்கக் கல்வியை காந்தியிடமும் அவருடைய ஆதரவாளர்களிடமும் விட்டுவிடுவது, தொழில் – வணிகத் துறையின் நலன்களுக்கு உதவும் வகையில் மேல்நிலை, உயர் கல்வித் துறையை மாற்றியமைப்பதில் கவனம் செலுத்துவது என்னும் அணுகுமுறை தொழிலதிபர்களுக்கு வசதியானதாக இருந்தது. கிராமப்புறங்களில் காலனிய காலத்திற்கு முந்தைய மரபார்ந்த சமூகத்தைப் பேணிக் காப்பது என்பதைத் தொழில் துறையினர் ஆங்கிலேயே ஆட்சி என்னும் பொது எதிரிக்கு எதிராகத் தங்களுடன் இணைந்து போராடும் கிராமப்புறக் கூட்டாளிக்கு அளிக்கும் சலுகையாகவே கருதினார்கள்.

---

26. Myrdal, *Asian Drama*, vol. III, p. 174.

கல்வியைப் பற்றி ராஜாஜி

ராஜாஜி பழமைவாதி. காந்தியச் சமூக – பொருளாதாரச் சித்தாந்தத்தில் உறுதியான நம்பிக்கை கொண்டவர். கிராமத் தொழில்துறையைப் புதுப்பிப்பதன் முக்கியத்துவத்தை அவரும் வலியுறுத்தினார். கிராமப் பொருளாதாரத்தைக் குலைத்துவிடக்கூடிய பொருளாதார வளர்ச்சி குறித்து அவர் எச்சரிக்கை செய்தார்.[27] சீர்திருத்தவாதியாகத் தீண்டாதாருக்கும் பெண்களுக்கும் ஆதரவாகப் போராடினாலும் நடப்பு சமூக அமைப்பை அழிக்க வேண்டும் என்றோ மேலும் சமத்துவம் நிலவும் சமூக அமைப்பினால் அதைப் பதிலீடு செய்ய வேண்டும் என்றோ அவர் கருதவில்லை. வர்ணாசிரம தர்மம் குறித்த அவருடைய கருத்துக்கள் காந்தியின் கருத்துக்களை விடவும் பழமைவாதத்தன்மை கொண்டவை. குடும்பங்களில் அடுத்த தலைமுறையினருக்குத் தொழில் பயிற்றுவிக்கும் மரபு தொடர வேண்டும் என அவர் விரும்பினார்.

> தேசத்தின் உயிர், தொழிலின் தொடர்ச்சியைப் பேணும் இந்த இழைகளைத்தான் சார்ந்திருக் கிறது. அதிருஷ்டவசமாக, குடும்ப மரபினால் இந்தத் தொடர்ச்சி அறுபடாமல் பாதுகாக்கப்பட்டு வருகிறது. பெரும்பாலான குழந்தைகள் பள்ளிக் கூடத்தின் உதவி இல்லாமலேயே தமது பெற்றோரின் வேலையில் உதவி செய்வதன் மூலம் தொழிலை நன்கு கற்றுக்கொள்கிறார்கள் . . . உணவு விளைகிறது. துணி நெய்யப்படுகிறது. கால்நடைகள் பராமரிக்கப்படுகின்றன. காலணிகள் தைக்கப்படுகின்றன. கழிவுநீர் அகற்றும் வேலை நடக்கிறது. வண்டிச்சக்கரங்களும் கலப்பைகளும் உருவாக்கப்படுகின்றன; செப்பனிடப்படுகின்றன. ஏனென்றால் நல்ல வேளையாக அவற்றுக்குரிய சாதிகள் இன்னமும் இருக்கின்றன. வீடுகள் வீடுகளாக மட்டும் இல்லை. அவை தொழிற் கல்வி நிலையங்களாகவும் உள்ளன. பெற்றோர் பெற்றோராக மட்டும் இல்லாமல் தங்கள் குழந்தை களின் ஆசிரியர்களாகவும் இருக்கிறார்கள்.[28]

குழந்தைகளுக்கான நிறுவனம் சார்ந்த கல்வியின் மீது காந்திக்கு இருந்ததைப் போன்ற நம்பிக்கை ராஜாஜிக்கு

---

27. Erdman, *The Swatantra Party and Indian Conservatism*, pp. 31–88.
28. *Rajaji's Speeches*, vol. II, p. 13.

இல்லை. பள்ளிகள் சிறைச்சாலைகளைப் போன்றவை என்றும், மாணவர் நீண்ட நேரம் வகுப்பறைகளில் அடைத்து வைக்கப்படுவதாகவும் அவர் கருதினார். வேறு ஒன்றும் செய்ய முடியாவிட்டாலும் பள்ளியின் நேரத்தைக் குறைக்குமாறு சென்னை ஆசிரியர்களை ஒப்புக்கொள்ள வைக்க முடிந்தால் அதுவே போதுமானது என்றும் அவர் நினைத்தார்.[29]

> *புத்தகக் கல்வி என்பது குழந்தையின் வளர்ச்சிக்குத் தீங்கானது. குழந்தைப் பருவத்தில் புற உலகுடனான தொடர்பு குழந்தையின் திறமைகள் பரிணமித்து வளர உதவுகிறது. வேலையும் விளையாட்டும் சேர்ந்துதான் இதைச் சாதிக்க முடியும். குறியீடுகளைப் புரிந்துகொண்டு கையாளும் திறமையைப் பெறுவதற்காக அளவுக்கு அதிகமான கவனக்குவிப்பைக் கோரும் கல்விமுறையால் இதைச் சாதிக்க முடியாது.*[30]

சொல்லப்போனால் குழந்தைக்குப் பள்ளிக்கூடமே தேவையில்லை என்றுகூட அவர் வாதிட்டார். "மரபுத் தொழில்களையும் குடும்பத் தொழில்களையும் விட்டுவிடாமல் கல்வியைப் பரப்புவது என்னும் நம்முடைய பாராட்டத்தக்க இலட்சியத்தை நாம் எப்படி அடைய முடியும்?" என்று கேட்ட ராஜாஜி, "நான் மிதவாதி. எல்லா விதமான சமரசங்களையும் ஆரோக்கியமான முறையில் செய்துகொள்ள விரும்புபவன். எனவே கட்டாயத் தொடக்கக் கல்விக்காகப் போராடுபவர்களிடம், வாரத்திற்கு மூன்று நாட்கள் என்பதோடு ஏன் திருப்தி அடையக் கூடாது என்று நான் கேட்பேன்" என்றார்.[31] குழந்தைகளை ஏட்டுக் கல்வியோடு முடக்கிவிடுவது தீங்கானது என்று காந்தியும் கருதினார். ஆனால் அவர்கள் படிக்கும் புத்தகத்தைக் கைத்தொழிலுடன் இணைப்பதன் மூலம் இந்த முரண்பாட்டைக் களைய அவர் முயன்றார்.

ஆதாரக் கல்வி குறித்த இன்னொரு அம்சத்திலும் ராஜாஜி காந்தியுடன் மாறுபட்டார். கைத்தொழில் தேர்ச்சி பெற்ற ஆசிரியர்கள் அந்தக் கைத்தொழிலின் மூலம் மாணவர்களுக்குச் சொல்லித்தர வேண்டும் என்று ஆதாரக் கல்வி முறையில்

---

29. தாகூரும் இதே போன்ற கருத்துகளைக் கொண்டிருந்தார். "குழந்தைகளை இயந்திரமயமான அமைப்பின் பிடியிலிருந்து விடுவித்து உயிரற்ற வகுப்பறைகளிலிருந்து அவர்களை வெளியே கொண்டுவந்து இயற்கையுடனும் வாழ்க்கையுடனும் உணர்வுபூர்வமான உறவை ஏற்படுத்தித்தர வேண்டும்" என்றார். Srinivasa Iyengar, *On Education and Educationists*, p. 180, மேற்கோள்.
30. *Rajaji's Speeches*, vol. II, p. 33.
31. Ibid., p. 34.

திட்டமிடப்பட்டது. அப்படிப்பட்ட ஆசிரியர்களை ராஜாஜிக்குக் கட்டோடு பிடிக்கவில்லை. 1910ஆம் ஆண்டிலேயே அவர் பள்ளிச் சிறுவர்களை ஓய்வு நேரத்தின்போது குயவரிடமோ தச்சரிடமோ பொற்கொல்லரிடமோ அனுப்புமாறு ஆசிரியர்களைக் கேட்டுக்கொண்டிருந்தார்.[32]

பொதுக் கல்வித் துறையின் (*Director of Public Instruction (DPI)*) இயக்குநர் ஆர்.எம். ஸ்டேத்தம், 1938இல் புதிய பாடத் திட்டத்தின் வரைவைத் தயாரிக்கும் குழுவின் அறிக்கையைச் சுட்டிக் காட்டியபோது "மாணவர்களுக்குக் கைத்தொழில் கற்றுத்தரும் நோக்கத்திற்காக உள்ளூர்க் கைவினைஞர்களைப் பயன்படுத்தும் திட்டம் மாண்புமிகு பிரதம மந்திரி [முதலமைச்சர்] தொடக்கப் பள்ளிக்கூடத்திற்கான பாடத் திட்டம் பற்றிக் கூறிய ஆலோசனைகளுடன் ஒத்துப்போகிறது"[33] என்று குறிப்பிட்டார். இந்த உறுதிப்பாடுதான் 1938இல் ராஜாஜியை ஆதாரக் கல்விக்கான வார்தா திட்டத்திற்குப் பதிலாகப் புதுப்பிக்கப்பட்ட பாடத்திட்டத்தை ஏற்கச் செய்தது.

1937–39இல் சென்னை மாகாணத்தின் பிரதமராக இருந்த ராஜாஜி அரை நாள் பள்ளிக்கூடம், அரை நாள் குடும்பத்தில் தொழிற்கல்வி என்னும் திட்டத்தை அமல்படுத்துமாறு ஸ்டேத்தமுக்கு யோசனை சொன்னார். இது சாத்தியம்தானா என்னும் ஐயம் ஸ்டேத்தமுக்கு இருந்தது. ஏனென்றால் அரை நாள் மட்டுமே பள்ளிக்கூடம் இயங்கிய சனிக்கிழமைகளில் மாணவர்கள் வருகை மிகவும் குறைந்திருந்தது. தவிர, கிராமப்புறங்களில் வேலையின்மை அதிகமாக இருந்தது. கைவினைஞர்கள் போதிய அளவில் இல்லை. என்றாலும் இத்திட்டம் பரிசோதனை முறையில் மதுரை மாவட்டம் பெரியகுளம் வட்டத்தில் விருப்பத் தேர்வாக அமல்படுத்தப்பட்டது. எந்தக் குழந்தையும் அதைத் தேர்ந்தெடுக்கவில்லை என்பதால் தொடங்குவதற்கு முன்பே முடங்கியது.[34]

---

32. C. Rajagopalachari in *Proceedings of the Madras Legislative Council*, vol. V, 28 July 1953.

33. பொதுக்கல்வித் துறை இயக்குநர் அக்டோபர் 5, 1938 அன்று வெளியிட்ட R.C. 1493 - E/34. நிறுவனமயப்பட்ட கல்விக்கு எதிராகத் தீவிரமாகப் போராடிய இவான் இலியீச்சை ராஜாஜி இதில் சுட்டிக்காட்டுகிறார். "கலைகளையும் கைவினைகளையும் கற்றுத்தரும் பெரும்பாலான ஆசிரியர்களிடம் சிறந்த கைவினைக் கலைஞர்களையும் வணிகர்களையும்விடத் திறமை, புதிய சிந்தனை, தகவல் தொடர்புத்திறன் ஆகியவை குறைவாகவே உள்ளன" என்கிறார் இலீயிச். Illich, *Deschooling Society*, p. 27.

34. நெ.து. சுந்தரவடிவேலு, நேர்காணல் 1981 பிப்ரவரி 19. சுந்தரவடிவேலு, *புரட்சியாளர் பெரியார்*. (இதைப் பற்றி மேலும் அறியப் பதிப்பாசிரியரின் முன்னுரையைக் காண்க. – ப–ர்.)

சென்னையைச் சேர்ந்த டாக்டர் ஏ. லட்சுமிபதி 1937இல் காந்திக்கு ஒரு கடிதம் எழுதினார். கிறிஸ்தவ மிஷனரிகள் நடத்திய சில பள்ளிக்கூடங்கள் பற்றி அதில் அவர் குறிப்பிட்டிருந்தார். அப்பள்ளிகள் காலையில் மட்டுமே இயங்கின. பிற்பகலில் வேளாண் செயல்முறைகளிலும் கைவினைத் தொழில்களிலும் நேரம் செலவிடப்பட்டது. இந்த வேலைகளுக்காக மாணவர்களுக்குச் சம்பளமும் கொடுக்கப்பட்டது.[35] பொதுக் கல்வித் துறை இயக்குநருக்கு யோசனை சொன்னபோது ராஜாஜி இந்தத் திட்டம் குறித்து மிகுந்த திருப்தி கொண்டிருந்திருப்பார். ஆனால் 1939இல் அரசு பதவி விலகிவிட்டதால் அவரால் இதை முழுமையாக நடைமுறைப்படுத்த முடியவில்லை.

ஆனால் இந்தக் கருத்து ராஜாஜியின் மனத்தில் மிக அழுத்தமாகத் தங்கிவிட்டது. 1952இல் அவர் சென்னையின் முதல்வராகப் பதவி ஏற்றபோது இந்த யோசனையைப் புதுப்பித்தார். 1938இல் பெரியகுளத்தில் இந்தப் பரிசோதனை தோல்வியடைந்ததைக் கல்வித் துறை சுட்டிக்காட்டியதாகக் கூறப்படுகிறது. கிராமப்புறங்களில் நிலவிய வேலையின்மை, கிராமப்புறக் குழந்தைகளுக்கு எதிரான பாரபட்சம் என்று சொல்லிப் பொதுமக்கள் எதிர்ப்பதற்கான சாத்தியக்கூறு ஆகியவற்றையும் சுட்டிக்காட்டி வாதிடப்பட்டது. இந்தத் தடைகள் ராஜாஜியிடம் தெரிவிக்கப்பட்டனவா அல்லது பொதுக் கல்வித் துறைக்குள்ளாக மட்டுமே சுற்றிக்கொண்டிருந்தனவா என்பது தெரியவில்லை. ராஜாஜியின் முடிவு அம்பலம் ஏறியது. இந்தத் திட்டம் 1953இல் அமலுக்கு வந்தது.[36]

ராஜாஜியின் காந்தியக் கண்ணோட்டம், இந்து தர்மத்தின் மீதும் வர்ணாசிரம தர்மத்தின் தூய வடிவின் மீதும் அவருக்கு இருந்த வலுவான நம்பிக்கை, கிராமப்புற மக்களோடு அவர் தன்னை அடையாளப்படுத்திக்கொண்டது, அவருடைய பழமைவாதப் போக்கு, பள்ளிக் கல்வித் துறையின் மீதான வெறுப்பு ஆகிய அனைத்தும் சேர்ந்து திருத்திய தொடக்கக் கல்விமுறை (Modified Scheme of Elementray Education – MSEE) திட்டமாக உருவெடுத்தது.

அனைவருக்குமான கல்வி

வரலாற்றுரீதியாகப் பார்க்கும்போது, சுயசார்பு கொண்ட கிராமப் பொருளாதார யுகத்தில் குடும்பத்தில் கிடைக்கும் பயிற்சியின் மூலம்தான் தொழில்நுட்ப அறிவும் திறனும் ஒரு

---

35. *Harijan*, 11 September 1937.
36. சுந்தரவடிவேலு, *புரட்சியாளர் பெரியார்*.

தலைமுறையிலிருந்து அடுத்த தலைமுறைக்குக் கை மாற்றப் பட்டது. அப்படியானால் அந்தக் காலத்தில் பள்ளிக்கூடங்களே இல்லை என்று பொருளல்ல. 19ஆம் நூற்றாண்டின் நடுப்பகுதியில் மக்கள் தொகையில் ஒவ்வொரு 400 பேருக்கும் ஒரு பள்ளி இருந்ததாக வில்லியம் ஆடம்ஸ் கூறுகிறார். இரண்டு விதமான தொடக்கப் பள்ளிகள் இருந்தன. ஒன்று பாடசாலை அல்லது மதரசா என்னும் முறைசார் பள்ளிக்கூடம். இதில் ஒரு ஆசிரியர் வேலை செய்வார். மாணவர்களிடமிருந்து தட்சணையும் அன்பளிப்பும் பெற்று இந்த ஆசிரியர்கள் வாழ்க்கையை ஓட்டினார்கள். இன்னொரு விதமான பள்ளி 'குடும்பப் பயிற்சி மையங்கள்'. இதில் பணக்கார வீட்டுக் குழந்தைகளுக்குத் தந்தை அல்லது வெளியிலிருந்து வருபவர்களும் சொல்லிக் கொடுப்பார்கள்.[37]

எண்ணும் எழுத்தும் சமயம் சார்ந்த ஒழுக்கமும் இங்கே கற்றுக்கொடுக்கப்பட்டன. நான்கு முதல் ஆறுவயதுவரையான குழந்தைகள் இதில் சேரலாம். தினமும் இரண்டு முதல் நான்கு மணிநேரம்வரை வகுப்பு நடக்கும். பாடம் ஆசிரியரின் வீட்டிலோ ஆசிரியரை நியமிக்கும் பணக்காரரின் வீட்டிலோ நடக்கும். இதில் வசதி படைத்த வர்க்கத்தினரின் ஆண் குழந்தைகள் மட்டும் பலனடைந்தார்கள்.

முறைப்படுத்தப்பட்ட நவீனப் பள்ளிக் கல்வி பிறகுதான் தொடங்கியது. 1813ஆம் ஆண்டில் இயற்றப்பட்டு 1833இல் மீண்டும் நடைமுறைப்படுத்தப்பட்ட சார்ட்டர் சட்டம் (The Charter Act of 1813) இந்திய மக்களுக்குக் கல்வி கற்பிக்குமாறு கிழக்கிந்தியக் கம்பெனிக்குக் கட்டளையிட்டது. ஆனால் இது எந்த முன்னேற்றத்தையும் காணவில்லை. 1822ஐக் காட்டிலும் 1901இல் கல்வியறிவு பெற்றோர் சதவீதம் குறைவாக இருந்தது. இதற்கான காரணங்கள் பல.

முதலாவதாக மரபார்ந்த பள்ளிகளா, நவீன ஆங்கிலப் பள்ளிகளா என்னும் சர்ச்சையில் ஆங்கிலத்தின் கை ஓங்கி யிருந்தது. மெக்காலேயின் திட்டமும் அதற்கு கவர்னர் ஜெனரல் பென்ட்டிங் அளித்த ஆதரவும் இதைச் சாத்தியமாக்கின. இதனால் வெகுமக்கள் மத்தியில் கல்வியைப் பரப்பக்கூடிய ஒரே அமைப்பான சுதேசிப் பள்ளிகள் புறக்கணிக்கப்பட்டன. 1855இல் நிறுவப்பட்ட கல்வித் துறை சுதேசிப் பள்ளிகள் அனைத்தையும் திறனின்மை என்னும் காரணம் காட்டி மூடிவிட்டது. நவீன ஆரம்பப் பள்ளிகள் மிகக் குறைவாகவும் அதிக செலவு பிடிப்பவையாகவும் இருந்ததால் அவற்றால் பலன் விளையவில்லை.

---

37. Saiyidain et al., *Compulsory Education in India.*

இரண்டாவதாக, உயர் கல்வி ஆங்கில வழியில்தான் கற்பிக்கப்பட வேண்டும் என்பதற்கு அழுத்தம் அளிக்கப்பட்டது. தொடக்கக் கல்வியும் இந்திய மொழிகளும் புறக்கணிக்கப் பட்டன. நிர்வாகத் தேவைகளை நிறைவேற்றுவதற்காகக் கல்வி அமைப்பில் மேற்கொள்ளப்பட்ட இந்த முனைப்பினால் உயர்நிலை, மேல்நிலைக் கல்விக்குப் பெரிதும் முக்கியத்துவம் கிடைத்தது. ஆரம்பக் கல்வி பலவீனமடைந்தது.

மூன்றாவதாக, கல்விக் கொள்கை மேலிருந்து கீழ்நோக்கிப் பரவும் கோட்பாட்டை அடிப்படையாகக் கொண்டிருந்தது. அதாவது, சமுதாயத்தின் மேல்தட்டில் உள்ளவர்களுக்கு முதலில் கற்பிப்பது; பிறகு அவர்கள் மூலமாக வெகுமக்களுக்குக் கல்வி பரவும் என்பதே இந்தக் கோட்பாடு. இது 1780க்கும் 1833க்கும் இடையில் வளர்ச்சிபெற்றது. மன்னர்கள், நவாப்களின் புதல்வர்களுக்குக் கல்வி அளிப்பதன் மூலம் ஆளும் வர்க்கத்தை உருவாக்கும் முயற்சி நடந்து, தோல்வியுற்றது. பிறகு உயர் சாதிக் குழந்தைகள் இதற்காகத் தேர்ந்தெடுக்கப்பட்டார்கள். இந்த முயற்சியும் தோல்வியடைந்தது. இறுதியாக, மேல்நிலைக் கல்வியைக் கற்க விரும்புபவர்கள் அனைவருக்கும் கற்பிப்பது என முடிவு செய்யப்பட்டது. ஆங்கிலம் கற்ற இவர்கள் கீழ் மட்டங்களில் இருப்பவர்களுக்குச் சொல்லித் தருவார்கள் என்னும் நம்பிக்கையில் இத்திட்டம் கொண்டுவரப்பட்டது. உயர்நிலைக் கல்வி பெற்ற பலரும் அரசு வேலைகளைப் பெற்றுத் தங்கள் நலனைப் பேணுவதில் மட்டுமே ஆர்வம் காட்டியதால் இதுவும் தோல்வியைக் கண்டது.

தவறான சிந்தனையில் உதித்த இந்தக் கல்விக் கொள்கை களைக் காட்டிலும் பிரிட்டிஷ் அரசின் சமூக – பொருளாதார, அரசியல் கொள்கைகளே தொடக்கக் கல்விக்குக் குந்தகமாக இருந்தன: மத்திய, மாகாண, மாவட்டத் தலைமையகங்களின் வளர்ச்சிக்கு அழுத்தம் தந்த மையப்படுத்தப்பட்ட, நகர்மய மான நிர்வாகம், கிராமங்களின் புறக்கணிப்புக்குக் காரணமாக அமைந்தது. கிராமப்புறத் தொழில்கள் நசிந்து நகர்ப்புறத் தொழில் வளர்ச்சியும் போதிய அளவில் இல்லாமல் போனதால் நாடெங்கும் வறுமை தாண்டவமாடியது; ஏகாதிபத்தியப் பொருளாதாரக் கொள்கைகளால் நிதி ஆதாரங்களில் பற்றாக்குறை ஏற்பட்டது. விளைவாக, மொத்த வருமானத்தில் ஒரு சதவீதத்திற்கும் குறைவாகவே கல்விக்குச் செலவிடப்பட்டது.

தொடக்கக் கல்வியைப் பரப்ப வேண்டியதன் தேவை 1854இல் இந்தியக் கட்டுப்பாட்டு வாரியத் தலைவர் (President of the Board of Control of India) சார்லஸ் உட் இந்தியாவின் அப்போதைய கவர்னர் ஜெனரல் டல்ஹவுசி பிரபுவுக்கு அனுப்பிய பரிந்துரை

(Wood's Despatch of 1854) இதை வலியுறுத்தியது. இது அரசு கல்விக்கு நிதி உதவி வழங்க வேண்டும் என்னும் ஆலோசனையை முன்வைத்தது. இதுகுறித்து ஆராய 1882இல் ஓர் ஆணையம் அமைக்கப்பட்டது. அன்னிய அரசு கல்வியைப் பலவந்தமாகத் திணிக்கக் கூடாது என்று கருதிய ஆணையம் கட்டாயக் கல்வியைப் பரிந்துரைக்கவில்லை. அனைவருக்கும் கல்வி வழங்கச் சமூக அளவில் தீவிரமான நடவடிக்கைகள் தேவை என்று மட்டும் பரிந்துரைத்தது. ஆனால் சமய விஷயத்தில் நடுநிலை பேண வேண்டும் என்னும் பிரிட்டிஷ் அரசின் கொள்கைக்கு இது விரோதமாக அமையும் என்று கருதப்பட்டது. அதுமட்டுமல்ல, நிதி அளவிலும் இது நடைமுறைக்கு ஒவ்வாத திட்டமாக இருந்தது.

1885இல் இந்திய தேசிய காங்கிரஸ் தோன்றியது. மக்கள் கல்வி கற்க வேண்டும் என்பதில் வெளிநாடுகளில் கல்வி பயின்ற இந்தியர்கள் ஆழ்ந்த விருப்பம் கொண்டிருந்தது, சீர்திருத்த இயக்கங்கள் உருவாக்கிய சமூக விழிப்புணர்வு ஆகிய அனைத்தும் சேர்ந்து தொடக்கக் கல்வியை அனைவருக்கும் கொண்டுசெல்வதற்கான உத்வேகத்தை அளித்தன. 1909இல் பரோடா சமஸ்தானத்தின் கெய்க்வாட் மன்னர் தன் ராஜ்ஜியத்தில் தொடக்கக் கல்வியைக் கட்டாயமாக்கினார். நிறுவனமயமாக்கப்பட்ட கல்விமுறை இந்தியாவிற்கு அன்னிய மானது என்னும் தவறான கருத்தை அவர் போக்கினார்.

தொடக்கக் கல்வியை இலவசமாக வழங்கி அதை அனைவருக்கும் கட்டாயமாக்குவது என்னும் இலக்கை நோக்கி அடியெடுத்து வைக்க வேண்டும் என்னும் தீர்மானத்தை மத்திய சட்டமன்றத்தில் *(Imperial Legislative Council)* கோகலே தாக்கல் செய்தார். அந்தத் தீர்மானம் தோற்கடிக்கப்பட்டது. ஆனால் அடுத்த பத்தாண்டுகளில் தொடக்கக் கல்வி முன்பு இல்லாதவகையில் பரவியது. தன்னார்வ அமைப்புகளே இதைப் பெருமளவு சாத்தியப்படுத்தின. நாம் முன்பே பார்த்தபடி உயர்நிலை, மேல்நிலைக் கல்வியில் மட்டுமே கவனம் செலுத்திவந்த தேசியக் கல்வி இயக்கம் தொடக்கக் கல்வி பரவுவதற்கும் உந்துதல் அளித்தது.

1919இல் மாண்டேகு – செம்ஸ்ஃபோர்டு சீர்திருத்தம் மாகாணங்களில் இரட்டை ஆட்சி முறையை அறிமுகப் படுத்தியது. கல்வித் துறையின் பொறுப்பை இந்திய அமைச்சர்கள் பெற்றனர். தேர்ந்தெடுக்கப்பட்ட நகரங்களிலும் மாவட்டங் களிலும் தொடக்கக் கல்வியைக் கட்டாயமாக்கிப் பல மாகாணங்கள் சட்டமியற்றின. 1929இல் மாபெரும் பொருளாதார மந்தம் *(Great Depression)* ஏற்படும்வரையிலும் இதில்

ஓரளவு முன்னேற்றம் ஏற்பட்டது. 1931இல் கராச்சியில் நடைபெற்ற இந்திய தேசிய காங்கிரஸின் கூட்டம் 14வயது வரை அனைவருக்கும் கட்டாய இலவசக் கல்வி வழங்கும் பணியில் ஈடுபட உறுதிபூண்டது. இந்திய அரசுச் சட்டம் 1935இன் கீழ் மாகாண சுயாட்சி அறிமுகமானது. 1937 மாகாணத் தேர்தல்களுக்குப் பிறகு எட்டு மாகாணங்களில் வெற்றி பெற்ற காங்கிரஸ் அரசாங்கம் அமைத்தது. தொடக்கக் கல்வியை விரிவுபடுத்தும் திட்டம் பெரும் கவனம் பெற்றது.

காந்தி ஆதாரக் கல்வித் திட்டத்தைக் கொண்டுவந்தார். தொடக்கப் பள்ளிகள் தம்மைத் தாமே கவனித்துக்கொள்ள வேண்டும் என்னும் நடைமுறையை உருவாக்கினார். அனைவருக்குமான தொடக்கக் கல்வி என்னும் கனவை இது நிறைவேற்றும் என எதிர்பார்க்கப்பட்டது. 1937 ஜூலையில் அவர் இவ்வாறு எழுதுகிறார்: “கல்வித் திட்டம் பணத்தைச் சார்ந்திருந்தால் தேசத்திற்குச் செய்ய வேண்டிய நம் கடமைகளை இந்தத் தலைமுறையில் குறிப்பிட்ட காலத்திற்குள் நிறைவேற்ற முடியும் என்று நம்பிக்கை கொள்ள முடியாது. அந்த அளவுக்கு நாம் கல்வியில் பின்தங்கியிருக்கிறோம்.”[38] பள்ளியில் கைத்தொழிலைக் கற்கும் மாணவர்கள் அதன் மூலம் உற்பத்தி செய்யும் பொருள்களைப் பள்ளிக்கூடங்கள் அரசுக்கு விற்று அந்த வருமானத்தைக் கொண்டு ஆசிரியர்களுக்குச் சம்பளம் கொடுக்க வேண்டும் என்பது இந்தத் திட்டம்.

கோகலேயின் முயற்சிகள் வீணானதிலிருந்தே அனைவருக்குமான கட்டாய இலவசத் தொடக்கக் கல்வி என்னும் கொள்கையைச் செயல்படுத்துவதில் இருந்த நிதி நெருக்கடி மகத்தான கல்வியாளர்களின் மனங்களைக் கொதிப்படையச் செய்திருந்தது. 1930இல் வெகுமக்களுக்கான கல்வியில் நிலவிய பிரச்சினைகள் குறித்து ஆர்.வி. பருலேகர்[39]

---

38. *Harijan*, 31 July 1937.

39. *[ராமச்சந்திர விட்டல் பாருலேகர் (1886-1962) புகழ்பெற்ற ஆசிரியர்; பம்பாய் மாகாணத்தின் கல்வித் துறை நிர்வாகி. பல ஆண்டுக் காலம் ஆசிரியராகவும் பள்ளித் தலைமை ஆசிரியராகவும் பணியாற்றிய பாருலேகர், பின்னர் பம்பாய் மாநகராட்சிப் பள்ளிகள் குழுவின் செயலராகப் பணிபுரிந்தார். புனேயில் உள்ள இந்தியக் கல்வி நிறுவனம் (Indian Institute of Education) என்ற ஆய்வு நிறுவனத்தின் முதல் இயக்குநராகவும் இவர் செயல்பட்டார் (1948–56). பம்பாய் கல்வி அமைச்சரின் ஆலோசகராகவும் செயலராகவும் பணியாற்றினார். மரபார்ந்த இந்தியக் கல்வியை ‘அழகிய மரம்’ என வர்ணித்த காந்தி, அந்த மரத்தை ஆங்கிலேயர் வேருடன் பிடுங்கி எறிந்துவிட்டார்கள் என்று கூறினார். இந்தக் கருத்துடன் பாருலேகர் உடன்பட்டார். அனைவருக்குமான கல்வி என்னும் திட்டத்தின் மீது நம்பிக்கை கொண்டிருந்தார். பாடங்களின் எண்ணிக்கையைக் குறைத்தல், பகுதிநேரப் பயிற்சிக் கல்வி ஆகிய தீவிரமான வழிமுறைகளைக் கைக்கொள்வதன் மூலம் ஆரம்பக் கல்வியை உடனடியாக விரிவுபடுத்த வேண்டும் என இவர் பரிந்துரைத்தார். – பதிப்பாசிரியர்]*

விரிவான ஆய்வை மேற்கொண்டார். (இந்நூலின் பின் பகுதியில் இவரைப் பற்றி விரிவாகப் பேசுவோம்.) இந்தியாவிற்கு இணையான பொருளாதார வளர்ச்சி கொண்டிருந்த பல்வேறு நாடுகளின் கல்விக் கொள்கைகளை அவர் ஒப்பிட்டுப் பார்த்தார். பாடத்திட்டத்தைக் குறைக்க வேண்டும், பள்ளியில் சேர்வதற்கான குறைந்தபட்ச வயதை ஏழாக உயர்த்த வேண்டும், வகுப்பு நேரத்தைக் குறைக்க வேண்டும், இரண்டு நாளுக்கொரு முறை பள்ளி அல்லது ஷிப்டு முறை மூலம் மாணவர் – ஆசிரியர் விகிதத்தை 60:1 ஆக உயர்த்த வேண்டும் என்று அவர் வாதிட்டார்.[40]

இன்னொரு முக்கியக் கல்வியாளரான ஜே.பி. நாயக், கல்வி பரவுவதற்கு இடராக உள்ள சமூக – பொருளாதார தடைகளைக் (கிராமப்புறக் குடும்பப் பொருளாதாரத்தில் குழந்தைத் தொழிலாளர் தவிர்க்க முடியாமல் இருப்பது ஓர் உதாரணம்) களைய வேண்டும் என வலியுறுத்தினார். வகுப்பு நேரத்தை மூன்று மணிநேரமாகக் குறைத்து மாணவர்களைக் குடும்பத் தொழிலில் பங்கேற்க அனுப்ப வேண்டும் எனப் பரிந்துரைந்தார். வேளாண் பொருளாதாரத்தில் விதைப்பு, அறுவடைக் காலங்களில் குழந்தைத் தொழிலாளருக்கான தேவை எழுகிறது. இதற்கு உதவும் வகையில் பள்ளி விடுமுறைக் காலத்தை மாற்றியமைக்க வேண்டும் என்றும் அவர் கூறினார்.[41] பொதுக் கல்வித் துறையைச் சேர்ந்த ஸ்டேத்தமும் 1938இல் தன்னார்வ அடிப்படையில் செயல்படுத்த வேண்டும் என்று சொல்லி இதேபோன்ற திட்டத்தை யோசித்தார்.[42] பகுதி நேரப் பள்ளிக்கூடம் என்னும் முறையை 30 ஆண்டுகளுக்கும் மேலாகச் சில கிறிஸ்தவ மிஷின்கள் கடைப்பிடித்து வந்தன.[43] சட்டமன்ற மேலவையில் இந்தத் தீர்மானத்தைப் பற்றிப் பேசிய சி. கிருஷ்ணமூர்த்தி என்னும் உறுப்பினர், இதேபோன்றதொரு திட்டத்தை (இரண்டரை மணிநேரப் பள்ளி) 1944இல் திருச்சி ஆசிரியர் கழகத்தில் தாம் முன்வைத்ததாகக் குறிப்பிட்டார்.[44] படித்தல், எழுதுதல், கணிதம் ஆகியவற்றைக் கற்றுக்கொடுப் பதற்காக ஒரு மணிநேரப் பள்ளி என்னும் திட்டத்தை ஆச்சார்ய வினோபா பாவே வகுத்தார். மீதி நேரத்தை ஆசிரியரும் மாணவர்களும் உற்பத்திப் பணிகளில் செலவிட

---

40. Parulekar, 'Mass Education in India' (1934) and 'Literacy in India' (1939), in *Shri R.V. Parulekar Felicitation Volume.*
41. Saiyidain et al., *Compulsory Education in India.*
42. 'The Need for the New Scheme', *Madras Information*, September 1953. கட்டுரையாளர் ஸ்டேத்தமை மேற்கோள் காட்டியிருக்கிறார். இது உண்மையில் ராஜாஜியின் யோசனையே ஆகும்.
43. Ibid. *Harijan*, 11 September 1937 இதழில் வெளியான டாகடர் ஏ. லக்ஷ்மிபதியின் கடிதத்திலும் இது குறிப்பிடப்பட்டிருந்தது.
44. *Madras Legislative Council Debates*, vol. V, July 1953, p. 503.

வேண்டும் என்பது அந்தத் திட்டம். வினோபாவின் திட்டம் தெலுங்கானாவில் முயற்சி செய்துபார்க்கப்பட்டது.[45] இப்படி யாகப் பெரிய சிந்தனையாளர்களும் சாமானியர்களும் இருபது ஆண்டுகளாகச் சமூக – பொருளாதாரத் தடைகள், நிதி நெருக்கடிகள் ஆகியவை குறித்துச் சிந்தித்தும் செயலாற்றியும் வந்தார்கள்.

இரண்டாம் உலகப் போருக்குப் பிந்தைய கல்வி வளர்ச்சிக்கான மீள் கட்டமைப்பு கமிட்டி, அறிக்கை ஒன்றைத் தாக்கல் செய்தது. சார்ஜென்ட் திட்டம் என்று அறியப்பட்ட அந்த அறிக்கை அடிப்படைக் கல்வி என்னும் திட்டத்தைத் தொடக்கக் கல்விக்கான மாதிரியாக ஏற்றுக்கொண்டது. அனைவருக்குமான இலவசத் தொடக்கக் கல்வி என்னும் இலக்கை எட்ட 40 ஆண்டுகள் ஆகும் என்றும் மதிப்பிட்டது. 1938ஆம் ஆண்டின் விலைவாசி நிலவரத்தின் அடிப்படையில் இந்தியக் குடிமக்களில் நபர் ஒன்றுக்கு ரூ. 690 என்னும் அளவில் இதற்குச் செலவாகும் என்றும் அந்த அறிக்கை மதிப்பிட்டது.[46]

இந்திய அரசியல் சட்டத்தின் 45ஆவது பிரிவு கல்வி குறித்து வழிகாட்டு கொள்கை ஒன்றை அறிவித்தது. அதன்படி, அரசியல் சட்டம் அமலுக்கு வந்த நாளிலிருந்து பத்தாண்டுக்குள் எல்லாக் குழந்தைகளுக்கும் 14வயது வரை இலவசக் கட்டாயக் கல்வி வழங்குவதற்கான முயற்சியில் அரசு இறங்க வேண்டும்.

ராஜாஜி 1949இல் பம்பாய், பாரதிய வித்யா பவனில் உரையாற்றியபோது கட்டாயக் கல்வி பற்றிய தம் கருத்தை முன்வைத்தார்.[47] வாரத்திற்கு மூன்று நாள் பள்ளிக்கூடம் என்னும் யோசனையைத் தயக்கத்தோடு ஏற்றுக்கொண்டார். ஒரு நாளை இரண்டாகப் பிரிக்கும் ஷிப்டு முறையை அவர் நிராகரித்தார். பள்ளிக்கூடம், குடும்பத் தொழில் ஆகிய இரண்டுமே காலை, மதியம் ஆகிய இரு வேளைகளின் பலனையும் பெற வேண்டும் என்பது அவர் கருத்து. "விவசாயக் குடும்பத்தின் குழந்தைகள் வாரத்திற்கு மூன்று முழு நாட்களும் பள்ளிக்கூடத்திற்குச் சென்று அதன் முழுப் பலனையும் அடைய வேண்டும். மீதியுள்ள நான்கு நாட்களும் வயல்வெளியில் தங்கள் பெற்றோரோடு சேர்ந்து வேலை செய்ய

---

45. *The Hindu*, 13 February 1954.
46. Saiyidain et al., *Compulsory Education in India*. அனைவருக்குமான கட்டாய ஆரம்பக் கல்வியை வழங்குவதற்கான கால அளவைப் பொருத்து (10/15/20 ஆண்டுகள்) அதற்கு 5.39/ 4.13/ 3.37 கோடி ரூபாய் செலவாகும் என்று வேலைநீக்க, மறுசீரமைப்பு ஆணையம் (Retrenchment and Reorganisation Commission) மதிப்பிட்டிருப்பதாக ஆர். சூர்யநாராயண ராவ் சுட்டிக்காட்டினார்.
47. *Rajaji's Speeches*, vol. II.

வேண்டும். அல்லது குடும்பத்தின் பட்டறையில் வேலை செய்ய வேண்டும். காலை அல்லது மதிய வேளையைப் பள்ளியிட மிருந்தோ குடும்பத்திடமிருந்தோ பறித்துவிடக் கூடாது."[48]

1952இல் ராஜாஜி பதவியேற்றபோது அனைவருக்குமான தொடக்கக் கல்வி என்பது தொலை தூர இலக்காகவே இருந்தது. தொடக்கப் பள்ளிக்குச் செல்லும் வயதினரில் 42.1 சதவீதம் குழந்தைகள் மட்டுமே பள்ளியில் சேர்ந்திருந்தார்கள்.[49]

நிதி நெருக்கடி கடுமையாக இருந்தது. இந்தியா பிரிவினையின் பாதிப்புகளிலிருந்து அப்போதுதான் மெல்ல மீண்டு வந்துகொண்டிருந்தது. வருமானத்தில் பாதியைப் பாதுகாப்புக்குச் செலவிட வேண்டியிருந்தது. பேரார்வத்தோடு இந்தியா தொடங்கிய வளர்ச்சித் திட்டத்திற்கு மாபெரும் முதலீடு தேவைப்பட்டது. இந்திய உழவர்கள் தங்கள் குழந்தைகளைப் பள்ளிக்கு அனுப்புவதைவிட அவர்கள் வேலை செய்து வருமானம் ஈட்டுவதையே விரும்பினார்கள். இந்திய அரசின் நிலையும் அப்படித்தான் இருந்தது. நிதி இல்லாமல் கல்வி வாடியது.[50]

நிதி நெருக்கடியைச் சமாளிக்க காந்தி முன்வைத்த அடிப்படைக் கல்வித் திட்டம் நல்ல தீர்வாக இருக்கும் என்ற நம்பிக்கை பொய்த்துப்போனது. ஆதாரப் பள்ளிகள் பொருளாதார ரீதியாகத் தன்னிறைவு பெறவில்லை என்பதோடு அதிகச் செலவு பிடிப்பவையாகவும் இருந்தன. ஆதாரக் கல்வித் திட்டத்தை மேற்கொண்டு விரிவுபடுத்த வேண்டாம் எனச் சென்னை மாகாண அரசு 1952இல் முடிவு செய்தது. "அடிப்படைக் கல்வி என்ற ஜிலேபியைத் தேர்ந்தெடுத்த சில பள்ளிகளில் குழந்தைகள் ருசிப்பது பற்றி எனக்கு எந்த வருத்தமும் இல்லை. என் பிரார்த்தனை எல்லாம் இந்த நாட்டின் எல்லாக் குழந்தைகளுக்கும் ஐந்தாம் வகுப்பு வரை பொது (இலவச)க் கல்வி என்னும் கஞ்சியை ஊற்ற வேண்டும் என்பதுதான்" என்று கல்வியாளர் ஒருவர் விரக்தியோடு கூறினார்.[51]

அடிப்படைக் கல்வித் திட்டம் பலன் அளிக்கத் தவறிய நிலையில் பள்ளிக் கட்டிடங்கள், ஆசிரியர்களின் சம்பளம் முதலானவற்றுக்குக் கூடுதல் செலவு இன்றித் தொடக்கக் கல்வியை விரிவுபடுத்த பாருலேகர் – நாயக் சூத்திரத்தை

48. Ibid.

49. *Report of the Committee on Elementary Education in Madras State* (Parulekar Committee Report), 1953, chap. I, p. 4.

50. வளரும் நாடுகளில் வளர்ச்சிக்கான கல்வி வியூகத்தில் உயர்நிலைக் கல்விக்கு முக்கியத்துவம் வழங்க வேண்டும் என்று ஆடம் கர்ல் குறிப்பிட்டார் (Curle, *Educational Strategy for Developing Societies*.)

51. Srinivasa Iyengar, *On Education and Educationists*.

அமல்படுத்துவது ஒன்றே வழி எனக் கருதப்பட்டது. இதன்படி பள்ளிகளில் இரண்டு ஷிப்டுகளில் வகுப்புகள் நடைபெறும். காலையில் பாடம் எடுத்த அதே ஆசிரியர்கள் பிற்பகலிலும் கற்பிப்பார்கள். இரு வேளைகளிலும் வெவ்வேறு மாணவர்கள் வந்து பயில்வார்கள். இந்த இரு வேளை வகுப்புத் திட்டம் சென்னையில் 1949 முதல் புழக்கத்தில் இருந்தது. பெருமளவிலான மாணவர் எண்ணிக்கையைச் சமாளிப்பதற்காக ஓமந்தூர் ராமசாமி ரெட்டியார் இதை அவசர நடவடிக்கையாக மேற்கொண்டார். 'ஓ.பி.ஆர்.' திட்டம் எனக் குறிப்பிட்டப்பட்ட இந்தத் திட்டம் கூடுதல் கட்டிடங்கள் கட்டப்படும்வரை தற்காலிக ஏற்பாடாகவே கொண்டுவரப்பட்டது. மாணவர் – ஆசிரியர் விகிதம் மாறவில்லை. ஒவ்வொரு நான்கு மணிநேர வகுப்பும் வெவ்வேறு ஆசிரியர் குழுவினரால் எடுக்கப்பட்டது. பள்ளிக்கு வெளியே குழந்தைகளுக்கான செயல்பாடுகள் குறித்து ஆலோசிக்கப்படவில்லை. மூலதனச் செலவுகளைத் தள்ளிப்போட வேண்டும் என்பது மட்டுமே இதன் ஒரே நோக்கம்.[52]

52. சுந்தரவடிவேலு, நேர்காணல், 1981 பிப்ரவரி 19. ஒரு நாளுக்கு நான்கு மணிநேரம் என்பது 1951இல் மூன்று மணிநேரமாகக் குறைக்கப்பட்டது என்றும் இரண்டு ஷிப்டுகளிலும் ஒரே ஆசிரியர்களே பாடம் எடுத்தார்கள் என்றும் பாருலேகர் அறிக்கை கூறியது.

2

தொடக்கம், அமலாக்கம், எதிர்வினை

முன் தயாரிப்பு

1952 ஏப்ரல் 10 அன்று, முன்னுதாரணம் அற்ற வகையில், ராஜாஜி சென்னை மாநிலத்தின் முதலமைச்சராகப் பதவி ஏற்றார். புதிதாகத் தேர்ந்தெடுக்கப்பட்டிருந்த சட்டமன்றத்தில் காங்கிரசுக்குப் பெரும்பான்மை இல்லை. ராஜாஜி முதல்வராவதற்குக் கடும் எதிர்ப்பு இருந்தது. டி. பிரகாசம் தலைமையிலான அந்த எதிர்ப்புக்கு எதிர்க்கட்சிகளுக்குள் ஆகப் பெரிய குழுவான கம்யூனிஸ்டுகளின் ஆதரவும் இருந்தது. இந்த எதிர்ப்பைச் சமாளிக்க ராஜாஜி தன்னுடைய அரசியல் திறன் அனைத்தையும் பயன்படுத்த வேண்டியிருந்தது.

1937-39இல் ராஜாஜி சென்னை மாகாணத்தின் பிரதமராக இருந்தபோது அவர் தன்னுடைய கல்விக் கோட்பாட்டினை முன்வைத்தார். 1952இல் முதல்வரானதும், அந்தத் திட்டத்தை அமல்படுத்துவதற்கான சாத்தியக் கூறுகளை ஆராயத் தொடங்கினார். தன்னுடைய கல்விக் கோட்பாட்டின் மீது அவருக்கிருந்த அளவற்ற ஈடுபாட்டினை இதன் மூலம் அறியலாம்.

தொடக்கப் பள்ளிகளை அங்கீகரிப்பது குறித்து அரசு பரிசீலித்துவருவதாகவும் இதன் மூலம் நடப்பு அமைப்பில் உள்ள குறைகள் சிலவற்றைக் களைய முடியும் என்றும் கல்வி அமைச்சர் டாக்டர் எம்.வி. கிருஷ்ணா ராவ் 1952 ஜூலையில்

சட்டமன்றத்தில் அறிவித்தார். வகுப்புகளை இரண்டு அரை நாட்களாகப் பிரிப்பது, அரை நாள் மட்டும் மாணவர்கள் பள்ளிக்கு வருவது, மீதி அரை நாளில் தங்கள் பெற்றோரின் தொழிலையோ, வயல் வேலையையோ, தோட்ட வேலையையோ, பள்ளிக்கூடத்துடன் இணைக்கப்பட்ட சிறிய பட்டறையில் ஏதேனும் தொழிலையோ கற்றுக்கொள்வது என்னும் திட்டத்தின் சாத்தியப்பாடு குறித்து ஆராய்ந்துவருவதாகவும் அவர் குறிப்பிட்டார். மாணவர்களுக்குச் சத்தான உணவு அளிப்பது குறித்தும் அரசு பரிசீலித்து வந்தது.[1] இந்தத் திட்டத்தால் பின்னாளில் கிளம்பிய புயலை வைத்துப் பார்க்கும்போது நிதிநிலை அறிக்கையின் மீதான விவாதத்தின்போது கூறப்பட்ட பதிலில் செய்யப்பட்ட இந்த அறிவிப்பு அப்போது ஏற்படுத்திய தாக்கம் ஒன்றுமே இல்லை என்று சொல்லலாம்.

இந்தத் திட்டத்தை ஆராய்ந்து, நடைமுறைப்படுத்து வதற்கான செயல்திட்டத்தை உருவாக்குமாறு ராஜாஜி கல்வித் துறையைக் கேட்டுக்கொண்டார். கல்வித் துறை இவ்விஷயத்தில் உற்சாகம் காட்டவில்லை. இத்திட்டம் குறித்து அதற்குக் கருத்து வேறுபாடு இருந்தது. ஆனால் இதைப் பொதுக்கல்வித் துறை இயக்குனர் எஸ். கோவிந்தராஜுலு நாயுடு[2] ராஜாஜியிடம் தெரிவிக்கவில்லை. கிட்டத்தட்ட அந்தக் கல்வியாண்டின் இறுதிவரை அவர் அந்த ஆட்சேபணைக் குறிப்பைக் கிடப்பில் போட்டுவிட்டார்.

பொதுக்கல்வித் துறையிடமிருந்து அலுவல்ரீதியான எதிர்வினை வருவதற்காக நெடுங்காலம் காத்திருந்த ராஜாஜி (ஒரு கட்டத்தில்) தான் அந்தத் திட்டத்தை அமல்படுத்தப் போவதாக நாயுடுவிடம் தெரிவித்தார். திட்டம் குறித்து அவருக்கு ஐயம் ஏதும் இருப்பின், அதற்காகச் சிறப்பு அதிகாரி[3] ஒருவரை நியமிப்பதாகவும் ராஜாஜி கூறினார்.

---

1. *Madras Legislative Council Debates*, vol. III, 19 July 1952, p. 644. 1953 மார்ச் மாதம் பட்ஜெட் கூட்டத் தொடரின்போது இந்தத் திட்டம் பற்றி அமைச்சர் மீண்டும் குறிப்பிட்டார். அது யார் கவனத்திற்கும் வரவில்லை.
2. *[கோவிந்தராஜுலு நாயுடு பாரிஸ்டர்; கேம்பிரிட்ஜிலும் சட்டத்தில் பட்டப் படிப்பு முடித்தவர். பொதுக்கல்வித் துறை இயக்குநராக நியமிக்கப்படுவதற்கு முன்பு சென்னை சட்டக் கல்லூரியில் பேராசிரியராகப் பணிபுரிந்தார். இந்நூல் அலசும் காலகட்டத்தின் பெரும்பாலான பகுதியில் கல்வி அமைச்சராக இருந்த சி. சுப்பிரமணியம் சட்டக் கல்லூரியில் இவருடைய மாணவராக இருந்தவராவார்.* – பதிப்பாசிரியர்].
3. சுந்தரவடிவேலு நேர்காணல், 1981 பிப்ரவரி 19. [கல்வி அமைச்சருடனும் பொதுக்கல்வித்துறை இயக்குநருடனும் கலந்தாலோசித்த பிறகு ராஜாஜியின் மனத்தில் இந்தத் திட்டம் உதயமாயிற்று என்று சி. சுப்பிரமணியம் தன்னுடைய தன்வரலாற்று நூலில் நினைவுகூர்கிறார். இருக்கும் தடயங்களைக் கொண்டு இதை உறுதிப்படுத்த முடியவில்லை – பதிப்பாசிரியர்.]

கடைசியில் நாயுடு வழிக்கு வந்தார். 1953 ஏப்ரல் 16 அன்று அவர் மாவட்டக் கல்வி அதிகாரிகளுக்கு ஒரு சுற்றறிக்கையை அனுப்பினார். 1953 ஜூன் மாதம் தொடங்கும் கல்வியாண்டிலிருந்து இந்தத் திட்டத்தைச் செயல்படுத்த வேண்டும் என அதில் அவர் உத்தரவிட்டிருந்தார். அதுவரையிலும் அமைச்சரவையிலோ தலைமைச் செயலகத்திலோ ராஜாஜியைத் தவிர வேறு யாருக்கும் இந்தத் திட்டம் பற்றித் தெரியாது.[4]

திட்டம் தொடங்கியது

ராஜாஜி செயல்படுத்த நினைத்த திட்டத்தின் விவரங்கள் வருமாறு:[5]

கிராமப்புறங்களில் ஆதாரக் கல்வித் திட்டத்தின் தொடக்கப் பள்ளிகள் அல்லாத பள்ளிகளுக்கு மட்டுமே இந்தத் திட்டம் பொருந்தும். ஆதாரக் கல்விப் பள்ளிகள், நகர்ப்புறத்தின் தொடக்கப் பள்ளிகள் ஆகியவற்றில் இந்தத் திட்டம் அமலாகாது.

1. தொடக்கப் பள்ளி மாணவர் பள்ளியில் செலவிடும் நேரம் நாளொன்றுக்கு 3 மணிநேரமாகக் குறைக்கப்படும். தேவைப்பட்டால் வாரம் 6 நாட்கள் பள்ளி இயங்கலாம்.

2. ஒவ்வொரு பள்ளியின் பணி நேரமும் காலை மூன்று மணிநேரம், மதியம் மூன்று மணிநேரம் என்று பிரிக்கப்படும்.

---

4. சுந்தரவடிவேலு மேற்படி நேர்காணல்; சுற்றறிக்கை அனுப்பப்பட்டது குறித்துக் கல்வி அமைச்சருக்குக்கூடத் தெரியாது என்ற குற்றச்சாட்டைச் சட்டமன்ற மேலவை உறுப்பினர் எஸ். ராமகிருஷ்ணன் முன்வைத்தார், (சென்னை சட்டமன்ற மேலவை விவாதங்கள், தொகுப்பு 4, பக்கம் 468)

5. The Hindu, 1953, ஏப்ரல் 17, 18 Madras Information 1953, ஜூன் பக்கம் 10. [G.O. No. 1872, Education, 4 August 1953 என்ற அரசாணையிலுள்ள 'திருத்திய கல்வித் திட்டம் பற்றிய குறிப்பு' திட்டத்தைப் பற்றிய விரிவான ததவல்களைத் தருகிறது. சாரம் ஒன்றுதான் என்றாலும் விடுபட்டுள்ள சில கூறுகளை இங்கே குறிப்பிடுவது நலம்.. "பெண்கள் வீட்டில் போதிய அளவு செயல்பாடுகளில் ஈடுபடுவார்கள் என்று பொதுவாக எதிர்பார்க்கப்படுகிறது. ஆனால் தங்களுடைய பெண்கள் கிராமங்களில் சிறுவர்களுடன் சேர்ந்து (அல்லது தனியாக) ஏதேனும் கைத்தொழிலையோஅல்லது வேறு எந்த வேலையையோ கற்க விரும்பினால் அந்த வாய்ப்பை அவர்களுக்கு வழங்கலாம்." மேலும், "வேளாண் பருவங்களின் போது மூத்த மாணவர்கள் கிராமங்களில் நடைபெறும் வேளாண் செயல்பாடுகளை நேரில் கண்டறிய, ஏன் பங்கேற்கவும்கூட ஊக்குவிக்கலாம். வேளாண்மை நடக்காத பருவங்களில் மாணவர்களுக்கான திட்டத்தை முன்னெடுப்பதற்கான தேவை பெருமளவில் உருவாகும்." வகுப்பறைக்கு வெளியே குழந்தைகள் எந்த அளவிற்கு "மகிழ்ச்சியாகவும் பயனுள்ள வகையிலும்" பணிகளில் ஈடுபடுகிறார்கள் என்பதை வைத்தே இந்தத் திட்டத்தின் வெற்றியை மதிப்பிட வேண்டும். வகுப்பறைக்கு வெளியில் நடக்கும் செயல்பாடுகளுக்கான திட்டம் இறுக்கமாக இராது என்று அந்தக் குறிப்பு கூறுகிறது. - பதிப்பாசிரியர்]

3. இரு வேளைகளிலும் ஒரே ஆசிரியர்கள் தாம் பாடம் நடத்துவார்கள்.

4. முன்பு வாரத்திற்கு 35 வகுப்புகளில் கல்வி கற்ற மாணவர்கள் இனி 20-24 வகுப்புகளில் மட்டுமே கற்பார்கள்.

5. மொழிப்பாடம், அடிப்படைக் கணிதம், வரலாறு, புவியியல், சுகாதாரம், குடிமையியல், ஒழுக்கக் கல்வி ஆகியவற்றின் தரம் எந்தவிதத்திலும் குறைக்கப்படாது. இந்தப் பாடங்களுக்கான வகுப்புகளின் எண்ணிக்கையும் பாடத்திட்டமும் மாறா.

6. தொழில்சார் குடும்பங்களைச் சேர்ந்த மாணவர்கள் பள்ளியில் இருக்கும் நேரம் போக மீதி நேரத்தில் தங்கள் பெற்றோருக்கு அவர்கள் தொழிலில் உதவி செய்ய வேண்டும்.

7. தொழில்சார் பிரிவுகளைச் சேராத மாணவர்கள் கிராமப்புறங்களில் உழவர் அல்லது கைவினைஞருடன் இணைக்கப்பட்டு அந்தத் தொழிலைக் கற்றுக்கொள்ள வேண்டும். இந்த மாணவர்கள் அவரிடம் பயிற்சி மாணவர்களாக வேலை செய்ய வேண்டும். இதில் பள்ளி ஆசிரியர்களின் மேற்பார்வை இருக்காது. அந்தக் கைவினைஞரே கைத்தொழில் ஆசிரியராகச் செயல்படுவார். வருகைப் பதிவேட்டையும் அவரே கையாள்வார்.

8. அந்தந்தப் பகுதிக்கு ஏற்ற விதத்தில் ஒன்றுக்கு மேற்பட்ட தொழிலைக் கற்றுக்கொள்வதற்கான ஏற்பாடு செய்யப்படும். உழவருடன் இணைந்து வேலை செய்யும் மாணவர்கள் பாசன முறைகளைக் கற்றுக் கொள்வதற்கான ஏற்பாடுகள் செய்யப்டும்.

9. மாணவர்கள் கிராமத்தில் சமூகப் பணி செய்வதற்கான ஏற்பாடு இருக்க வேண்டும்.

10. எந்தக் கிராமத்திலேனும் கைவினைஞர் எவருமே இல்லை என்றால் வெளியூரிலிருந்து ஒருவரை வரவழைத்துப் பள்ளிக்கு அருகில் அவர் தங்குவதற்கு ஏற்பாடு செய்ய வேண்டும். பள்ளி வளாகம் பெரியதாக இருந்தால் அவர் பணிபுரிவதற்கான இடத்தை அந்த வளாகத்திற்குள்ளேயே அமைத்துத்தர வேண்டும்.

11. தொழில்சாராக் குடும்பங்களைச் சேர்ந்த மாணவர்களுக்குத் தேவைப்படும் இத்தகைய சிறப்புக் கைத்தொழில் பயிற்சி ஐந்து முதல் பத்து மாணவர்களுக்கு மேல் தேவைப்படாது என மதிப்பிடப்பட்டது.

12. கைத்தொழில் பயிற்சியை ஏற்பாடு செய்வதற்கான விருப்பமும் திறமையும் உள்ளவர்களைக் கொண்ட கிராமப் பள்ளிக் குழு அமைக்கப்பட வேண்டும்.

13. 1953-54 கல்வியாண்டில் (1953 ஜூன் மாதம் முதல்) இந்தத் திட்டம் நடைமுறைக்கு வரும்.

சென்னை நகரப் பள்ளிகளின் தலைமையாசிரியர்களின் கூட்டத்தை 1953 ஏப்ரல் 23 அன்று ஏற்பாடு செய்த பொதுக் கல்வித்துறை அதிகாரி திட்டத்தின் முக்கியக் கூறுகளை அதில் விளக்கினார்.[6] திட்டத்தின் இலக்குகள் கல்விக் கொள்கையாகக் குறிப்பிடப்பட்டன. நிதி அடிப்படையில் திட்டத்தை நியாயப்படுத்துவதற்கான முயற்சி எதுவும் மேற்கொள்ளப்படவில்லை. அனைவருக்குமான கல்வி என்னும் இலக்கை அடைவதற்கான வழியாகவும் இத்திட்டம் முன்வைக்கப்படவில்லை. நடப்புக் கல்வி முறையானது கல்வி கற்றவர்கள் என்னும் புதிய வர்க்கம் வளர்ச்சி பெற வழிவகுத்தது.

மிகச் சிறுபான்மையினர் அடங்கிய புதிய சாதியை அது தோற்றுவித்தது. இவர்கள் சமுதாயத்தின் பிற மக்களிடமிருந்து விலகி நிற்கிறார்கள். உடலுழைப்பில் ஈடுபடும் திறனற்றவர்களாக இவர்களை இந்தக் கல்விமுறை ஆக்கிவிட்டது. உடலுழைப்பற்ற வேலைகளை மட்டுமே நாடுபவர்களாகவும் இவர்கள் உருவாகியிருக்கிறார்கள். கெடுவாய்ப்பாக இத்தகைய பணிகள் போதிய அளவு இல்லை. உடலுழைப்பில் ஈடுபட முடியாத இந்தப் பிரிவினர் தாங்கள் விரும்பும் வேலை கிடைக்காததால் நிராதரவாக உள்ளனர். தவிர, மாணவர்கள் தங்கள் குடும்பத்திடமிருந்தும் கிராமச் சூழலிலிருந்தும் அன்னியப்பட்டுமிருக்கிறார்கள். பள்ளியில் நீண்ட நேரம் செலவிடுவது மாணவர்களின் உடல்நலத்தைப் பாதிக்கிறது. அவர்களுடைய பொது அறிவை மேம்படுத்தி, சமுதாயத்திற்குப் பயனுள்ளவர்களாக அவர்களை மாற்றக்கூடிய கிராமப்புற நடவடிக்கைகளில் அவர்கள் ஈடுபடுவதற்கான வாய்ப்புகளை மறுக்கிறது. திருத்திய தொடக்கக் கல்வித் திட்டம் (The Modified Scheme of Elementary Education – MSEE) இந்தத் தீமைகளைக்

---

6. *The Hindu*, 24 April 1953.

களைவதுடன் கல்வி ரீதியாகவும் வலுவானதாக அமைந்திருக் கிறது என வாதிடப்பட்டது.

திட்டத்திற்கான எதிர்வினை

திட்டம் முறையாக அறிவிக்கப்பட்டதும் சமூகத்தின் பல்வேறு பிரிவினரிடமிருந்தும் வலுவான எதிர்வினைகள் எழுந்தன. ஆசிரியர்கள், கல்வியாளர்கள், அனைத்துப் பிரிவுகளையும் சேர்ந்த அரசியல்வாதிகள் எனப் பலரும் இந்தத் திட்டத்தை எதிர்த்துக் குரல் எழுப்பினார்கள். காங்கிரசின் ஒரு பிரிவினரும் இதில் சேர்ந்துகொண்டார்கள். ஒவ்வொருவருக்கும் தத்தமது பிரிவு சார்ந்த நலன்கள் அல்லது சித்தாந்தங்கள் எதிர்ப்புக்கான அடிப்படையாக அமைந்தன. திட்டத்தின் கூறுகளுக்கு எதிராக மட்டுமின்றித் திட்டம் அமல்படுத்தப்பட்ட விதத்திற்கும் எதிர்ப்பு கிளம்பியது.

அறிமுகப்படுத்தப்பட்ட விதத்திற்கான எதிர்ப்பு

இந்தத் திட்டம் கல்வி முறையில் புரட்சிகரமான மாறுதல் களைக் கொண்டுவரும் என்றார் ராஜாஜி. இத்தகைய தீவிரமான சீர்திருத்தத்தை அறிமுகப்படுத்துவது என்று முடிவெடுப் பதற்கு முன்பு முறையான விவாதம் இன்றி இந்தத் திட்டம் திணிக்கப்பட்ட விதம் குறித்து 1953 மே மாதம் மங்களூரில் கூடிய தென்னிந்திய ஆசிரியர் சங்கத்தின் (SITU) ஆண்டு மாநாடு அதிருப்தி தெரிவித்தது. வல்லுநர் குழுவின் பரிசீலனைக்கு இத்திட்டத்தை அனுப்புமாறும் அரசைக் கேட்டுக்கொண்டது.[7]

சட்டமன்றத்தின் மீது நம்பிக்கை வைக்காமல் அவசரஅவசரமாக இந்தத் திட்டத்தை அமல்படுத்திய விதம் குறித்துச் சட்டமன்றத்தில் எதிர்க்கட்சிகள் அனைத்தும் மிகவும் அழுத்தமான குரலில் கண்டனம் தெரிவித்தன. தேசத்தின் எதிர்காலத்தைப் பாதிக்கக்கூடிய இத்தகைய முக்கியமான விஷயத்தில் முடிவெடுப்பதற்கு முன் அரசு மக்கள் பிரதிநிதிகளைக் கலந்தாலோசித்திருக்க வேண்டும் என எதிர்க்கட்சிகள் கூறின. நடைமுறைப்படுத்திய பிறகு திட்டத்தைச் சட்டமன்றத்தில்

---

7. *The South Indian Teacher*, May 1953, p. 218. [இந்த மாநாட்டில் நிறைவேற்றிய தீர்மானத்தைக் *கல்கி* (வார இதழ்) கடுமையாக விமர்சித்தது. ஆசிரியர்கள் இந்தத் திட்டத்தை எதிர்ப்பதில் வியப்பேதும் இல்லை, அவர்கள் ஆதரித்திருந்தால்தான் வியப்பு ஏற்பட்டிருக்கும் என்றார் கல்கி. *கல்கி*, 1953 ஜூன் 24, *அமரர் கல்கியின் கல்விச் சிந்தனைகள்* (வானதி பதிப்பகம் 2008) பக்கம் 164–5. "ஏட்டுக் கல்வியின் மீது கிறுக்குத்தனமான பிடிப்புக் கொண்டவர்கள்" என்றும் கல்கி அவர்களை எள்ளிநகையாடினார். *கல்கி*, 1953 ஜூன் 7 பக்கம் 173 – பதிப்பாசிரியர்.]

தாக்கல் செய்தது மாபெரும் ஜனநாயக விரோதச் செயல் எனவும் வாதிட்டன.[8] பெற்றோர், ஆசிரியர்கள், மக்களின் பல்வேறு பிரிவினர் ஆகியோர் தெரிவித்த ஐயங்களையும் அச்சங்களை யும் குறித்து அரசின் கவனத்தை ஈர்க்கும் ஒத்திவைப்புத் தீர்மானங்கள் தாக்கல் செய்யப்பட்டன.[9]

1952 ஜூலையிலும் 1953 மார்ச்சிலும் நிதிநிலை அறிக்கை மீதான விவாதங்களின்போது தாம் ஆற்றிய உரைகளில் கல்வி முறையில் ஏற்படவிருக்கும் மாற்றங்கள் பற்றிக் குறிப்புணர்த்தியதாகவும், அப்போது அவற்றுக்கு எந்த எதிர்ப்பும் எழாததால் அவை ஏற்றுக்கொள்ளப்பட்டதாகவே கருதப்பட்டது என்றும் எம்.வி. கிருஷ்ணா ராவ் கூறினார். இதற்கு முன்பு மதுவிலக்கு, ஆலய நுழைவு ஆகிய நடவடிக்கை களையும் சட்டமன்றத்தின் ஆலோசனை பெறாமலேயே அமல்படுத்தியதாக ராஜாஜி வெளியிட்ட அறிக்கை கிருஷ்ண ராவின் கூற்றுக்கு முரணாக அமைந்தது.[10] சட்டமன்றத்தைத் தவிர்த்தது தவறான உத்தி என்பதை ஒப்புக்கொள்ளும் நிலைக்கு ராஜாஜி தள்ளப்பட்டார்.[11]

தன்னுடைய விவேகம், அறிவாற்றல் ஆகியவற்றின் மீது எப்போதுமே அசாத்தியமான நம்பிக்கையை வெளிப் படுத்தியவர் ராஜாஜி. திட்டத்தின் பயனுரிமையாளர்களைக் கலந்தாலோசிப்பது நல்லது என்று ஒரு கணம்கூட ராஜாஜிக்குத் தோன்றவில்லை. ஆதாரக் கல்வியை அறிமுகம் செய்தபோது ஜே.பி. கிருபளானி குறிப்பிட்ட சில கருத்துகள் இங்கே பொருத்தமானவை:

> திட்டங்களின் உள்ளடக்கத்தை விடவும் அவை அறிமுகப்படுத்தப்பட்ட விதம்தான் தவறான புரிந்துணர்வையும் எதிர்ப்பையும் உருவாக்குகிறது. ஒருவருடைய தனிப்பட்ட உழைப்பில் உருவான ஒரு படைப்பை மக்களிடம் முன்வைப்பது என்பது கலைத் துறையில் பொருத்தமானதாக இருக்கலாம். ஆனால் நடைமுறைச் சீர்திருத்தங்களை அறிமுகப்

8. Speeches of K.B. Menon (pp. 1701–4), Tenneti Viswanatham (pp. 1712–24), S.C.C. Anthony Pillai (pp. 1705–7), T. Nagi Reddy (pp. 1723–24; 1749), M. Kalyanasundaram (pp. 1725–29; 1743–44; 1747), P. Jeevanandam (pp. 1699–1701) and others, *Madras Legislative Assembly Debates*, vol. IX, 29 July 1953; V.S. Ramakrishnaiah (p. 463) and S.H. Parameswaran (p. 510), *Madras Legislative Council Debates*, 1953, vol. V.
9. ஜூலை 15 அன்று நடைபெற்ற விவாதங்கள்; பி. ராமமூர்த்தி கொண்டுவந்த ஒத்திவைப்புத் தீர்மானம். *Madras Legislative Assembly Debates*, vol. IX, July 1953, pp. 145–7.
10. மேலது, ப. 1686, 1953 ஜூலை 29 அன்று எம்.வி. கிருஷ்ணா ராவின் உரை, ராஜாஜியின் அறிக்கை, *The South Indian Teacher*, June 1953.
11. ராஜாஜி உரை, *Madras Legislative Assembly Debates*, vol. IX, 29 July 1953, p. 1732.

படுத்தும் விஷயத்தில் அது பொருந்தாது. இவ்விஷயத்தில் மௌனமான ஏற்பு என்பது போதாது. துடிப்பான ஒத்துழைப்பும் பங்கேற்பும் தான் இதன் சாரம்.[12]

திட்டத்தின் மீதான விமர்சனம்

ஆசிரியர்கள், குறிப்பாகத் தொடக்கக் கல்வி ஆசிரியர்களிட மிருந்துதான் முதல் எதிர்ப்பு கிளர்ந்தது. புதிய திட்டம் கூடுதல் வருமானம் எதுவும் இல்லாமல் அவர்களுடைய வேலைச் சுமையை 20 விழுக்காடு கூட்டியது. தரத்தை வைத்துப் பார்த்தாலும், அவர்கள் வேலை மேலும் மோசமானது. அவர்கள் கற்பிக்கும் இயந்திரங்களானார்கள். ஒரே பாடத்தை ஒரு நாளில் இரண்டு முறை எடுக்க வேண்டியதாயிற்று. அவர்களுடைய வேலையில் எந்த மாற்றமும் இல்லை, தொடக்கக் கல்வியோடு இணைந்திருந்த செயல்பாடுகள் எதுவும் இல்லை என்றும் ஆனது. மாணவர்கள் விளையாடுவதையோ கைத்தொழில் செய்வதையோ பார்த்து மகிழும் வாய்ப்புக்கூட அவர்களுக்கு மறுக்கப்பட்டது.[13] வேலைச் சுமை, வேலையின் தன்மை ஆகிய இரண்டிலும் அவர்கள் நிலை மோசமானதுடன், மாணவர் ஆசிரியர் விகிதம் இரட்டிப்பாகிவிட்டதால் வேலையிழக்கும் அபாயத்தையும் அவர்கள் எதிர்கொண்டார்கள். இந்த அம்சம் குறித்து முதலில் குரல் எழுப்பியவர்களில் ஆசிரியர் சங்கத்தின் தலைவர் எஸ். நடராஜனும் ஒருவர்.[14] திட்டம் அறிமுகமான அதே நாளில் இதே போன்ற தீர்மானத்தை மலபார் தொடக்கப் பள்ளி ஆசிரியர் சங்கமும் நிறைவேற்றியது.[15]

திட்டத்தை அறிமுகப்படுத்துவது குறித்த சுற்றறிக்கை மாணவர்–ஆசிரியர் விகிதம் பற்றி எதுவும் குறிப்பிடவில்லை என்றாலும் அது இரட்டிப்பாகும் என்பது அதன் உட்கிடையாக இருந்தது. பாருலேகர் கமிட்டி அறிக்கை வெளியான பிறகுதான்

---

12. J.B. Kripalani, *The Latest Fad, Basic Education*.
13. Srinivasa Iyengar, *On Education and Educationists*, p. 139. எம். கிருஷ்ணன் இரண்டு ஷிப்டு முறையால் ஆசிரியர்களால் பக்கத்து ஊர்களுக்குப் போய் எதையும் வாங்குவதற்கும் நேரம் இருக்காது. ஞாயிற்றுக்கிழமைகளில் மட்டும்தான் போக முடியும்; ஆனால் அன்று கடைகள் மூடியிருக்கும் என்று தெற்கு கனரா மாவட்ட ஆசிரியர் சங்கம் கூறியது (*The South Indian Teacher*, July 1953).
14. *The Hindu*, 14 May 1953. [இது தேவையற்ற அச்சம் என்று கல்கி குறிப்பிட்டார். *கல்கி*, 1953 மே 24 இதழில் மறுபிரசுரம், *அமரர் கல்கியின் கல்விச் சிந்தனைகள்*, ப. 165–6 – பதிப்பாசிரியர்.] இந்தத் திட்டம் "தொடக்கக் கல்வியை ஒழித்துக் கட்டும் திட்டம்" என்று எஸ். ராமகிருஷ்ணய்யா குறிப்பிட்டார். *Madras Legislative Council Debates*, vol. V, p. 465.
15. *Madras Legislative Assembly Debates*, vol. XII. தீர்மானத்தை டி.சி. நாராயண நம்பியார் மேற்கோள் காட்டினார்.

கல்வித் துறை 1954 பிப்ரவரியில் மாணவர் ஆசிரியர் விகிதத்தை மாற்றிச் சுற்றறிக்கை வெளியிட்டது. அதன் விவரம் வருமாறு:

உள்ளூர் அளவிலான பள்ளிகளில் 1953இல் 35:1 ஆக இருந்தது இரு வேளைகளும் சேர்த்து 1954 ஜூன் முதல் 60:1 ஆக மாறும்.

அரசு உதவி பெறும் பள்ளிகள்: 1953இல் 30:1; 1950 முதல் 40:1; 1956 முதல் 50:1.

உபரியாக இருக்கும் ஆசிரியர்கள் அதிக வயதுடையோருக்காகத் தொடங்கப்படும் புதிய பள்ளிகளில் பயன்படுத்திக்கொள்ளப்படுவார்கள்.[16]

எந்த ஆசிரியரும் பணி இழக்க மாட்டார் என அரசு உறுதிமொழி அளித்தாலும் பணி இழப்பு குறித்த அச்சம் தொடர்ந்து நீடித்தது. உள்ளூர் அமைப்புகள் சிலவும் தனியார் நிர்வாகங்கள் சிலவும் உபரியாக இருந்த ஆசிரியர்களை வேலையிலிருந்து நீக்கியதால் இந்த அச்சம் ஓரளவு உண்மையாகவும் ஆனது.

பள்ளி செல்லும் வயதில் உள்ள குழந்தைகள் அனைவரும் பள்ளிகளில் சேர்ந்தாலும், புதிய மாணவர் ஆசிரியர் விகிதம் அமல்படுத்தப்பட்டால் 30 சதவீத ஆசிரியர்கள் உபரியாக இருப்பார்கள் என்று மலபார் சட்டமன்ற உறுப்பினர் டி.சி. நாராயண நம்பியார் சுட்டிக்காட்டினார்.[17] எனவே, அரசு அளித்த வாக்குறுதி ஆசிரியர்களுக்குத் திருப்தியளிக்கவில்லை. இந்தத் திட்டத்திற்கு அவர்கள் எதிர்ப்பு காட்டினார்கள்.

கல்வியாளர்களின் எதிர்ப்பு

ஆதாரக் கல்வித் திட்டத்தையும் மரபுசார் பள்ளிக் கல்வி முறையையும் ஆதரித்தவர்கள் இந்தத் திட்டத்தை ஒருசேர எதிர்த்தார்கள்.

ஆதாரக் கல்வித் திட்டத்தின் ஆதரவாளர்கள் ஷிப்டு முறையையும் தொடக்கக் கல்வியில் குறைவான நேரமே வகுப்பு எடுக்கும் யோசனையையும் முதலிலிருந்தே எதிர்த்து வந்தார்கள். குழந்தைகள் முழு நாளும் பள்ளியில் இருக்க வேண்டும் என்றும், பயிற்சி பெற்ற ஆசிரியரின் மேற்பார்வையில் கைத்தொழிலைக் கற்றுக்கொள்ள வேண்டும் என்றும் அவர்கள் விரும்பினார்கள். ராஜாஜி கொண்டுவந்த திட்டம் ஆதாரக் கல்வி என்னும் திட்டத்திலிருந்து பெறப்பட்டதல்ல; அதிலிருந்து

---

16. *The Hindu*, 3 February 1954.
17. *Madras Legislative Assembly Debates*, vol. XIII, March 1954, p. 1164.

பாதை விலகியது என்று புகழ்பெற்ற காந்தியப் பொருளியலாளரும் கல்வியாளருமான ஜே.சி. குமரப்பா கருதினார். இந்த இரு திட்டங்களும் முற்றிலும் முரண்பட்டவை என்பது அவர் பார்வை.[18]

முதலாவதாக, ஆதாரக் கல்வித் திட்டத்தில் குழந்தையின் ஆளுமை, ஒழுக்கம், சுகாதாரப் பழக்கங்கள் ஆகியவற்றை வளர்ப்பதிலும் குழந்தைகளுக்குப் பயிற்சி அளிப்பதிலும் ஆசிரியரின் பொறுப்பு அதிகம். ஆசிரியர் கல்வியை வழங்கிக் கைத்தொழிலைச் சொல்லிக்கொடுத்துக் கற்றலையும் கைத்தொழிலையும் ஒருங்கிணைக்க வேண்டும். குழந்தைகளின் வேலையில் பங்கெடுத்துக்கொள்வதால் ஆசிரியரால் தன் வேலையை விரும்பிச் செய்ய முடிந்தது. ராஜாஜியின் திட்டத்தில் ஆசிரியர் கற்பிக்கும் இயந்திரமாக மாறிவிடுகிறார். கைத்தொழிலைப் பயிற்றுவிப்பதிலோ குழந்தையின் விளையாட்டுகளிலோ அவருக்கு எந்தப் பங்கும் இல்லை.[19]

இரண்டாவதாக, ஆதாரக் கல்வித் திட்டத்தில் கல்வியறிவு என்பது கைத்தொழிலுடன் இணைக்கப்பட்டு, பள்ளியில் ஆசிரியராலேயே கற்பிக்கப்பட்டது. ராஜாஜியின் திட்டம் பள்ளியில் கல்வி, வீட்டில் தொழில் என்று வேறாக்கியது. இரண்டையும் ஒருங்கிணைக்க எந்த முயற்சியையும் மேற்கொள்ளவில்லை.[20]

"குழந்தைகள் இயல்பான வாழ்க்கையில் எல்லாவற்றையும் யதார்த்தமாகக் கற்றுக்கொள்ள முடியும் என்பதால் அவர்கள் பள்ளிக்கே வர வேண்டாம் என்று சொல்லிவிட்டால் அதுவே முழுமையான ஆதாரக் கல்வி ஆகிவிடாதா?" என்று கல்வியாளர் ஒருவர் குத்தலாகக் கேட்டார்.[21]

இந்த இரு திட்டங்களுக்கும் அடிப்படையிலேயே வித்தியாசம் இருந்தபோதிலும் ஆதாரக் கல்வித் திட்டத்தின் ஆதரவாளர்களான (பின்னாளில் குடியரசுத் தலைவரான) ஜாகிர் உசேன், ஜி. ராமச்சந்திரன் ஆகிய இருவருமே ராஜாஜியின் திட்டத்திற்கு ஆதரவு தெரிவித்தார்கள். கற்பிப்பதற்கான வழிமுறைகள் மேம்பட்டு ஆதாரக் கல்வி என்னும் இறுதி லட்சியம் நடைமுறை சாத்தியமாகும்வரை இந்தத் திட்டம் தற்காலிக ஏற்பாடாக இருக்கும் என்று இவர்கள் கருதினார்கள். காந்தியக் கல்வியாளரும் காந்திகிராமத்தைத் தோற்றுவித்தவர்களில் ஒருவருமான ஜி. ராமசந்திரன் இந்தத் திட்டம் நடைமுறைப்

---

18. *The Hindu*, 17 July 1953.
19. Srinivasa Iyengar, *On Education and Educationists*, pp. 138–9.
20. Ibid.
21. P. Suryanarayana Rao, *The South Indian Teacher*, June 1953.

படுத்தப்படுவதைக் கவனித்துக்கொள்வதற்கான கல்வி ஆலோசகராக நியமிக்கப்பட்டார்.[22]

தாராளவாதக் கல்வியாளர்கள் இந்தத் திட்டம் கல்வி குறித்த அனைத்துக் கோட்பாடுகளையும் மீறுகிறது என்று கருதினார்கள். பள்ளிகள் சிறைச்சாலைகளாக இருக்கின்றன என்னும் ராஜாஜியின் கருத்தை அவர்கள் ஏற்கவில்லை. பள்ளிக் கல்வியின் மீது தாக்கம் செலுத்திய நவீனக் கல்விப் போக்குகளை ராஜாஜி அறிந்திருக்கவில்லை; குழந்தைகள் மகிழ்ச்சியையும் சுதந்திரத்தையும் பெறும் இடங்களாகப் பள்ளிக்கூடங்கள் உள்ளன; அவற்றில் ஆரோக்கியமான செயல்பாடுகள் நடக்கின்றன என்று இவர்கள் கருதினார்கள்.

சென்னையின் கல்விச் சூழல் பற்றிய தம் நூலில் ஸ்ரீநிவாச அய்யங்கார், "நமது நாட்டில் தொடக்கப் பள்ளி மாணவர்களுக்குப் பள்ளிகளில் கிடைக்கும் உற்சாகமான செயல்பாடுகள் பிற நாடுகளுக்குக் குறைந்தவை அல்ல" என்று குறிப்பிட்டார்.[23]

பள்ளிகளைச் சிறைச்சாலைகள் என்று வர்ணித்ததற்கு தென்னிந்திய ஆசிரியர் சங்கம் கடும் எதிர்ப்பைத் தெரிவித்தது.[24] சமூக அமைப்பு என்ற முறையில் பள்ளி என்பது குழந்தைகள் சமுதாயத்தில் தமக்கான இடத்தைப் பெற அவர்களைத் தகுதிப்படுத்தும் அளவிற்குக் கல்வியைத் தரும் நோக்கத்துடன்தான் உருவாக்கப்பட்டது. எனவே பள்ளிகளை வலுப்படுத்தும் நோக்கில்தான் சீர்திருத்தத்தின் போக்கு இருக்க வேண்டும் என்று அச்சங்கம் குறிப்பிட்டது.[25] பெஸ்தலட்ஸியிலிருந்து காந்திவரை யாருமே குழந்தைகள் தங்களைத் தாமே கவனித்துக் கொள்ளுமாறு விட்டுவிடுவதுதான் தீர்வு என்று சொன்னதில்லை என்று என்.குப்புசாமி அய்யங்கார் வாதிட்டார். குழந்தைகளுக்கு ஆர்வமூட்டும் வகையில் கற்பித்து அதன் மூலம் பள்ளியில் இருக்கும் நேரத்தை மகிழ்ச்சிக்குரியதாக மாற்ற வேண்டும் என்றே அவர்கள் விரும்பினார்கள். பள்ளியில் 2 மணி 40 நிமிடங்களுக்கு எண்ணும் எழுத்தும் கற்பிப்பதில் கவனம் செலுத்துவதன் மூலம், ஏற்றுக்கொள்ளக் கூடிய சாதாரண சிறைவாசத்தை ஏற்றுக்கொள்ளவே முடியாத கடுங்காவல் தண்டனையாக மாற்றுகிறார் ராஜாஜி என்று அவர் விமர்சித்தார்.[26] எல்லா வகுப்புகளுக்கும் தேவையா என்பதைப்

---

22. *The Hindu*, 20 July 1953.
23. Srinivasa Iyengar, *On Education and Educationists*, p. 139.
24. *The South Indian Teacher*, June 1953, p. 263.
25. Ibid., p. 264.
26. *Madras Legislative Assembly Debates*, vol. XII. தீர்மானத்தை டி.சி. நாராயண நம்பியார் மேற்கோள் காட்டினார்.

பொருட்படுத்தாமல் ஷிப்டு முறையைக் கொண்டுவருவது என்பது தொழிலக நடவடிக்கைகளை முன்னெடுப்பதற்கான பிரிக்க முடியாத பிரிவாகப் பள்ளி நடவடிக்கைகளை ஆக்குவது என்னும் கருத்தாக்கத்தின் மீதான வன்முறை. பள்ளி வாழ்க்கையோடு இரண்டறக் கலந்த விளையாட்டு நடவடிக்கைகள் ரத்துசெய்யப்படும். தொடக்கக் கல்வியின் நவீனக் கூறுகளான இசை, ஓவியம், சாரணர் பயிற்சி, இளநிலை செஞ்சிலுவைச் சங்க நடவடிக்கைகள், முறைசார் விளையாட்டுகள் ஆகியவற்றை குழந்தைகள் இழக்க வேண்டியிருக்கும். ஒழுக்கத்தையும் சமூக வாழ்வையும் குறித்த உணர்வை ஊட்டிவந்த கூட்டங்களை தினமும் நடத்தமுடியாமல் போகும் என்று ஸ்ரீநிவாச அய்யங்கார் தன் நூலில் எழுதினார்.[27]

பெரும்பாலான கிராமப் பள்ளிகளில் இடைநிற்றல் காரணமாக நான்காம், ஐந்தாம் வகுப்புகளில் மிகக் குறைவான மாணவர்களே படித்துவந்தார்கள் என்பதால் அந்த வகுப்புகளுக்கு ஷிப்டு முறை தேவையில்லை. பள்ளிகள் இல்லாத கிராமங்களில் பள்ளிகளைத் தொடங்குவதுதான் கிராமப்புறங்களின் முக்கியமான தேவை. ஷிப்டு முறையை அவசரஅவசரமாகக் கொண்டுவர வேண்டிய தேவை எதுவும் இல்லை.[28] இந்தத் திட்டத்தால் மாணவர் சேர்க்கை இரட்டிப்பாகும் என்று கல்வி அமைச்சர் தெரிவித்த நம்பிக்கையை விமர்சகர்கள் ஏற்கவில்லை.

கடினமான பாடங்களைத் தொடர்ந்து நடத்தாமல் இடையிடையே எளிய பாடங்களை நடத்த வேண்டும் என்னும் கொள்கையின் அடிப்படையில்தான் பள்ளியில் தினமும் ஐந்து மணிநேரம் என்னும் ஏற்பாடு உருவாக்கப்பட்டது எனத் தென்னிந்திய ஆசிரியர் சங்கத்தின் தலைவர் வாதிட்டார். கடினமான பாடங்களை மூன்று மணிநேரம் தொடர்ந்து நடத்துவது என்பது தீங்கு விளைவிக்கக்கூடிய பயனற்ற முயற்சி என்றார். ஆகவே, இந்தத் திட்டம் உளவியல் கோட்பாடுகளை மீறுகிறது என்று கூறினார்.[29] மேலும் கைத்தொழில் கல்வி அல்லது பயிற்சியைப் பத்து வயதில்தான் தொடங்க வேண்டும். ஆறுவயதுக் குழந்தைகள் வீட்டு வேலையில் பங்குபெற வேண்டும் என்று எதிர்பார்ப்பது விபரீதமான யோசனை. ஆறுவயதில் குழந்தைகள் தங்கள் வயது குழந்தைகளுடன் கலந்து பழக வேண்டியது அடிப்படைத் தேவையாகும். ராஜாஜியின் திட்டம் இதை அவர்களுக்கு மறுக்கிறது என்றார்.[30]

---

27. Srinivasa Iyengar, *On Education and Educationists*, p. 138.
28. Ibid.
29. S. Natarajan, President, SITU, *The South Indian Teacher*, May 1953, p. 208.
30. Ibid.

கைத்திறனுடையவர்கள் நல்ல ஆசிரியர்களாக இருப்பதில்லை என்று ஜே.சி. குமரப்பா குறிப்பிட்டார்.[31] ராஜாஜியின் திட்டம் உத்தேசித்தபடி பயிற்சி கொடுக்கும் நிலையில் கிராமத்து மக்களில் பெரும்பாலானோர் இல்லை. அவர்களுடைய தயாரிப்பும் வாழ்நிலையும் குழந்தைகளுக்கு நியாயமாகக் கிடைக்க வேண்டியவை கிடைக்கச் செய்வதற்கு எதிரானதாகவே உள்ளன.[32]

கிராம மக்களில் மூன்றில் ஒரு பகுதியினர் நிலமற்ற விவசாயத் தொழிலாளர்கள். இவர்களிடமிருந்து எந்தத் தொழிலையும் கற்றுக்கொள்ள இயலாது என்று மற்றொரு கல்வியாளர் வாதிட்டார். பாசன வேலைகள் மரபான முறையில் மேற்கொள்ளப்படுவதால் குழந்தைகள் தினமும் மூன்று மணிநேரம் செலவிட்டுக் கற்றுக்கொள்ளக்கூடியது அதிகம் இல்லை. எனவே தொழிற்கல்வி என்னும் ஆரவாரமான பெயரில் குழந்தைகள் மூன்று மணிநேரம் பெற்றோருடன் செலவிட வேண்டும் எனக் கூறுவது பொருளற்றது. கிராமங்களில் கொல்லர், தச்சர், காலணி தைப்பவர் முதலானோரின் தொழில்கள் நசிந்துவருவதால் இவர்கள் வேகமாகக் குறைந்து வருகிறார்கள்.[33] மேலும் சிறுவர்கள் செய்யும் பெரும்பாலான வேலைகள் குறிப்பிட்ட பருவத்திற்கு மட்டுமே உரியவை. ஆடுமாடு மேய்ப்பது அவர்கள் தினமும் செய்யும் வேலை. இது முழு நாள் வேலை. குறைந்தது 12 வயதான சிறுவர்களே இந்த வேலைகளில் ஈடுபடுத்தப்படுகிறார்கள்.[34] எனவே "தொழிலாளர்களுக்கான கௌரவ"த்தை இந்தத் திட்டம் மேம்படுத்தும் என்று எதிர்பார்ப்பது தவறு. சொல்லப்போனால் தங்கள் பெற்றோர் பாடுபட்டு உழைத்தும் மிகக் குறைவான வருமானத்தை மட்டுமே பெறுவதைக் காணும் குழந்தைகள் மனங்களில் கசப்புணர்ச்சி வளர்ந்து அவர்கள் கம்யூனிஸ்டுகளாக மாறிவிடும் அபாயமும் இருக்கிறது.[35]

ஷிப்டு முறை பிற இடங்களிலும் முயற்சி செய்து பார்க்கப்பட்டிருக்கிறது. ஹைதராபாத் மாநிலத்தில் அது தோல்வியுற்றதால் மூன்று ஆண்டுகளிலேயே அது கைவிடப்பட்டது. ஷிப்டு முறையில் நேரந்தவறாமை என்பது முக்கியம். ஆனால் அதை எதிர்பார்க்க முடியாது. இரண்டாவது ஷிப்டுக்கு வரும் குழந்தைகள் மிகவும் சீக்கிரமாகவே

---

31. ஜே.சி. குமரப்பா, *The Hindu*, 17 July 1953.
32. S. Natarajan, President, SITU, *The South Indian Teacher*, May 1953, p. 208.
33. Editorial, *Educational India*, July 1953, p. 22.
34. N. Kuppuswamy Iyengar, *Educational India*, November 1953, p. 154.
35. Ibid., p. 153.

பள்ளிக்கு வந்து, முதல் ஷிப்டு பாடங்களுக்குத் தொந்தரவாக இருப்பார்கள். மூன்று மணிநேரம் மட்டுமே பள்ளி நடத்துவது போதாது என்று பெற்றோர் கருதினார்கள்.[36] ஷிப்டு முறை நூறு சதவீத மாணவர் சேர்க்கைக்கு உத்தரவாதம் வழங்காது. 25 முதல் 30 சதவீதம் வரையிலான குழந்தைகளின் பெற்றோர் அவர்களைப் பள்ளியில் சேர்க்கவில்லை என்பது மைசூரிலும் ராஜஸ்தானிலும் கிடைத்த அனுபவம்.[37]

குழந்தைகளைத் தங்கள் தொழிலில் முழுநேரமும் பயன்படுத்திக்கொள்ள விரும்பிய பெற்றோர் தங்கள் குழந்தையை மதிய வகுப்புகளுக்கு அனுப்பத் தவறியதால் மாணவர் வருகை மிகவும் குறைவாக இருந்தது. இது ஆசிரியர்களின் ஊக்கத்தைக் குறைத்தது.[38]

ராஜாஜியின் திட்டம் யுனெஸ்கோவின் பரிந்துரைக்கு முரணாக அமைந்திருந்தது. தொடக்கக் கல்வி என்பது ஐந்து ஆண்டுகள், ஆண்டுக்கு 200 நாள், தினமும் 5 மணிநேரம் என்பது யுனெஸ்கோவின் பரிந்துரை.[39]

கல்வியாளர்கள் சிலர் கல்வி என்னும் வரையறையைத் தாண்டி, இந்தத் திட்டம் தன்னுள் கொண்டிருந்த சமூக-பொருளாதாரக் கோட்பாடுகளை விமர்சித்தார்கள்.

மேல்தட்டு வகுப்பினரின் குழந்தைகளைப் போலவே தங்கள் குழந்தைகளும் கல்வி பெற வேண்டும் என்றே கிராமப்புறத் தொழிலாளர்களும் விரும்புகிறார்கள். அவர்களுடைய விழைவு களைப் பெரிய மனிதர்கள் தங்கள் விருப்பப்படிக் கையாள முடியாது. அவர்களுடைய கொள்கைகளை முடக்கவோ சுருக்கவோ முடியாது. இந்தத் திட்டம் உணர்த்தும் பாரம்பரிய மான பங்களிப்பு என்பதை அவர்கள் ஏற்க மாட்டார்கள். நடப்பிலுள்ள சமூகக் கட்டுமானத்தைக் குலைப்பது ராஜாஜியைப் பொறுத்தவரை பைத்தியக்காரத்தனமாக இருக்கலாம். ஆனால் எந்தப் பிரிவினருக்கு நன்மை செய்ய முனைகிறதோ அந்தப் பிரிவினரே இந்தத் திட்டத்தைக் கடுமையாக எதிர்ப்பார்கள்.[40]

உடலுழைப்பில் ஈடுபடும் கிராமவாசிகளுக்கு மறுக்கப்படும் நன்மைகளை அரசு ஊழியர்கள் அனுபவிக்கும்போது தாங்களும்

---

36. சையத் அலி, பொதுக் கல்வித்துறை முன்னாள் இயக்குநர், ஹைதராபாத், *Educational India*, October 1953, pp. 104–5.
37. கே.யு. கினி, என். வெங்கடாசல அய்யங்கார், திருநெல்வேலி ஆசிரியர் சங்கம், *Educational India*, September 1953 and April 1954.
38. என். வெங்கடாசல அய்யங்கார், திருநெல்வேலி ஆசிரியர் சங்கம், *The South Indian Teacher*, October 1953, p. 404.
39. Srinivasa Iyengar, *On Education and Educationists*, p. 139.
40. Ibid., p. 132.

அரசு ஊழியர்களாக வேண்டும் என்று மக்கள் விரும்புவதில் என்ன தவறு என்று என். குப்புஸ்வாமி அய்யங்கார் கேள்வி எழுப்பினார். கிராமக் குழந்தைகளை விலக்குவதன் மூலம் இந்தத் திட்டம் வெள்ளைக் காலர் பணிகளுக்கான போட்டியைக் குறைக்க முயல்கிறது என்பதும் அவருடைய குற்றச்சாட்டு.[41]

குழந்தைகள் பள்ளிக்கு வராததற்கான காரணங்கள்: 1. பள்ளிகள் தொலைவில் இருப்பது, போதிய போக்குவரத்து வசதி இல்லாதது, 2. பலகைகளையும் புத்தகங்களையும்கூட வாங்கிக்கொடுக்க முடியாத பெற்றோரின் வறுமை, 3. மோசமான வாழ்க்கைத் தரத்தால் விளையும் விரக்தியும் அலட்சியமும்.

ஆனால் 25000 கிராமப் பள்ளிகளுக்குத் தங்கள் குழந்தைகளை அனுப்பும் 17 லட்சம் குடும்பங்களில் 15.5 லட்சம் குடும்பங்கள் தொழிலில் ஈடுபடுபவை. பெற்றோர் தங்கள் தொழிலில் உதவியாக இருக்கட்டுமே என்று குழந்தைகளைப் பள்ளிக்கு அனுப்புவதில்லை என்னும் வாதம் தவறு என இந்தப் புள்ளிவிவரம் நிரூபிக்கிறது.[42]

ராஜாஜியின் திட்டம் 6–11 வயதுக் குழந்தைகள் தொழில் பயிற்சி பெற வேண்டும் என்கிறது. இது வேலையின்மைப் பிரச்சினையைத் தீர்க்க உதவாது. பாரம்பரியத் தொழில்களிலோ பிற தொழில்களிலோ வேலை வாய்ப்பு என்பது கிராமப்புற மக்களின் விழைவுகள், 14–18 வயது காலகட்டத்தில் பெறும் தொழில் பயிற்சி, சமூக–பொருளாதார வளர்ச்சி ஆகியவற்றால் தீர்மானிக்கப்படுகிறது.[43]

இவ்வாறாக, தாராளவாதக் கல்வியாளர்கள் இந்தத் திட்டத்தைக் கல்விரீதியாக பலவீனமானது, பிற்போக்கானது என்று கடுமையாகச் சாடினார்கள். இந்தத் திட்டம் எழுத்தறிவைப் புகட்டுவது என்பதோடு தொடக்கக் கல்வியின் நோக்கத்தைக் குறுக்கிவிட்டதாகத் தென்னிந்திய ஆசிரியர் சங்கம் விமர்சித்தது. மாணவருக்குச் சமூக நடத்தையைக் கற்றுக் கொடுப்பது, உடலுழைப்புத் திறன்களை வளர்ப்பது ஆகிய பொறுப்புகளை இது முழுக்கமுழுக்கப் பெற்றோரிடமே விட்டுவிடுகிறது. முடிந்தவரையிலும் முழுமையான கல்வியை எல்லாக் குழந்தைகளுக்கும் கொடுப்பதும் வறுமையினாலோ பெற்றோரின் திறமைக் குறைவினாலோ எந்தக் குழந்தையின் கல்வியும் எந்த விதத்திலும் குறுகிவிடக் கூடாது என்பதை உறுதிசெய்வதும் ஜனநாயக அரசின் பொறுப்புகள்.[44]

---

41. *Educational India*, November 1953.
42. *The South Indian Teacher*, June 1953.
43. Srinivasa Iyengar, *On Education and Educationists*, p. 140.
44. *The South Indian Teacher*, June 1953, p. 362.

தென்னார்க்காடு மாவட்ட ஆசிரியர் சங்கத்தின் தலைவர் எழுப்பிய கோரிக்கையிலிருந்து கல்வியாளர்களிடையே இருந்த கோபத்தைப் புரிந்துகொள்ளலாம். கல்வித் துறையை வல்லுநர்கள் குழுவின் பொறுப்பில் ஒப்படைக்க வேண்டும் என்பதே அந்தக் கோரிக்கை. கல்விமுறையில் மேற்கொள்ள வேண்டிய மாற்றங்கள் கல்வியாளர்களின் வேலைதானே தவிர, ஆட்சியாளருடையது அல்ல என்று சரஸ்வதி ஸ்ரீநிவாசன் கூறினார்.[45] ராஜாஜியின் திட்டம் எந்தச் சாதியினரின் நலன்களுக் கானது என்று குற்றம் சாட்டப்பட்டதோ அந்தச் சாதியினரே இந்தத் திட்டத்தை விமர்சித்தவர்களில் பெரும்பான்மையினர் என்பதை இங்கே குறிப்பிட வேண்டும்.

ஆதரித்த கல்வியாளர்கள்

கல்வியாளர்கள் அனைவரும் திட்டத்தை எதிர்த்தார்கள் என்று சொல்லிவிட முடியாது. சிலர் ஆதரிக்கவும் செய்தார்கள். இத்திட்டம் கல்வியைப் பரவலாக்கும் என்று கருதிச் சிலர் ஆதரித்தார்கள். பள்ளிக்கு வெளியே தொழில் கற்றுக்கொள்வது தொழிலாளர்கள் மீதான மதிப்பை மாணவர்கள் மனத்தில் வளர்க்கும் என்றும் சிலர் கருதினார்கள்.

அரசுக்கான கல்வி ஆலோசகராக அப்போது நியமிக்கப்பட்டிருந்த ஜி. ராமச்சந்திரன் அச்சிட்டு வினியோகிப்பதற்காகத் ‘தொடக்கப் பள்ளிகள் இருந்த நிலை’ என்னும் தலைப்பில் ஒரு குறிப்பைத் தயாரித்தார். 50 சதவீதத்திற்கும் மேற்பட்ட குழந்தைகள் பள்ளிக்கூடத்தில் சேரவில்லை என அந்தக் குறிப்பு சுட்டிக்காட்டியது. சேர்ந்தவர்களிலும் 62சதவீதம் பேர் பள்ளிக்கு வருவதில்லை. “எந்த நாடும் இதைச் சிறிது காலத்திற்குக்கூடத்” தாங்கிக்கொள்ள முடியாது. இத்துடன் ஆசிரியர்களின் போதாமையும் – “38000 தொடக்கப் பள்ளிகளில் பெரும்பாலானவற்றில் எத்தனை வகுப்புகள் இருக்கின்றனவோ அத்தனை ஆசிரியர்கள்கூட இல்லை” – சேர்ந்து, “ஆசிரியர்களின் கஷ்டத்தை அதிகரிக்கச் செய்துள்ளன. குழந்தைகளின் மீது போதிய கவனம் செலுத்தப்படுவதில்லை. இவற்றின் விளைவாக எல்லா இடங்களிலும் திறமையின்மை நிலவுகிறது”. இதைவிட முக்கியமாக, பள்ளிக்கூடத்தில் நீண்டநேரம் இருப்பது குழந்தைகளின் “உடல், மனம் ஆகியவற்றின் இயல்பான வளர்ச்சியைப் பாதித்தது” – இங்கே அவர் ராஜாஜியின் சொற்களை இரவல் வாங்கியிருந்தார் – “தூக்கக் கலக்கம், மந்த நிலை, சரிப்படுத்த முடியாத அளவுக்கான திறனின்மை” ஆகிய

45. *The South Indian Teacher*, May 1953, p. 206, and October 1953, p. 402.

வற்றை ஏற்படுத்திவிட்டன. ஏட்டுக் கல்விக்குக் கொடுக்கப்பட்ட தேவையற்ற அழுத்தம் குழந்தைகளின் மனங்களை, "எல்லா விதமான உடலுழைப்பினின்றும் விலக்கிவிட்டது. ஏதோ இத்தகைய வேலைகளுக்கும் கல்விக்கும் தொடர்பில்லை என்பதுபோல இந்தச் செயல் இருந்தது."[46]

ஆகஸ்ட் மாதத்தில் ஜி. ராமச்சந்திரன் "தொடக்கக் கல்வியின் மேம்படுத்திய திட்டம்: அபிப்பிராயங்களும் ஆலோசனைகளும்"[47] என்னும் தலைப்பில் மேலும் விரிவான அறிக்கையைத் தயாரித்தார். இதற்குப் பின்னால் கணிசமான உழைப்பு இருந்தது. ஆறு மாவட்டங்களில் சுற்றுப்பயணம் செய்து "ஆசிரியர்கள் பலர் திரண்டு வந்திருந்த கூட்டங்களில்" கலந்துகொண்டு (15000 ஆசிரியர்களைத் தாம் சந்தித்ததாகவும் இதற்கு இரண்டு மடங்கு மக்களிடம் பொதுக்கூட்டங்களில் பேசியதாகவும் அவர் கூறினார்), கல்வித் துறை அதிகாரி களைக் கலந்தாலோசித்து, ஆசிரியர் சங்கங்களில் பல்வேறு பிரதிநிதிகளையும் பொதுக்கருத்தை உருவாக்கக்கூடிய எண்ணற்ற தலைவர்களையும் சந்தித்துப் பேசி இந்த அறிக்கையை அவர் உருவாக்கியிருந்தார். "பத்திரிகை உலகின் பிரதிநிதிகளோடும் சிறந்த முறையில் ஆலோசனை" நடத்தியிருந்தார் ராமச்சந்திரன்.

இந்த அறிக்கை பின்வரும் மூன்று பகுதிகளைக் கொண்டது: இந்தத் திட்டத்தை மக்கள் எப்படிப் பார்க்கிறார்கள்? ஆசிரியர்கள் எப்படிப் பார்க்கிறார்கள்? மாணவர்கள் எப்படிப் பார்க்கிறார்கள்?

முதல் கேள்வியைப் பொருத்தவரை கிராமத்து மக்களிடம் ஏற்பட்ட முதல் அபிப்ராயம் குழப்பம்தான் என்பதில் ராமச்சந்திரனுக்கும்கூட ஐயம் இல்லை. பள்ளியில் கற்பிப்பதைக் குறைத்தால் பாடமும் குறைந்துவிடும் என்றே அவர்கள் கருதினர். தங்கள் வேலைச்சுமையைக் குறைத்துகொள்வதற்காக ஆசிரியர்கள்தாம் சதி செய்து பள்ளி நேரத்தைக் குறைத்து விட்டதாக அவர்களில் பலர் கருதினார்கள். "திருத்திய கல்வித் திட்டத்தின் நன்மைகள் குறித்தும் முக்கிய அம்சங்கள் குறித்தும் பெற்றோரிடம் யாருமே விளக்கவில்லை. எங்கெல்லாம் இது விளக்கப்பட்டதோ அங்கெல்லாம் பெரும்பாலான இடர்கள் தீர்ந்து போய்விட்டன. கிராமத்துப் பெற்றோர்கள் கூர்மையானவர்கள். தங்களுக்கு எது நல்லது என்று அவர்களுக்குத் தெரியும்" என்று ராமச்சந்திரன் குறிப்பிட்டார். ராஜாஜியின்

---

46. இந்தப் பத்தி G.O. No. 1872, Education, 4 August 1953 என்ற அரசாணையை அடிப்படையாகக் கொண்டு பதிப்பாசிரியர் எழுதியது.
47. G.O. No. 2034, Education, 29 August 1953 என்ற அரசாணையிலுள்ள ராமச்சந்திரனின் குறிப்பைப் பற்றிய இந்தப் பகுதி பதிப்பாசிரியர் எழுதியது.

அரசு பிரதான பயனுரிமையாளரான பெற்றோர்களிடம் இந்தத் திட்டம் பற்றிச் சொல்ல வேண்டியது அவசியம் என்று நினைக்கவில்லை என்பது புலப்படுகிறது.

ஆசிரியர்களின் பொதுவான போக்கு பற்றிக் கூறும்போது ராமச்சந்திரன் "சிக்கலான சித்திரத்தை" முன்வைத்தார். ஆசிரியர்களின் கட்டுப்பாட்டைப் பாராட்டிய அவர், "எல்லா இடங்களிலும் ஆசிரியர்கள் முழுமையாக ஒத்துழைக்கிறார்கள்" என்று இதற்குப் பொருள் இல்லை என்றார். ஒவ்வொரு நாளும் ஒரு மணி நேரம் கூடுதல் வேலை, ஒவ்வொரு வாரமும் கூடுதல் வேலை நாள் என்பதை அவர்களால் ஏற்க முடியவில்லை. ஒரே விஷயத்தைத் தினமும் இரண்டு முறை கற்பிப்பது குறித்து ஆசிரியர்கள் அதிருப்தி கொண்டிருந்தார்கள். "ஆசிரியர்கள் இயந்திரத்தனமாகப் பாடம் எடுக்கும்போது பாடம் எடுப்பது என்பது அவர்களையும் குழந்தைகளையும் சிரமப்படுத்துவதாகவே இருக்கும்" என்பதையும் அவர் ஒப்புக்கொள்ளத் தவறவில்லை. அவர் கவனித்த இன்னொரு அம்சம், "சில இடங்களில் ஆசிரியர்கள் 'அரசியல்மய'மாகிவிட்டார்கள். இந்தச் சூழ்நிலையைக் கையாளக் கல்வித்துறை போதிய அளவு விழிப்புடனோ, வலுவுடனோ இல்லாமல் இருக்கலாம்... மொத்தத் திட்டத்தையும் வேண்டுமென்றே கேலிக்கூத்தாக ஆக்கிவிட்ட பள்ளிகளும் இருக்கின்றன." இவ்விஷயத்தில் கூடுதல் விழிப்புணர்வு தேவை என்று ராமச்சந்திரன் கோரிக்கை வைத்தார்.

"இந்தக் கதையின் மிக சுவாரஸ்யமான பகுதி"யாகக் குழந்தைகளைக் கருதினார் ராமச்சந்திரன். முதல் மூன்று வகுப்புகளில் படிக்கும் குழந்தைகள் "புதிய திட்டத்திற்கு வலுவான ஆதரவு தெரிவித்தனர். உயர் வகுப்புகளில் படிக்கும் குழந்தைகள் பெற்றோர்கள் சிக்கிய அதே சூழலில் சிக்கியிருந்தார்கள்." புத்தகங்களை அதிகம் படிப்பதன் மூலம்தான் கல்விபெற முடியும் என அவர்கள் நம்பினார்கள். அவருடைய பார்வையில் இது "சூழலின் சோகமான அம்சம். பழைய நடைமுறையால் அதிகம் இழந்தவர்களே அதை இப்போது விரும்புகிறார்கள். எந்த மாற்றமும் அவர்களுக்குப் பிடிக்கவில்லை." எனவே, குழந்தைகளுக்கு விஷயங்களை விளக்கிச் சொல்ல வேண்டும் என்று ராமச்சந்திரன் பரிந்துரைந்தார். "பெற்றோருக்குக் குழப்பம் ஏற்படுத்துவது தவறு என்றால் குழந்தைகளைக் குழம்ப விடுவது அதைக் காட்டிலும் தவறு. என்ன நடக்கிறது என்பதைக் குழந்தைகள் தெரிந்துகொள்ள வேண்டும்" என்றார்.

தன்னுடைய முடிவுரையில், முடிவாக "நாம் நன்கு தொடங்கியிருக்கிறோம் என்பது நல்ல விஷயம்" என்றாலும்

திட்டம் வெற்றிபெற வேண்டுமென்றால் "நிறைய கடினமான உழைப்பும் எச்சரிக்கையான நடவடிக்கைகளும்" அவசியம் என்று ராமச்சந்திரன் குறிப்பிட்டார். "ஆசிரியர்களுக்கு மிகவும் கவனமாக நாள்தோறும் வழிகாட்டுதலை அளிப்பது மிகவும் அவசியம்" என்றும் அவர் கூறினார்.

திட்டத்தைத் தீவிரமாக ஆதரித்தவர் எழுதியதுதான் என்றாலும் ராமச்சந்திரனின் அறிக்கை, ராஜாஜியின் திட்டம் மேலிருந்து கீழே திணிக்கப்பட்டது என்பதையும் இதிலுள்ள பல்வேறு பயனுரிமையாளர்களை நம்பி அவர்களிடம் விவரங்களைப் பகிர்ந்துகொள்ளவில்லை என்பதைவும் தெளிவுபடுத்தியது. அதாவது, எல்லாம் தனக்கே தெரியும் என்று ராஜாஜி நினைத்தார் என்னும் செய்தியை அளிக்கிறது இந்த அறிக்கை.

சென்னை மாகாணத்தில் இரண்டாம் உலகப் போருக்குப் பிந்தைய கல்வி மறுசீரமைப்புக் குறித்து அறிக்கை தருமாறு சென்னைப் பல்கலைக்கழகம் 1944ஆம் ஆண்டில் டாக்டர் ஏ. லட்சுமணசாமி முதலியார் தலைமையில் கல்வியாளர்கள் அடங்கிய குழு ஒன்றை அமைத்தது. இந்தக் குழு ஷிப்டு முறையைப் பரிந்துரைத்தது. ஒரு ஷிப்டுக்கு நான்கு மணிநேரம் என்று இரண்டு ஷிப்டுகள் (காலை 7–11, பிற்பகல் 1–5) இருக்கலாம் என்று அது கூறியது.[48]

ஆதாரக் கல்வித் திட்டத்தின் நோக்கங்களை நிறைவேற்று வதற்கான சிறந்த அணுகுமுறையாக, அந்தத் திட்டத்திற்கு ஆக நெருக்கமானதாக ராஜாஜியின் திட்டத்தை லெப்டினண்ட் கர்னல் எஸ். பால் (கிண்டி பொறியியல் கல்லூரி முதல்வர்) கருதினார். தன்னுடைய தந்தையார் யாழ்ப்பாணத்தில் தோட்டம் ஒன்றின் மேலாளராக இருந்தபோது இதேபோன்ற திட்டத்தை அமல்படுத்தியதை அவர் நினைவுகூர்ந்தார். அங்கு உழவர்கள், மீனவர்களின் குழந்தைகளுக்காகப் பதின்மூன்று தமிழ்ப் பள்ளிகளும் ஆங்கிலப் பள்ளி ஒன்றும் நடத்தப்பட்டன. குழந்தைகள் காலை 10 முதல் மதியம் 1 வரை பள்ளிக்கு வந்தார்கள். மீதி நேரத்தை வேலை செய்யும் தங்கள் பெற்றோருடன் கழித்தார்கள். சிங்கப்பூர் நடைமுறையையும் அவர் சுட்டிக் காட்டினார். அங்கே இரண்டு 4 மணிநேர ஷிப்டு முறை அமலில் இருந்தது. மீதி நேரம் மாணவர்கள் தங்கள் பெற்றோரின் வேலைகளுக்கு உதவி செய்ய வேண்டும். இது அமெரிக்கச் சிந்தனை.[49]

---

48. *Swatantra*. [வெளியான தேதியை அறிய முடியவில்லை. — பதிப்பாசிரியர்.]
49. *Madras Information*, July 1953.

கல்வித் துறையைச் சேர்ந்த சந்தானகிருஷ்ண நாயுடு, தன்னுடைய சூழலிலிருந்து இயல்பாகவும் தன்னிச்சையாகவும் பெற்றுக்கொள்ளும் திறமைகள் விஷயத்தில் பள்ளிக்கு வரும் குழந்தை பள்ளிக்கு வராத குழந்தையைக் காட்டிலும் பின்தங்கிவிடக் கூடாது என்று ரூஸோவை மேற்கோள் காட்டிக் குறிப்பிட்டார்.[50]

இந்து சமய அறிஞரான கே.எஸ். ராமஸ்வாமி சாஸ்திரி இத்திட்டத்தை வரவேற்றார். இந்தத் திட்டம் திறமையில் சமரசம் செய்துகொள்ளாமல் அனைவருக்கும் கல்வி என்னும் கனவை யதார்த்தத்தின் எல்லைகளுக்குள் கொண்டுவருவதாகவும் அவர் குறிப்பிட்டார்.[51] கல்வியை வாழ்க்கை, வாழ்வாதாரம் ஆகியவற்றின் யதார்த்தத்துடன் அவர் தொடர்புபடுத்தினார்.

தூத்துக்குடி வ.உ.சி. கல்லூரியின முதல்வரும் கவிஞரும் அறிஞருமானஅ. சீநிவாசராகவன் தொழில்சார்ந்த மனநிலையை இந்தத் திட்டம் வளர்க்கிறது என்றார்.[52] பேராசிரியர் என்.வி. காட்கில்,[53] பேராசிரியர் எம். வெங்கடரங்கய்யா,[54] ஹெச்.டி. ராஜா,[55] கே.சி. சிவசாமி,[56] டாக்டர் முத்துலட்சுமி ரெட்டி[57] ஆகிய முக்கியப் பிரமுகர்களும் திட்டத்தை ஆதரித்தார்கள்.

நீதியியல் விமர்சனம்

ராஜாஜியின் திட்டம் குழந்தைகள் உரிமைகள் குறித்த சர்வதேச உரிமைகளின் மரபுகளை மீறுவதாக வி.கே. ஜான், சி.பா. ஆதித்தன், ரங்கய்யா ஆகியோர் சுட்டிக் காட்டினார்கள். வேலையில் ஈடுபடுவதன் மூலம் திறமையைப் பெற்றுக் கொள்வதற்கும் உற்பத்திக்கான வேலையைச் செய்வதற்கும் இடையிலான வேறுபாட்டைத் திட்டவட்டமாக வரையறுக்க முடியாது என்று அவர்கள் கூறினார்கள். குழந்தை வேலைக்குப் போக வேண்டியிருக்கும். அது குழந்தையின் உடல்நலத்திற்கு நல்லதல்ல. அதன் வயதுக்கும் பொருத்தமானதல்ல. இந்தத் திட்டம் குழந்தைத் தொழிலாளர் முறையை மறைமுகமாக அங்கீகரிக்கிறது. 14 வயதிற்குட்பட்ட குழந்தைகள் வேலைக்குச்

---

50. *Madras Information*, September 1953.
51. *The South Indian Teacher*, October 1953.
52. Ibid.
53. *The Hindu*, 7 June 1953.
54. *The Hindu*, 3 June 1953.
55. *The Hindu*, 10 July 1953.
56. *The Hindu*, 21 July 1953.
57. *The Hindu*, 29 July 1953.

செல்வதைத் தடுக்கும் அரசியல் சட்டத்தின் பிரிவு 24இன் உணர்வுக்கு முரணானது.[58]

இந்தத் திட்டம் கிராமப்புறங்களில் அமல்படுத்தப்படு கிறதோ இல்லையோ, அங்குள்ள யதார்த்தமான குழந்தைத் தொழிலாளர் முறையை ஏற்றுக்கொள்கிறது என்பது அவர்களுடைய பார்வை. மேலும் 14 வயதுக்குட்பட்டவர்கள் பொது அல்லது தனியார் வேளாண் பணிகளில் பணியாளராக இருப்பது அல்லது வேலை செய்வது (குறைந்தபட்ச வயது (வேளாண்மை) உடன்பாடு 1921 (Minimum Age (Agriculture) Convention, 1921) சட்டத்தின்படி தடைசெய்யப்பட்டுள்ளது. எனினும் குறிப்பிட்ட கட்டுப்பாடுகளுக்கு உட்பட்டுத் தொழிற்கல்வி நோக்கங்களுக்காகக் குழந்தைகளை வேலைக்கு அமர்த்தலாம்.[59] இவ்வாறாகக் குழந்தைகளின் பள்ளிக் கல்வி பாதிக்காத வகையில் குழந்தைத் தொழிலாளர்கள் வேலை செய்வதைச் சர்வதேசப் பணியாளர் அமைப்பு (International Labour Organization - ILO) அனுமதித்தது (இந்தியா இதை அங்கீகரிக்கவில்லை).

குழந்தைகள் வேலைக்குப் போவதற்கான அடிப்படைக் காரணம் குடும்பத்தின் வறுமையே. வறுமையை ஒழிக்கும்வரை குழந்தைத் தொழிலாளர் முறை நீடிக்கும். வறுமையை ஒழிக்கத் தீவிரமான சமூக – பொருளாதார மாற்றங்களை மேற்கொள்ள வேண்டும். அதுவரை வறுமையில் உள்ள குழந்தை பகுதி நேரமாவது பள்ளிக்குச் செல்லும் வாய்ப்பை எதிர்நோக்கும். அந்தக் குழந்தைக்கு அந்த வாய்ப்பை வழங்குவதற்கு அரசு முயற்சி செய்ய வேண்டும். முன்பே குறிப்பிட்டபடி இது ஒரு நூற்றாண்டுக்கு முன்பே இங்கிலாந்தில் அங்கீகரிக்கப்பட்டது. அந்தத் திட்டத்தின்படி முதல் இரு வகுப்புகளில் படிக்கும் குழந்தைகள் வேலையைக் கவனித்தால் மட்டும் போதும்; வேலை செய்ய வேண்டாம். உயர் வகுப்புகளில் படிக்கும் குழந்தைகள் பயிற்சியில் ஈடுபடுவார்கள்.

அரசியல் கட்சிகள்

அரசியல் கட்சிகளின் தொடக்கக் கட்ட எதிர்வினை ஊடகங்கள், பொதுக்கூட்டங்கள் மூலம் வெளிப்பட்டது. திராவிடர் கழகமும் (திக) திராவிட முன்னேற்றக் கழகமும் (திமுக) களத்தில் இறங்கிய பிறகு அது போராட்ட வடிவத்தை

---

58. Ibid.
59. Quoted in M.L. Pandhe (ed.), *Child Labour in India*, p. 17.

எடுத்தது. சட்டமன்றத்தில் நடைபெற்ற விவாதத்திற்குப் பிறகு இந்தத் திட்டம் மாபெரும் அரசியல் பிரச்சினையாக உருவெடுத்தது. சென்னை மாநிலம் பிரிக்கப்பட்டு, பாருலேகர் குழு அறிக்கை சமர்ப்பிக்கப்பட்ட பிறகு இந்தப் பிரச்சினை யின் அரசியலாக்கம் இரண்டாம் கட்டத்தை எட்டியது. கல்விக் கோட்பாடுகள், நடைமுறை ஆகியவை குறித்துக் கல்வியாளர்களிடையே நிலவிய முரண்பாடுகளை இந்த அறிக்கை மேலும் கிளறிவிட்டது. ஆனால் அதற்குள்ளாக, ராஜாஜிக்கு எதிரான அரசியல் போராட்டம் இதர பிரச்சினை களைப் பின்னுக்குத் தள்ளிவிட்டது.

இந்தப் பகுதி முதல் கட்ட விமர்சனங்களின் மீது மட்டும் கவனம் செலுத்துகிறது. பல்வேறு அரசியல் குழுக்கள் முன்வைத்த விமர்சனங்களுக்கு அடிப்படையாக இருந்த கல்வி, சமூக – பொருளாதாரக் கோட்பாடுகள் குறித்து இங்கே விவாதிக்கப்படுகிறது.

முதலில் எதிர்த்தது பெரியார் ஈ.வெ. ராமசாமியின் தலைமையிலான திக ஆகும். அக்கட்சியின் நாளிதழான ‘விடுதலை’, இந்தத் திட்டத்தின அபாயம் குறித்து எச்சரிக்கை செய்து சேலம் திராவிட ஆசிரியர் சங்கத்தின் செயலாளர் ஏ. வையாபுரி எழுதிய கடிதத்தைப் பிரசுரித்தது.[60]

விருதுநகரில் ராஜாராம் நாயுடு ஆற்றிய உரையை ‘விடுதலை’ விரைவிலேயே பிரசுரம் செய்தது. கல்விமுறையில் “புரட்சிகரமான” மாற்றங்களைக் கொண்டுவர ராஜாஜி ஆலோசித்துவருவதாகக் குறிப்பிடும் திட்டம் வெளியிடப் பட்ட பிறகு, அது குறித்துப் பல்வேறு தரப்புகளிலிருந்தும் வந்த விமர்சனங்களை ‘விடுதலை’ விரிவான முறையில் பதிவு செய்தது.[61] ‘வர்ணாசிரமக் கல்வித் திட்டம்’ என்றும் ‘குலக்கல்வித் திட்டம்’ என்றும் ராஜாஜியின் திட்டம் விமர்சிக்கப்பட்டது. ‘குலக்கல்வித் திட்டம்’ என்னும் பெயர் திட்டத்தின் மீது அழுத்தமாக ஒட்டிக்கொண்டது. திருச்சி வட்டத் திராவிட விவசாயத் தொழிலாளர் மாநாடு இத்திட்டத்திற்கு எதிராகத் தீர்மானம் நிறைவேற்றியது. இந்த மாநாட்டில் பெரியாரும் கலந்துகொண்டார்.[62] இந்தத் திட்டம் சாதி அமைப்பு நீடித்திருக்க வழிவகுக்கும் என்றும் தாழ்ந்த நிலையில் உள்ள சாதியினர் பிற தொழில்களை மேற்கொள்வதற்கான வாய்ப்பை மறுக்கும் என்றும் வாதிடப்பட்டது. பிராமணர்

60. *விடுதலை*, 7 ஏப்ரல் 1953.
61. *விடுதலை*, 13 ஏப்ரல் 1953.
62. *விடுதலை*, 21 ஏப்ரல் 1953.

அல்லாதவர்களைக் கீழான நிலையிலேயே வைத்திருப்பதற்காகப் பிராமணர்கள் செய்யும் சதி இது. ராஜாஜி எப்போதுமே பிராமணரின் நலன்களுக்கு ஆதரவாகவும் பிராமணர் அல்லாதாரின் நலன்களுக்கு எதிராகவும் செயல்பட்டுவருபவர் என்றும் விமர்சிக்கப்பட்டது.

ராஜாஜி முதல்வராக இருந்த 1937–39, 1952–54 ஆகிய இரண்டு ஆட்சிக் காலங்களிலும் பிராமணர் அல்லாதோருக்கு எதிராக அவர் மேற்கொண்ட நடவடிக்கைகளைப் பெரியார் பட்டியலிட்டார். 1937–39இல் கல்வி வரியைக் குறைத்த நடவடிக்கையும் அந்த நீளமான பட்டியலில் இடம்பெற்றிருந்தது. கல்வி வரியைக் குறைத்ததன் மூலம் மாவட்ட வாரியங்கள் பள்ளிக்கூடங்களை நடத்துவதற்கான நிதி ஆதாரம் குறைந்தது. 60க்கும் குறைவான மாணவர்களைக் கொண்ட உயர்நிலைப் பள்ளிகளை மூடுவது என்ற முடிவு, வனக் கல்லூரியை மூடியது, "கட்டுப்படி ஆகாத" தொடக்கப் பள்ளிகளை மூடியது (1937–39இல் 2500, 1952–54இல் 6000), பட்டியல் சாதிகளிலிருந்து கிறிஸ்தவத்திற்கு மாறியவர்களுக்கான கல்விச் சலுகைகளை ரத்துசெய்தது, ஆதாரக் கல்வித் திட்டத்தை அறிமுகப் படுத்தியது, கடைசியாகக் குலக்கல்வித் திட்டம் என்று நீண்டது அந்தப் பட்டியல்.[63] சாதியுணர்வு கொண்ட ராஜாஜி பிராமணர் அல்லாதாருக்கு எதிராகத் தொடர்ந்து கடைப்பிடித்துவந்த கொள்கையின் பிரிக்க முடியாத பகுதிதான் குலக்கல்வித் திட்டம் என்றார் பெரியார். ராஜாஜியின் மனத்துக்கு மிகவும் நெருக்கமான வருணாசிரம தர்மத்தின் அடிப்படையில்தான் இந்தத் திட்டம் அமைந்துள்ளது என்னும் திகவின் கருத்தைத் திமுகவும் முன்வைத்தது. உயர் சாதியினரின், குறிப்பாகப் பிராமணர்களின் உரிமைகளை நீடித்திருக்கச் செய்வதே இத்திட்டத்தின் நோக்கம் என்று கூறியது.[64]

கிராமச் சமுதாயத்தில் நிலவும் சூழ்நிலையைக் கட்டிக் காப்பதற்கான இழி முயற்சி என்று அப்போதைய பிரதான எதிர்க்கட்சியான இந்தியப் பொதுவுடைமைக் கட்சி இத்திட்டத்தைக் கண்டித்தது. குழந்தைகளை அவர்களுடைய முன்னோர்களின் தொழில்களையே செய்யுமாறு நிர்ப்பந்திப்பதன் மூலம் தற்போதைய சமூக – பொருளாதாரச் சூழலைக் காப்பாற்ற இத்திட்டம் முயல்கிறது. ஏழை மக்கள் போதிய கல்வி பெற்று பிறருடைய வசத்தில் இருந்த வேலை வாய்ப்புகளைக் கோராமல் இருப்பதை இத்திட்டம் உறுதி செய்கிறது என்றும் அக்கட்சி கூறியது. கம்யூனிஸ்டுகள் ராஜாஜிக்குச் சாதிய

63. பெரியார், *ஆச்சாரியார் ஆட்சியின் கொடுமைகள்.*
64. *மன்றம்*, ஜுலை1953.

நோக்கம் கற்பிக்கவில்லை. ஆனால் நாட்டைத் தொழில் யுகத்துக்கு முந்தைய காலத்துக்கு எடுத்துச் செல்ல முயல்வதால் இது பிற்போக்குத்தனமான திட்டம் என்று அவர்கள் கூறினார்கள்.

சமூக – பொருளாதாரம் சார்ந்த காரணிகளால் கிராமத்து வாழ்க்கை முறை படிப்படியாகச் சிதைந்துவருகிறது. நாட்டின் பொருளாதார அமைப்பின் அடிப்படையிலேயே மாற்றத்தைக் கொண்டுவந்தால்தான் இதைத் தடுக்க முடியும். கல்வித் திட்டத்தின் மூலம் இதை எப்படிச் செய்ய முடியும் என்று கம்யூனிஸ்டுகள் கேள்வி எழுப்பினார்கள். பெற்றோரின் வறுமைதான் ஏழைக் குழந்தைகள் பள்ளிக்கு வர விடாமல் தடுக்கிறது, அதற்குத்தான் முதலில் தீர்வுகாண வேண்டும்.[65] நிலப்பிரபுத்துவ – காலனிய அமைப்பை ஆரோக்கியமான, தேசிய அளவிலான, சுயேச்சையான, சமூக அளவில் திட்டமிட்ட உற்பத்தித் திறனை மையமாகக் கொண்ட நவீன பொருளாதாரத்தால் பதிலீடு செய்ய வேண்டும் என்பதே காலத்தின் தேவை. கல்வி என்பது அறிவியலை அடிப்படையாகக் கொண்டதாகவும் அறிவியல் முனைப்புக் கொண்டதாகவும் இருக்க வேண்டும்.[66] இந்தத் திட்டம் ஆசிரியர்களின் வேலைச் சுமையை அதிகரித்திருப்பதாகவும் கம்யூனிஸ்டுகள் கூறினார்கள். கல்வியைப் பரவலாக்குவதில் அரசு உண்மையிலேயே நேர்மையாக இருந்திருந்தால் அது அதிக ஆசிரியர்களை நியமித்திருக்கும். அத்துடன் ஆசிரியரின் பணிச் சூழலையும் மேம்படுத்தியிருக்கும்.[67]

டாக்டர் கே.பி. மேனனைத் தன் சட்டமன்றக் கட்சித் தலைவராகக் கொண்ட இந்திய சோஷலிசக் கட்சியும் இத்திட்டத்தை எதிர்த்தது. தொழிலாளரின் கௌரவம் என்பது குறிப்பிட்ட சமூக, பொருளாதாரச் சூழ்நிலைகளிலிருந்து உருவாவது. பொருத்தமான சூழல்களை உருவாக்காமல் எப்படிப்பட்ட கல்வியாலும் இதைச் சாதித்துவிட முடியாது.[68] கட்சி நிறைவேற்றிய தீர்மானம் ஒன்று இத்திட்டத்தைத் தொழிலாளர்களுக்கும் விவசாயிகளுக்கும் விரோதமானது என்று கண்டித்து, திட்டத்தை உடனடியாக ரத்து செய்யுமாறு கேட்டுக்கொண்டது.[69]

எதிர்க்கட்சிகள் கூட்டணியான ஐக்கிய ஜனநாயக முன்னணியின் இதர உறுப்பினர்கள், குறிப்பாகத் தமிழ்நாடு

---

65. டி. நாகிரெட்டி, எம். கல்யாணசுந்தரம் ஆகியோரின் உரைகள், *Madras Legislative Assembly Debates*, vol. IX, 29 July 1953, pp. 1724 and 1728.
66. பி. ராமமூர்த்தி *Madras Legislative Assembly Debates*, vol. IX, 15 July 1953, pp. 145–7.
67. எம். கல்யாணசுந்தரம் *Madras Legislative Assembly Debates*, 29 July 1953, pp. 1725–9.
68. *Madras Legislative Assembly Debates*, 29 July 1953. Also, *Swatantra*, 13 June 1953, pp. 46–7.
69. *திராவிட நாடு*, 1953, ஜூலை 26.

உழைப்பாளர் கட்சியும் இத்திட்டத்தைக் கடுமையாக எதிர்த்தனர். சுரண்டலிலிருந்தும் தார்மிக ரீதியாகவும் பொருள் சார்ந்தும் கைவிடப்படுவதிலிருந்தும் குழந்தைகளுக்குக் கிடைக்கும் அரசியல் சட்ட ரீதியான (பிரிவு 39) பாதுகாப்பை இத்திட்டம் மீறுகிறது என்று தமிழ்நாடு உழைப்பாளர் கட்சியைச் சேர்ந்த அ. கோவிந்தசாமி நாயகர் சுட்டிக்காட்டினார்.[70] குழந்தைகள் ஏற்கெனவே பெற்றோருடன் 19 மணிநேரத்தைச் செலவிடுகிறார்கள். மேலும் இரண்டு மணிநேரம் பெற்றோருடன் செலவிடுவதால் என்ன மாற்றம் வந்துவிடப்போகிறது என்று எஸ்.சி.சி அந்தோணி பிள்ளை கேள்வி எழுப்பினார். இந்த 19 மணிநேரத்தால் வராத எந்த மாற்றம் உபரியான இந்த இரண்டு மணிநேரத்தால் வந்துவிடப்போகிறது என்றும் அவர் கேட்டார்.[71] இது இலக்கற்ற திட்டம் என்றார் தென்னட்டி விஸ்வநாதம்.[72] ஒடுக்கப்பட்ட சாதிகளைச் சேர்ந்த குழந்தைகள் இந்தத் திட்டத்தால் ஆடுமாடு மேய்ப்பவர்களாகவே இருப்பார்கள் என்பதால் அவர்கள் இதனால் கடுமையாகப் பாதிக்கப்படுவார்கள் என்று எஸ்.பி. தங்கவேலு, ஏ. ரத்தினம், எம். தர்மலிங்கம் ஆகிய பட்டியல் இனப் பிரிவைச் சேர்ந்த சட்டமன்ற உறுப்பினர்களும் அச்சம் தெரிவித்தார்கள்.[73] கல்வி ரீதியாக உண்மையிலேயே வலிமையான திட்டம் என்றால் ஏன் நகர்ப்புறங்களில் இதை நடைமுறைப்படுத்தவில்லை என்று வி.ஆர். நாகராஜன் கேள்வி எழுப்பினார்.[74]

ஆளுங்கட்சியான காங்கிரசும் இவ்விஷயத்தில் பிளவுபட்டு நின்றது. கட்சித் தலைவரான காமராசர் முதலிலிருந்தே இந்தத் திட்டத்தை எதிர்த்தார். நிதி நெருக்கடியைப் பூசி மறைப்பதற்கான சந்தர்ப்பவாதம் என்றே அவர் இதைக்கருதினார்.[75] காங்கிரசுக்கு எதிரான சக்திகள் இந்தப் பிரச்சினையைப் பயன்படுத்திக்கொள்வதை உணர்ந்த அவர் (உள்கட்சி) நடவடிக்கைகளோடு தம் எதிர்ப்பை நிறுத்திக்கொண்டார். ஓமந்தூர் பி. ராமசாமி ரெட்டியாரின் ஆட்சிக் காலத்தில்தான் ஷிப்டு முறை விருப்பத் தேர்வின் அடிப்படையில் பள்ளிகளில் அறிமுகப்படுத்தப்பட்டது. கிராமப்புற வேலையின்மையும் வறுமையும் தீவிரமாக இருப்பதால் இத்திட்டத்தைச் செயல் படுத்த முடியாது என்று அவர் சுட்டிக்காட்டினார்.[76]

---

70. *Madras Legislative Assembly Debates*, 29 July 1953, vol. IX.
71. Ibid., pp. 1705–7.
72. Ibid., pp. 1713–14.
73. Ibid., pp. 1715–16; 1717–18; 1718–19.
74. Ibid.
75. *The Hindu*, 21 June 1953.
76. *The Hindu*, 19 June 1953.

டி. செங்கல்வராயன், முன்னாள் முதல்வர் டாக்டர் ப. சுப்பராயன், முன்னாள் கல்வி அமைச்சர் தி.சு. அவினாசிலிங்கம் ஆகியோரும் இதே போன்ற கருத்துக்களை வெளியிட்டார்கள்.[77] 12 ஆண்டுகள் தொடக்கப் பள்ளி ஆசிரியராக இருந்த காங்கிரஸ் சட்டமன்ற உறுப்பினர் ஆர்.எஸ். ஆறுமுகம் சட்டமன்றத்தில் திட்டத்தை எதிர்த்துப் பேசினார். ஒரு குடும்பத்தின் குழந்தைகள் பள்ளிக்கூடத்திற்கு ஒன்றாகப் போய்வரும் பழக்கம் கொண்டவர்கள். ஷிப்டு முறை இவர்களுக்குப் பெரிய அசவுகரியமாக இருக்கும் என்று சுட்டிக் காட்டினார்.[78]

காங்கிரஸ் சட்டமன்ற உறுப்பினர்களிடமிருந்து ராஜாஜியின் திட்டத்திற்கு வந்த எதிர்ப்பு மிகவும் வலுவாக இருந்ததால், எதிர்க்கட்சிகளின் தீர்மானத்தை எதிர்த்து வாக்களிக்க வேண்டும் என்று காங்கிரஸ் சட்டமன்றக் கட்சியின் கொறடா 1953 ஜூலை 29 அன்று உத்தரவிட வேண்டியிருந்தது. வாக்களிப்பை முன்னிட்டுக் காங்கிரஸ் சட்டமன்ற உறுப்பினர்களின் கூட்டத்தில் ஜி. ராமச்சந்திரன் பேசினார். திட்டத்தின் நன்மைகளை மிகவும் மெனக்கெட்டு நியாயப்படுத்தினார். ஆனால் அது எவரையும் ஈர்க்கவில்லை. அரசைக் காப்பாற்ற வேண்டும் என்னும் அரசியல் நெருக்கடி மட்டுமே திட்டத்திற்கு ஆதரவளிக்கக் கட்சியை நிர்ப்பந்தித்தது.[79]

அரசுத் தரப்பு வாதங்கள்

பல்வேறு மாறுபட்ட சக்திகளிடமிருந்து வந்த கூட்டுத் தாக்குதல்களிலிருந்து தற்காத்துக்கொள்ள ராஜாஜி கடுமையாகப் போராடினார். பணிநீக்கம் எதுவும் இருக்காது என்னும் உறுதிமொழியை ஆசிரியர்களுக்கு அளித்தார்.[80] அவர்களுடைய வேலைச்சுமை குறையும் என்று சொன்னார். குறிப்பாக, ஓராசிரியர் பள்ளிகளில் ஒரே சமயத்தில் இரண்டு வகுப்புகளைக்

77. ஆர்.எஸ். ஆறுமுகத்தின் உரை *Madras Legislative Assembly Debates*, vol. IX, 29 July 1953, p. 1720–21.

78. *Madras Legislative Assembly Debates*, 1953, vol. IX, p. 1720. மாற்றுத் திட்டம் ஒன்றைத் தமிழகக் காங்கிரஸ் முன்வைத்ததாக ஆர்.எஸ். ஆறுமுகம் குறிப்பிட்டார். காங்கிரசின் எதிரிகள் இந்தத் திட்டத்தைப் பயன்படுத்திக்கொள்வதாகவும், ஆதாரக் கல்வியை அறிமுகம் செய்வதற்கான வசதிகள் உருவாவது வரையிலும் ஷிப்டு முறையைக் கைக்கொள்ளலாம் என்றும் கூறிய காங்கிரஸ் கமிட்டியின் தீர்மானத்தை அவர் குறிப்பிட்டிருக்கக்கூடும். ஆசிரியர்களின மனக்குறைகளைத் தீர்க்குமாறும் கமிட்டி அரசைக் கேட்டுக்கொண்டது. (காங்கிரஸ் நிர்வாகக் குழுக் கூட்டம், காங்கிரஸ் அலுவலகம், தேனாம்பேட்டை)

79. *The Hindu*, 28 July 1953.

80. சி. சுப்பிரமணியம், *Madras Legislative Assembly Debates*, 1954, vol. XIII, p. 1154.

கையாளும் ஆசிரியர்கள் இனி அப்படிச் செய்ய வேண்டியிருக்காது, ஷிப்டுக்கு ஒரு வகுப்பு எடுத்தால் போதும் என்றார்.[81]

பள்ளிக்கு வெளியில் கற்கும் திட்டத்தில் ராஜாஜி சலுகையை அறிவித்தார். விருப்பமிருந்தால் மட்டுமே இதைப் பயன்படுத்திக்கொள்ளலாம் என்றார். தற்போது சமூகத்தின் ஒரு பிரிவினரே கல்வி பெறுகிறார்கள். இந்தத் திட்டத்தால் ஒவ்வொரு மாணவரும் கல்வியறிவு பெறுகிறாரா, மேலும் பலர் பயனடைகிறார்களா என்பதுதான் திட்டத்தை மதிப்பிடும் அளவுகோலாக இருக்க வேண்டும் என்று அவர் தன்னுடைய நிலைப்பாட்டிலிருந்து மேலும் இறங்கி வந்து வாதிட்டார். பள்ளிக்கு வெளியே தொழில் பயிற்சி பெறுவதுதான் இந்தத் திட்டத்தின் மாபெரும் பயன் என்றும், அனைவருக்குமான கல்வி என்பது இதன் விளைவாகத் தானாகவே உருவாகக்கூடியது என்றும் சொல்லிவந்த நிலைப்பாட்டிலிருந்து அவர் விலகி, திட்டத்தின் முக்கிய அம்சம் பள்ளி நேரத்தைக் குறைப்பதுதான் என்றார். கிராமப்புறத் தொழிலாளர்களைப் பயன்படுத்திக் கொள்வதையும் அவர் நியாயப்படுத்தினார். ஆதாரக் கல்வி முறையில் பயிற்சி பெற்ற ஆசிரியர்களுக்கு முனைப்பு, ஆர்வம், சிரத்தை ஆகியவை இல்லை என்று டாக்டர் ஜாகிர் உசேன் ராஜாஜிக்கு எழுதிய கடிதத்தில் ஒப்புக்கொண்டிருந்தார். கிராமப்புறக் கைவினைஞர்களைக் கல்விப் பணியில் ஈடுபட ஒன்றுதிரட்டுவதன் மூலம் ராஜாஜி சரியான திசையில் முக்கியமான அடியை எடுத்துவைத்திருப்பதாக ஜாகிர் உசேன் கருதினார்.[82] மொத்தக் கிராமத்தையும் பள்ளிக்கூடமாக, குடிசைத் தொழில்களின் பயிற்சி மையமாக நாம் ஏன் கருதக் கூடாது என்று ராஜாஜி கேள்வி எழுப்பினார்.[83] இந்தத் திட்டம் சாதி அமைப்பைக் காப்பாற்ற முனைகிறது என்ற விமர்சனத் திற்கும் பதிலளித்தார். மாணவர்கள் தங்கள் பெற்றோரின் தொழிலை அல்லாமல் வேறு தொழிலையும் கற்கும் ஏற்பாடு திட்டத்தில் உள்ளது என்றார். மிகவும் பின்தங்கிய பிரிவினர் பகுதி நேரப் பள்ளிக்கூடத்தின் மூலம் மட்டுமே கல்விபெறும் வாய்ப்பைப் பெற்ற நிலையில் இந்தத் திட்டம் எப்படி அவர்களுடைய நலன்களுக்குக் குந்தகமானதாக இருக்க முடியும் என்று கேட்டார். கிராமப்புறங்களுக்கு எதிரான பாகுபாடு என்ற விமர்சனத்திற்கு, இந்தத் திட்டம் பெரிய பஞ்சாயத்துக்களுக்கும்

---

81. *Madras Legislative Assembly Debates*, vol. X, 24 December 1953, p. 734. நடப்புச் சூழலை "மோசடி" என்று ராஜாஜி குறிப்பிட்டார். ஒவ்வொரு வகுப்புக்கும் ஆசிரியரை நியமிக்கத் தவறிய அரசுதான் மோசடி செய்கிறது என்று எம். கல்யாணசுந்தரம் பதிலடி கொடுத்தார். (மேலது, ப. 744)
82. *Madras Legislative Assembly Debates*, vol. IX, 29 July 1953, p. 1738.
83. Ibid., p. 1736.

(முக்கியமான) நகரங்களுக்கும் விரிவுபடுத்தப்படும் என்று சொன்னார்.[84]

திட்டத்தை ஆசிரியர்கள் ஏற்றுக்கொள்ளச் செய்வதற்காகக் கல்வித் துறை மும்முரமான நடவடிக்கைகளில் ஈடுபட்டது. அனைத்து மாவட்ட மையங்களிலும் ஆசிரியர் சங்கங்கள் நடத்திய கூட்டங்களில் கல்வி ஆய்வாளர்கள் கலந்துகொண்டார்கள். விருப்பமில்லாத உள்ளூர் அதிகாரிகளை வற்புறுத்தி இந்தத் திட்டத்தை அறிமுகப்படுத்தி வைப்பதற்காகக் கல்வித் துறை கட்டாய நடவடிக்கைகளை எடுப்பதாக எதிர்க்கட்சிகள் குற்றம் சாட்டின. ஒரே ஒரு பஞ்சாயத்து மட்டுமே இத்திட்டத்தைப் பள்ளிகளில் அறிமுகப்படுத்த முடியாது என்று கடைசிவரை உறுதியாக மறுத்துவிட்டது.[85]

'கல்கி' வார இதழின் ஆசிரியர் கல்கி ரா. கிருஷ்ணமூர்த்தி ராஜாஜியின் மீது கேள்விக்கு அப்பாற்பட்ட பக்தி கொண்டவராக அறியப்பட்டவர். அவர் இந்தத் திட்டத்திற்கு ஆதரவான பிரச்சாரத்தை மேற்கொண்டார். தேர்வுகளில் தோற்றுப்போன மாணவர்கள் தற்கொலை செய்துகொண்ட நிகழ்வுகளை அவ்விதழ் சுட்டிக்காட்டியது. தேர்வுகளில் தேர்ச்சி பெறாததால் தாங்கள் எதற்கும் பயனற்றவர்கள் என்னும் தாழ்வு மனப்பான்மையை உருவாக்கிய கல்விமுறையைக் 'கல்கி' இதழ் சாடியது. இப்படிப் பட்ட கல்வி உண்மையில் "கொலைகாரக்" கல்வி என்றது.[86] புதிய திட்டம் தற்சார்பும் தன்னம்பிக்கையும் கொண்ட குடிமக்களை உருவாக்கும் என்றது. பள்ளிக் கல்வியைக் குறை கூறிய 'கல்கி', உடலுழைப்புக்கு மரியாதை கொடுத்ததால்தான் அமெரிக்கா மகத்தான நாடாக உருவாகியிருக்கிறது என்றது. ஆபிரகாம் லிங்கன் தச்சர், கண்ணபிரான் ஆடுமாடுகளை மேய்ப்பவர், திருவள்ளுவர் நெசவாளி, வேதாந்த தேசிகர் செருப்பு தைத்தார் என்றெல்லாம் 'கல்கி' எழுதியது.[87] இந்தத் திட்டம் சாதிய அமைப்பை நிலைக்கவைக்கும் என்னும் குற்றச்சாட்டை அது நிராகரித்தது. மாறாக, பழைய கல்வி முறைதான் தாழ்த்தப்பட்ட சாதியினருக்குக் கல்வி வாய்ப்புகளை மறுத்ததன் மூலம் சாதி அமைப்பைத் தக்கவைத்தது என்று வாதிட்டது. புதிய திட்டத்தின் கீழ் கொல்லரின் மகன் மாவட்ட ஆட்சியராக லாம், மீனவரின் மகன் வழக்கறிஞராகலாம். ஒவ்வொரு குழந்தைக்கும் பள்ளிக் கல்வி கிடைக்கும்.[88] எண்ணையும்

84. பாருலேகர் குழு அறிக்கை பிரசுரிக்கப்பட்ட பிறகு இது நடந்தது.
85. *Madras Legislative Assembly Debates*, 1954, vol. XIV, p. 167.
86. கல்கி, 14 June 1953.
87. *கல்கி*, 7 June 1953.
88. *கல்கி*, 28 June 1953.

எழுத்தையும் ஏதாவது ஒரு தொழிலையும் எல்லாச் சாதிக் குழந்தைகளும் கற்கும். குடும்பத்தில் தொழிற்பயிற்சி என்னும் ஏற்பாடு கிராமங்களில் நடைமுறையில் உள்ள யதார்த்தத்தை அங்கீகரிப்பதே ஆகும்.[89] எதிர்ப்பாளர்கள் கற்பிப்பதுபோல் தீய நோக்கம் எதுவும் அதில் இல்லை. இந்தப் போக்கில் 'கல்கி'யின் ஆதரவு நிலைப்பாடு அமைந்திருந்து.

விடுதலை, 27-7-1953

எதிர்ப்பு அதிகரித்துவந்த நிலையில் ராஜாஜி கல்வித்துறை அதிகாரிகள் கூட்டத்தைத் தலைமைச் செயலகத்தில் 1953 ஜூன் 1-3 தேதிகளில் நடத்தினார்.[90] கல்வித் துறையைச் சேர்ந்த அனைத்து அதிகாரிகள், மாவட்ட நிர்வாக வாரியங்களின் தலைவர்கள் ஆகியோருடன் முதலமைச்சரும் அமைச்சர்கள்

---

89. *கல்கி,* July 1953.
90. பதிப்பாசிரியர் எழுதிய இந்தப் பத்தி G.O. No. 1872, Education, 4 August 1953 இல் இடம்பெற்றுள்ள திருத்திய கல்வித் திட்டம் பற்றிய குறிப்பை அடிப்படையாகக் கொண்டது.

சிலரும் அதில் கலந்துகொண்டார்கள். கல்வி அமைச்சரின் தொடக்க உரை திட்டத்தின் முக்கியக் கூறுகளை எடுத்துக் கூறித் திட்டத்தை ஆதரித்தது. பொதுக் கல்வித் துறை அதிகாரி திட்டம் எவ்வளவு பெரியது என்பதை எடுத்துக் கூறினார். 21,784 தொடக்கப் பள்ளிகள், 2,937,277 மாணவர்கள், 92,168 ஆசிரியர்கள் உள்ள மாநிலத்தில் 10,875 பள்ளிகள் மட்டுமே தொழில் பயிற்சியைக் கையாள்வதற்கான தயாரிப்புகளை மேற்கொள்ள வேண்டும். இதர பள்ளிகளில் தொழில் பயிற்சிக்கு உதவி செய்வதாக "விவசாயிகளும் கைவினைஞர்களும்" ஏற்கெனவே உறுதிமொழி அளித்துவிட்டார்கள் என்று அவர் விளக்கினார். இதன் மூலம் "விமர்சகர்களின் அச்சங்கள் தவறானவை" என்று சித்தரிக்க முயன்றார்.

முதல் நாள் அமர்வுகள் முடிந்ததும் ராஜாஜி உரையாற்றி னார். ஆசிரியர்களின் பணி நீக்கம் குறித்த அச்சங்களைப் போக்கினார். இளம் சிறுவர்கள் "விரும்பத்தகாத வேலை"களைச் செய்யும் நிலைக்குத் தள்ளப்படுவார்கள் என்ற விமர்சனத்தை மறுத்த அவர், "குழந்தைகள் பணிச் சூழலுக்குப் பழக வேண்டும் என்பதுதான் இதன் நோக்கம். தொழில் பயிற்சி அளிப்பது அல்ல" என்றார். தொடக்கத்தில் முன்வைக்கப்பட்ட திட்ட நோக்கங்களைத் திரித்துச் சொல்வதன் மூலம் அதனைப் பலரும் ஏற்றுக்கொள்ள வைக்கும் முயற்சியில் ராஜாஜி ஈடுபட்டார் என்பது தெளிவு.

மாநாட்டின் இரண்டாம் நாள் திட்டத்தின் கோட்பாட்டை யும் நோக்கங்களையும் விரிவாக எடுத்துச் சொல்வதற்குப் பதிலாகத் திட்டத்தை நடைமுறைப்படுத்துவதில் உள்ள பிரச்சினைகளை முதல்வர் விவாதித்தார். மாநாட்டின் முடிவில், முதலில் அறிவிக்கப்பட்டது போல் கிராமப்புறங்களில் மட்டுமல்லாது முதல்நிலைப் பஞ்சாயத்துகள் அனைத்திலும் (நகராட்சிகள், அதாவது நகரியங்களும் நகரங்களும் தவிர) இந்தத் திட்டம் செயல்படுத்தப்படும் என்று தீர்மானிக்கப்பட்டது.

ஆனால் 1953 ஜூலை மாதத்திலேயே – திட்டம் அறிவிக்கப் பட்டுச் சில மாதங்களும் நடைமுறைப்படுத்தப்பட்டுச் சில வாரங்களும் மட்டுமே ஆகியிருந்த நிலையில் – ராஜாஜி பின்வாங்க வேண்டிய நிலைக்குத் தள்ளப்பட்டார். தன்னுடைய தொடக்கக் கட்ட நிலைப்பாட்டைப் பெருமளவில் சமரசம் செய்துகொண்டு சலுகைகள் அறிவித்தார். திகவும் திமுகவும் நடத்திய போராட்டங்களைத் தொடர்ந்து இந்தச் சர்ச்சை தீவிரமடைந்ததே இதற்கு முக்கியக் காரணம்.

போராட்டக் கட்டம்

புதிய கல்வியாண்டு தொடங்கிய சில நாளிலேயே திக, திமுக ஆகியவற்றின் அழைப்பின் பேரில் *1953*, ஜூன் *21* அன்று எதிர்ப்பு நாள் கடைப்பிடிக்கப்பட்டது.[91] *1953*, ஜூலை *8* முதல் சட்டமன்ற உறுப்பினர்கள் அனைவரிடமும் எழுத்துப்பூர்வ மான கோரிக்கையைக் கொடுப்பது என்பது போராட்டத்தின் அடுத்த கட்டம். சட்டமன்ற உறுப்பினர்களைச் சந்திக்கப் போகிறோம் என்று சொல்லி திக ஊர்வலம், அப்போது அமலில் இருந்த தடையை மீறிச் சென்னை அரசினர் தோட்டத்தில் நுழைய முயன்றது. நாடாளுமன்ற உறுப்பினரான வ. வீராசாமியும் மற்றவர்களும் கைதுசெய்யப்பட்டார்கள். காவல் துறை ஊர்வலத்தைப் பலவந்தமாகக் கலைத்தது.[92]

ஆச்சாரியார் யோசனைப்படி அரை நாள் தொழிற்கல்வி போதனைக்கு இடம் தேடுகிறார், ஆரம்பப்பள்ளி ஆசிரியர் !

விடுதலை, 1–8–1953

91. டி.எம். பார்த்தசாரதி, *திமுக வரலாறு*, ப. 205
92. *Madras Legislative Assembly Debates*, 1953, vol. IX, p. 465.

‘மும்முனைப் போராட்ட’த்தின் ஒரு பகுதியாகத் திமுக முதல்வரின் இல்லத்தை முற்றுகையிட முடிவு செய்தது.[93] கைது குறித்துச் சட்டமன்றத்தில் ஒத்திவைப்புத் தீர்மானம் கொண்டுவரச் சபாநாயகர் அனுமதி மறுத்தார்.[94] மும்முனைப் போராட்டம் தூத்துக்குடியிலும் கல்லக்குடியிலும் வன்முறையாக மாறியது. காவல் துறை துப்பாக்கிச் சூடு நடத்தியது. இவற்றைத் தொடர்ந்து ஜூலை 15 அன்று மாநிலம் முழுவதும் பதற்றமான சூழல் நிலவியது.[95]

தொடக்கப் பள்ளிகளை முற்றுகையிடும் போராட்டத்தை ஜூலை 20 அன்று திக மேற்கொண்டது. முற்றுகைப் போராட்டத்தில் ஈடுபட்ட தொண்டர்கள் மாநிலம் முழுவதும் பெரும் எண்ணிக்கையில் கைதானார்கள். இதைத் தொடர்ந்து திட்டத்தின் தீமைகளைப் பரப்புரை செய்யப் பல்வேறு இடங்களில் எதிர்ப்பு ஊர்வலங்கள் நடந்தன. ஜூலை 24 அன்று பெரியார் சென்னை நகரில் மாபெரும் பொதுக் கூட்டத்தில் பேசினார். சட்டமன்றத்தின் ஜூலை மாதக் கூட்டத்தொடர் முடியும்வரை திமுக தன் போராட்டத்தைத் தொடர்ந்தது. நிலைமை தீவிரமடைந்துகொண்டே சென்றது. அமைதியான சூழலில் கல்வியாளர்கள் விவாதிக்கும் விஷயமாக இல்லாமல் உணர்ச்சிக் கொந்தளிப்போடு முன்னெடுக்கப்படும் அரசியல் பிரச்சினையாக ராஜாஜியின் திட்டம் மாறியது.

அரசியல் போர்க்களம்

திமுக தலைவர்கள் கைதுசெய்யப்பட்டதையடுத்துச் சட்ட மன்றத்தில் இந்தப் பிரச்சினையை எதிர்க்கட்சிகள் ஜூலை 15 அன்று எழுப்பின.[96] ஆனால், ராஜாஜியின் முன்னுரிமைகள் வேறு. ஆந்திர மாநிலம் தனியாகப் பிரிவது குறித்த மசோதாவின் மீதான விவாதம் முடிவடையும்வரை இதை எடுத்துக்கொள்ள அவர் மறுத்தார்.

சட்டமன்றக் கூட்டத் தொடர் முடியும் தறுவாயில் ஜூலை 29 அன்றுதான் கல்வித் திட்டம் விவாதத்திற்கு எடுத்துக் கொள்ளப்பட்டது. அப்போதும்கூட எதிர்க்கட்சிகளின் தீர்மானங்களை எடுத்துக்கொள்ள ராஜாஜி அனுமதிக்க வில்லை. அரசு முன்வைத்த தீர்மானமே விவாதிக்கப்பட்டது. அந்தத் தீர்மானத்தின் மீது திருத்தங்களைப் பரிந்துரைப்பதோடு

---

93. 1. கல்வித் திட்டம், 2. கல்லக்குடி ரயில் நிலயத்தை டால்மியாபுரம் எனப் பெயர் மாற்றுதல், 3. திமுகவின் போராட்டம் “முட்டாள்தனமானது” என்று நேரு குறிப்பிட்டது ஆகியவற்றை எதிர்த்து திமுகவின் மும்முனைப் போராட்டம் நடைபெற்றது.

94. *The Hindu*, 14 July 1953.

95. *விடுதலை*, 1953 ஜூலை 21 முதல் 31 வரை

96. *The Hindu*, 25 July 1953.

எதிர்க்கட்சிகள் திருப்தியடைய வேண்டியிருந்தது. எண்ணற்ற திருத்தங்கள் முன்வைக்கப்பட்டன.[97] சபாநாயகர் அவற்றை இரண்டு பிரிவுகளாக வகைப்படுத்தினார். ஒன்று "இத்தகைய காரணிகளைக் கணக்கில் எடுத்துக்கொண்டு இந்தச் சட்டமன்றம் திட்டத்தைக் கைவிடும்படி கேட்டுக்கொள்கிறது" என்னும் சொற்களைக் கொண்டது. கம்யூனிஸ்ட் கட்சி உறுப்பினர் கே.பி.ஆர். கோபாலன் முன்வைத்த திருத்தம் இதேபோன்ற சொற்களைக் கொண்டிருந்தது. மற்றொன்று, "கணக்கில் எடுத்துக்கொண்டு" என்பதைத் தொடர்ந்து திட்டத்தை "நிறுத்திவைத்துக் கல்வித் துறையில் உள்ள அதிகாரிகள், அதிகாரிகள் அல்லாதோர் அடங்கிய குழுவின் பரிசீலனைக்கு அனுப்பப்பட வேண்டும்" என்று கோருவது. தமிழ்நாடு உழைப்பாளர் கட்சியின் கே.ஆர். விஸ்வநாதன் முன்வைத்த திருத்தம் இதேபோன்ற சொற்களைக் கொண்டிருந்தது.

நான்கு மணிநேரம் நடந்த சூடான விவாதத்திற்குப் பிறகு கோபாலனின் திருத்தம் நிராகரிக்கப்பட்டதாக அறிவிக்கப் பட்டது. சபாநாயகர் தன்னுடைய வாக்கை அதற்கு எதிராக அளித்திருந்தார். "ரத்துசெய்யப்பட்டது", "நிறுத்திவைக்கப் பட்டது" (dropped, stayed) ஆகிய இரண்டுமே ஒரே பொருளைக் குறிப்பதாகக் கூறி, விஸ்வநாதனின் திருத்தத்தை வாக்களிப்புக்கு விடுவதை சி. சுப்பிரமணியம் எதிர்த்தார். Dropped என்றால் ஒட்டுமொத்தமாகக் கைவிடுவது, stayed என்றால் தற்காலிகமாக நிறுத்திவைப்பது என்று நாகி ரெட்டி அளித்த விளக்கத்தைச் சபாநாயகர் ஏற்றுக்கொண்டார். விஸ்வநாதன் முன்வைத்த தீர்மானத்திற்கு ஆதரவாக 139 வாக்குகளும் எதிராக 137 வாக்குகளும் பதிவாகின. சுயேச்சை உறுப்பினர் எச். சித்தண்ண கவுடா எதிர்க்கட்சிப் பக்கம் மாறிவிட்டார்.[98] எனினும் சட்டமன்ற மேலவை அரசை ஆதரித்து எதிர்க்கட்சிகளின் தீர்மானத்தை நிராகரித்தது.

எதிர்க்கட்சிகள் முன்வைத்த திருத்தங்களின் மீது சட்ட மன்றத்தில் நடந்த வாக்கெடுப்பில் தோற்ற பிறகு ராஜாஜி அரசு பதவியில் நீடிப்பது சட்டப்படி சரியானதுதானா என்ற ஒழுங்குப் பிரச்சினையை டி. பிரகாசத்தின் வலது கையான தென்னட்டி விஸ்வநாதம் எழுப்பினார். இது தள்ளுபடி செய்யப்பட்டதும் அவர் உரிமைப் பிரச்சினைக்கான தீர்மானத்தை முன்வைக்க முயன்றார். இதுவும் அனுமதிக்கப்படவில்லை. சட்டமன்றம் ஏற்றுக்கொண்ட தீர்மானம் என்பது பரிந்துரைக்கும் தன்மையைக் கொண்டது என்று கூறிய ராஜாஜி பிரிட்டிஷ் நாடாளுமன்ற

---

97. *Madras Legislative Assembly Debates,* 1953, vol. IX, p. 145.
98. Ibid., p. 1739.

நடைமுறையின் முன்னுதாரணங்களைச் சுட்டிக்காட்டி அரசு பதவி விலக வேண்டிய அவசியம் இல்லை என்றார். தன்னைப் பதவியிலிருந்து விலக்க வேண்டும் என்றால் நம்பிக்கை இல்லாத் தீர்மானத்தைக் கொண்டுவரும்படி அவர் எதிர்க்கட்சிகளுக்கு அறைகூவல் விடுத்தார்.[99]

போரின் முதல் சுற்றில் எதிர்க்கட்சிகளுக்கு ஓரளவே வெற்றி கிடைத்தது. எதிர்க்கட்சிகளின் உண்மையான நோக்கம் ராஜாஜியின் அரசைக் கவிழ்ப்பது. அது நிறைவேறவில்லை. திட்டத்தை ரத்துசெய்ய வைக்கவோ, ஏன் தற்காலிகமாக நிறுத்திவைக்கச் செய்யவோகூட அவர்களால் முடியவில்லை. நிறுத்திவைக்கும் "பரிந்துரை"யை ராஜாஜி ஏற்கவில்லை. இதற்கிடையே திமுக தன் போராட்டத்தை நிறுத்திவைத்தது.[100] திக திட்டத்திற்கு எதிரான தன் பிரச்சாரத்தைத் தொடர்ந்தது.

---

99. 1953 ஜூலை 30 அன்று அவையில் நடந்தவை *Madras Legislative Assembly Debates*, 1953, vol. IX, p. 665.
100. பார்த்தசாரதி, திமுக வரலாறு ப. 243

3

இரண்டாம் கட்டப் போராட்டம்

சட்டச் சிக்கல்

திருத்திய தொடக்கக் கல்வித் திட்டத்தை நடைமுறைப்படுத்தாமல் நிறுத்திவைத்து வல்லுநர் குழுவின் பரிசீலனைக்கு அனுப்ப வேண்டும் என்று எதிர்க்கட்சிகள் முன்வைத்த திருத்தம் சட்டமன்றத்தில் நிறைவேறியது. இதே பார்வையைக் கொண்ட எதிர்க்கட்சியின் தீர்மானம் சட்டமன்ற மேலவையில் தோற்றது. ராஜாஜி நாடாளுமன்ற நடைமுறைகளை வகுத்த டெய்ஸியின் கருத்தில் (Diecey's Dictum) பாதுகாப்புத் தேடினார். இதன்படி, அரசின் கொள்கையை வகுப்பதற்காக அரசுக்கு உதவி புரியும் விதத்தில் (வல்லுநர்களின்) கருத்தைக் கேட்கும் தன்மை கொண்ட தீர்மானம் என்பது சட்டம் அல்ல. எனவே அரசுக்கு முடிவெடுக்கும் சுதந்திரம் உள்ளது என்றார். இந்தக் கட்டத்தில் எந்த மாற்றத்தை மேற்கொண்டாலும் அது பள்ளிகளின் செயல்பாட்டினைப் பாதிக்கும் என்று ராஜாஜியின் அரசு முடிவு செய்தது. இந்நிலையில் திட்டத்தின் பலன்களை மதிப்பிடுவதற்காக வல்லுநர் குழு அமைக்கப்படும் என ராஜாஜி அறிவித்தார். ஏற்கெனவே குறிப்பிட்டதுபோல் தீர்மானத்தின் வாசகங்களைக் கறாராகக் கடைப்பிடிப்பது எனச் சட்டமன்றம் விரும்பினால் அது அரசை மாற்றுவதற்கான முயற்சிகளில் இறங்க வேண்டும் என்றார். துணிவிருந்தால்

நம்பிக்கையில்லாத் தீர்மானம் கொண்டுவரும்படியும் எதிர்க்கட்சிகளுக்கு அறைகூவல் விடுத்தார்.[1]

ஆந்திர மாநிலம் உருவாக்கப்பட்ட பிறகு கல்வி இலாகாவின் பொறுப்பை ஏற்றுக்கொண்ட சி. சுப்பிரமணியம், "சட்டமன்றம் தீர்மானம் நிறைவேற்றிய நாளில் இருந்த நிலையிலேயே திட்டம் நிறுத்திவைக்கப்படுகிறது" என்று கூறினார். அதாவது திட்டத்தை அறிமுகப்படுத்தியபோது எந்த நிலையோ அதே நிலை இருக்கும். அதாவது திட்டம் அமலில் இருக்கும் என்பது இதன் பொருள்.[2]

திட்டத்தை ஆராய்வதற்காகப் பேராசிரியர் ஆர்.வி. பாருலேகர் தலைமையில் 1953 ஆகஸ்ட் 20 அன்று ஒரு குழுவை அரசு நியமித்தது.[3] டாக்டர் பி.பி. டே (பொதுக் கல்வித் துறையின் ஓய்வுபெற்ற இயக்குநர், சென்னை), எம். முஜீப் (ஜாமியா மிலியா இஸ்லாமியா பல்கலைக்கழகத்தின் துணைவேந்தர், தில்லி) ஆகியோர் குழுவின் பிற உறுப்பினர்கள். பொதுக் கல்வித் துறை இயக்குநர் எஸ். கோவிந்தராஜுலு குழுவின் செயலாளர்.[4]

ராஜாஜியைப் பொருத்தவரை ஆகஸ்ட் மாதத்திலேயே வல்லுநர் குழுவை நியமித்ததே எதிர்க்கட்சிகளுக்குச் செய்த மாபெரும் சலுகையாகக் கருதியிருப்பார் எனலாம். ஏனென்றால் குறைந்தது ஓராண்டாவது நடைமுறைப்படுத்தும்வரை இந்தத் திட்டம் குறித்த பரிசீலனை எதுவும் மேற்கொள்ள முடியாது என்று அவர் அதுவரையில் உறுதிபடக் கூறிவந்தார்.[5]

குழு உறுப்பினர் தேர்வை எதிர்க்கட்சிகள் கடுமையாக விமர்சித்தன. அரசைச் சாராத தமிழகக் கல்வியாளர் யாருமே

1. *Madras Legislative Council Debates*, 1953, vol. V, July 1953, p. 665.
2. *Madras Legislative Assembly Debates*, 1953, vol. X, p. 375.
3. [குழுவில் இணைந்து பணியாற்றுமாறு ராஜாஜி டாக்டர் ஜாகிர் உசேனை "வற்புறுத்திக் கேட்டுக்கொண்டார்." ஆனால் "உடல்நிலை" காரணமாகவும் அலிகார் முஸ்லிம் பல்கலைக்கழகத்தின் துணைவேந்தர் என்னும் முறையில் "வேலைப்பளு" அதிகம் இருப்பதாகவும் தன்னால் அதை ஏற்க இயலாது என்று ஜாகிர் உசேன் தெரிவித்தார். ஜாமியா மிலியா இஸ்லாமியப் பல்கலைக்கழகத்தின் பேராசிரியர் எம். முஜீப்புக்கு எழுதிய கடிதத்தில் ராஜாஜி இதைக் குறிப்பிட்டார். G.O. No 1988, Education, 20 August 1953, — பதிப்பாசிரியர்]
4. G.O. No. 1988, Education, 20 August 1953.
5. *["சட்டமன்றத்தில் தெரிவிக்கப்பட்ட கருத்துக்களை அரசு உரிய முறையில் பரிசீலிக்கும்" என்று ராஜாஜி குறிப்பிட்டார் (1953 ஜூலை 30). ஆனால் "ஆண்டின் நடுவில் பள்ளிகளின் செயல்பாட்டுக்குக் குந்தகம் விளைவிப்பது விரும்பத் தகாதது . . . பலன்களை அலசி ஆராய்ந்து அவற்றின் அடிப்படையில் பரிந்துரைகளை வழங்குவதற்காக வல்லுநர் குழுவை அமைப்போம் என்று அரசு எதிர்க்கட்சி களுக்கு ஏற்கெனவே உறுதியளித்திருக்கிறது" என்று அவர் அழுத்தமாகக் குறிப்பிட்டார்* G.O. No. 1988, Education, 20 August 1953.– *பதிப்பாசிரியர்].*

குழுவில் இல்லாததைச் சுட்டிக்காட்டிய எதிர்க்கட்சிகள் ராஜாஜி தம்முடைய ஆதரவாளர்களைக் கொண்டு குழுவை அமைத்திருக்கிறார் எனக் குற்றம் சாட்டின.[6]

"தமிழகத்திலிருந்து முக்கியமான கல்வியாளர் யாரும் ஏன் இடம் பெறவில்லை?" என்று அ. கோவிந்தசாமி நாயகர் சட்டமன்றத்தில் கேள்வி எழுப்பினார். "கல்வியாளர்கள் என்ற முறையில் உயர்ந்த தகுதி பெற்றவர்கள்தான்" தேர்ந்தெடுக்கப் பட்டிருக்கிறார்கள் என்று சி. சுப்பிரமணியம் பதிலளித்தார். "டாக்டர் பி.பி. டே ஒருங்கிணைந்த சென்னை மாகாணத்தின் பொதுக் கல்வித் துறை இயக்குநராகப் பல ஆண்டுகள் இருந்திருக்கிறார்" என்றும், "குழுவின் செயலாளராக இருக்கும் எஸ். கோவிந்தராஜுலு நாயுடு சென்னையைச் சேர்ந்தவர்தான்" என்றும் அவர் தம் பதிலில் கூறினார். பாதிநாள் பள்ளிக்கூடம் என்னும் ஏற்பாட்டை அங்கீகரிப்பார் என்பதாலேயே குழுவின் தலைவராகப் பாருலேகர் நியமிக்கப்பட்டிருக்கிறாரா என்று உறுப்பினர் ஒரு துணைக் கேள்வி எழுப்பினார். "இல்லை, கல்வியாளர் என்ற முறையில் அவர் நியமிக்கப்பட்டிருக்கிறார். தொடக்கக் கல்வித் துறையில் அவர் பணியாற்றியிருக்கிறார்" என்று சி.எஸ். பதிலளித்தார்.[7] "உண்மையில், குழுவின் தலைவரை எங்களுக்கு முன்பு தெரியாது. அவர் யாரென்றும் எங்களுக்குத் தெரியாது" என்றார். முழுப் பூசணிக்காயைச் சோற்றில் மறைத்தாகவே இதைக் கொள்ள வேண்டும்.[8]

பாருலேகர் குழு அறிக்கை

1953 ஆகஸ்ட் 31 அன்று பாருலேகர் குழுவின் முதல் அமர்வு கூடியது.[9] குழு சென்னையைச் சுற்றியமைந்திருந்த சில பள்ளிகளைச் சென்று பார்த்தது. பள்ளிகள் அப்போதுதான் திட்டத்தின் தன்மைகளைப் புரிந்துகொள்ள ஆரம்பித்தன என்றும் அதற்கேற்ப அவை தம்மைத் தகவமைத்துக்கொள்ள முயற்சி செய்துகொண்டிருந்தன என்றும் குழு கண்டறிந்தது. மாநிலம்

---

6. வி.ஆர். நாகராஜன், டி.சி. நாராயண நம்பியாரின் உரைகள், *Madras Legislative Assembly Debates*, 1953, vol. X, pp. 164 and 719.
7. இந்தக் கருத்து G.O. No. 1167. Education, 16 August 1953 என்ற அரசாணையை அடிப்படையாகக் கொண்டு பதிப்பாசிரியர் எழுதியது.
8. *Madras Legislative Assembly Debates*, 1953, vol. X, p. 377. 1949இல் கவர்னர் ஜெனரலாக இருந்தபோது ராஜாஜி கூறிய கருத்துகளைத் தம் யோசனைகளாக முன்வைத்த பாருலேகரைப் பற்றி ராஜாஜிக்குத் தெரியாது என்பது ஏற்பதற்கில்லை.
9. [1953ஆம் ஆண்டு ஆகஸ்ட் 31 முதல் செப்டம்பர் 5 வரை, செப்டம்பர் 24–30 அக்டோபர் 14 – நவம்பர் 2 என மூன்று கால அளவில் குழுவின் ஆலோசனைக் கூட்டம் நடந்தது . G.O. No. 1167, Education, 16 August 1954. – பதிப்பாசிரியர்.]

முழுவதும் சென்று மேலும் பல பள்ளிகளைப் பார்வையிடுவதால் எந்தப் பயனும் விளையப்போவதில்லை என்றும் கருதியது. எனவே கல்விக் கருத்தியல் குறித்தும் கல்வி நடைமுறை குறித்தும் தன் உறுப்பினர்களுக்கு இருக்கும் அறிவின் அடிப்படையில் திட்டத்தைக் கல்வி சார்ந்தும் அதன் நடைமுறைக் கூறுகளைச் சார்ந்தும் ஆராய்வது என்று அக்குழு முடிவுசெய்தது.[10]

ஆகவே, குழுவின் செயல்பாடு முழுக்கமுழுக்கக் கருத்தியல் சார்ந்ததாகவே இருந்தது. 1953 நவம்பர் 23 அன்று இக்குழு சமர்ப்பித்த அறிக்கை ஏறக்குறையப் பாருலேகர் என்னும் கல்வியாளர் முன்வைத்த கருத்தாகவே இருந்தது. அனைவருக்குமான தொடக்கக் கல்வி குறித்த அவரது திட்டங்கள் என்னவென்பது ஏற்கெனவே அனைவரும் நன்கு அறிந்தவையே. அரசு அந்த அறிக்கையை ஏற்றுக்கொண்டு அரசிதழில் அதை உடனடியாக வெளியிட்டது.[11]

1920 முதல் 1952 வரை சென்னையில் தொடக்கக் கல்வி பெற்ற முன்னேற்றம் குறித்த விரிவான ஆய்வு அந்த அறிக்கையில் இடம்பெற்றிருந்தது. இந்த ஆய்வு கல்வியை அனைவருக்கும் பரவலாக்கும் திட்டத்தின் முன்னேற்றத்தில் சிறப்புக் கவனம் செலுத்தியிருந்தது.[12] ராஜாஜியின் திட்டம் ஷிப்டு முறைக்கு ஒப்பானது; பள்ளிக்கு வெளியில் கழிக்கும் நேரத்தில் குறிப்பிட்ட பகுதியில் தொழில்சார் செயல்பாட்டைச் சேர்த்ததுதான் இதில் உள்ள வேறுபாடு என்ற முடிவுக்குக் குழு வந்தது. திட்டம் கல்வி சார்ந்து வலுவானது என்று குழு கருதியது.[13] தற்போதுள்ள ஆசிரியர்கள் மேலும் அதிகமான குழந்தைகளுக்குக் கற்பிக்க வேண்டியிருக்கும் – பள்ளியில் இருப்பதைக் காட்டிலும் இரண்டு மடங்கு குழந்தைகளுக்கு – என்னும் அனுமானத்துடன் குழு இந்தப் பிரச்சினையை அணுகியது.[14] விருப்பத் தேர்வின் அடிப்படையிலான பாடங்களைப் படிக்க ஏதுவாக, அடிப் படைப் பாடங்களுக்காக ஒதுக்கிய வகுப்புகளில் சிறிய மாற்றங்களைச் செய்ய வேண்டும் எனவும் குழு பரிந்துரைத்தது.[15] மூன்று மணிநேரப் பள்ளி என்பது போதுமானது என்று கருதிய குழு மாணவர் சேர்க்கையை அதிகரிக்க வேண்டும் என்னும் நோக்கம் நிறைவேற வேண்டுமானால் கூடுதலாக

---

10. பார்க்க 'Introduction', *Report of the Committee on Elementary Education in Madras, 1953*.
11. [G.O. No. 2574, Education, 26 November 1953. 5000 படிகள் அச்சிடப்பட்டன. 3900 படிகள் பொது விற்பனைக்கு வைக்கப்பட்டன (G.O. No. 1303, Education, 13 September 1954) – பதிப்பாசிரியர்.]
12. *Report of the Committee on Elementary Education in Madras*, pp. 1–9.
13. Ibid., p. 10.
14. Ibid., p. 18.
15. Ibid., p. 13.

மாணவர்கள் சேருவதற்கான புதிய சூழ்நிலையைத் தாமதமின்றி உருவாக்க வேண்டும் என்று கூறியது.[16] ஆசிரியர்களின் சம்பளத்தை உயர்த்துவது சரியான சூழ்நிலையை உருவாக்குவதற்கான முக்கியமான நடவடிக்கைகளில் ஒன்று.[17] நடப்பில் இருந்த 30:1 என்னும் மாணவர் – ஆசிரியர் விகிதத்தை இரண்டு அல்லது மூன்று ஆண்டுகளில் 50:1 ஆக மாற்ற வேண்டும் எனவும் குழு பரிந்துரைத்தது.[18]

பள்ளிக்கு வெளியே மேற்கொள்ள வேண்டிய "பெரிய திட்டம்" முறையான மேற்பார்வை இல்லாது தானாகவே செயல்படும் வகையில் இருப்பது விரும்பத்தக்கதல்ல என்றும் குழு கருதியது. இத்திட்டத்திற்கு உதவும் கைவினைஞர்களை முறையாகப் பட்டியலிட்டு அவர்களுக்குச் சம்பளம் அல்லது மதிப்பூதியம் தந்து இத்திட்டத்தை மேற்பார்வை செய்ய வேண்டும் என அது பரிந்துரைத்தது.[19] குழந்தைகளுக்குத் தொழில் கற்றுத்தரும் கைவினைஞர்களுக்கு ஊக்கமளிக்கும் விதத்தில் பொருள் சார்ந்த வெகுமதிகளை அளிக்க வேண்டும் என்றும் யோசனை கூறியது.[20] கிராமக் கைவினைஞர்கள் பலரும் அறிவியல் முறைப்படி கற்றுக்கொண்டிருக்க மாட்டார்கள்; குழந்தைகளைக் கையாளும் பயிற்சியும் அவர்களுக்கு இருக்காது. எனவே குழந்தைகளுக்கு எப்படிக் கற்பிப்பது என்பதற்கான பயிற்சித் திட்டத்தை வகுத்து அமல்படுத்த வேண்டும்.[21] சுருக்கமாக, பள்ளிக்கு வெளியில் தரப்படும் தொழிற்கல்விக்குத் திட்டத்தில் உள்ளதைக் காட்டிலும் கூடுதலான அக்கறை செலுத்த வேண்டும். பள்ளிக்கு வெளியே தொழிற்கல்வி என்னும் திட்டத்தைச் செயல்படுத்தச் சமூகம் முன்வரக்கூடிய சூழ்நிலையையும் உருவாக்க வேண்டும்.[22] வழக்கொழிந்துபோன பாடத்திட்டத்தை மாற்றியமைப்பது தொடர்பான பரிந்துரையும் முன்வைக்கப்பட்டது.

மாதத்தில் இரண்டு முழு நாள் மொத்தப் பள்ளிக்கூடமும் ஒன்றாக இயங்க வேண்டும், ஆசிரியர்களுக்குக் கூடுதல் ஊக்கத் தொகையும் சம்பளமும் வழங்க வேண்டும், கடினமான பாடங்களையும் எளிதான பாடங்களையும் மாறிமாறிக் கற்பிக்க வேண்டும், திட்டத்தை நகர்ப்புறங்களுக்கும் விரிவுபடுத்த வேண்டும், சாரணர் பயிற்சி வழங்க வேண்டும், இளையர்

---

16. Ibid., p. 38.
17. Ibid., p. 46.
18. Ibid., p. 48.
19. Ibid., p. 54.
20. Ibid., p. 55.
21. Ibid., p. 56.
22. Ibid., p. 59.

காமதேனுவின் மேல் கல்லெறி !

கல்கி, 26–7–1953

செஞ்சிலுவைச் சங்கம் அமைக்க வேண்டும், ஆசிரியர்களுக்கு வீட்டு வசதி ஏற்படுத்தித்தர வேண்டும் என்பவை உள்ளிட்ட மேலும் பல பரிந்துரைகளைக் குழு முன்வைத்தது.[23]

பாருலேகர் அறிக்கையை ஏற்றுக்கொண்ட பொதுக் கல்வித் துறை இத்திட்டம் அடுத்த கல்வியாண்டிலிருந்து (ஜூன் 1954 முதல்) நகராட்சிகளுக்கும் விரிவுபடுத்த வேண்டும் என்று பரிந்துரைத்தது. நகர்ப்பகுதிகளில் பள்ளிக்கு வெளியிலான பயிற்சி மாறுபட்டதாக இருக்க வேண்டும் என்பதுதான் இதில் பிரச்சினை. நகரங்களிலும் நகரியங்களிலும் “வேளாண்மைத் தொழில் இருக்க முடியாது .... கைவினைஞர்களும் வர்த்தகர் களும் வேலை செய்யும் சூழ்நிலைகள் மாறுபட்டவை ....” என்று பொதுக்கல்வித்துறை கூறியது. உயர்நிலைப் பள்ளிகளின் தொடக்கப் பள்ளிப் பிரிவுகளுக்கும் இந்தத் திட்டம் விரிவுபடுத்த வேண்டும் எனவும் பொதுக் கல்வித் துறை பரிந்துரைத்தது. “வேகமாகவும் வெற்றிகரமாகவும் இந்தப் பரிந்துரையை அமல்படுத்த”க் கூடுதல் பணியாளர்கள் தேவை என்றும் அது கோரியது. அரசும் அதற்கு அனுமதி வழங்கியது. பெருகிவரும் விமர்சனங்களைக் கணக்கில் கொள்ளாமல் தன் திட்டத்தை ஆழமாக வேர்விடச் செய்யும் முயற்சிகளில் ராஜாஜி ஈடுபட்டது தெளிவாகத் தெரிந்தது.[24]

---

23. Ibid., p. 60.
24. பதிப்பாசிரியர் எழுதிய இந்தப் பத்தி G.O. No. 2617, Education, 7 December 1953 என்ற அரசாணையை அடிப்படையாகக் கொண்டது.

சொல்லப்போனால் ராஜாஜி இன்னும் ஒரு படி மேலே போனார். பாடத்திட்டம் குறித்த பாருலேகர் குழுவின் பரிந்துரையை அமல்படுத்தவும் தீர்மானித்தார். "தொடக்கப் பள்ளிகளுக்கான நடப்புப் பாடத்திட்டம் சுமார் 15 ஆண்டுகளுக்கு முன்பு அமலுக்கு வந்தது. கல்விக் கோட்பாட்டிலும் நடை முறையிலும் அதன் பிறகு பல மாற்றங்கள் நிகழ்ந்துவிட்டன. அனைவருக்கும் தொடக்கக் கல்வியை வழங்க இந்தத் திட்டம் முயற்சி செய்வதை வைத்துப் பார்க்கும்போது பாடத்திட்டத்தைத் தாமதமின்றி மாற்றுவது அவசியமாகிறது" என்று அறிக்கை முன்வைத்த பரிந்துரையை அமல்படுத்த முடிவு செய்தார். இதற்காகப் பொதுக் கல்வித் துறை அதிகாரி, ஜி. ராமச்சந்திரன், வேறு சில ஆசிரியர்கள் ஆகியோர் அடங்கிய குழுவை உருவாக்கினார்.[25]

பாருலேகர் குழுவின் அறிக்கையைப் பற்றி ராஜாஜி அரசு கீழ்க்காணும் முடிவுக்கு வந்தது:

> திருத்திய கல்வித் திட்டம் கல்வி ரீதியாக வலுவானது என்றும் அரசியல் சட்டத்தின் வழிகாட்டு நெறிகளை நிறைவேற்றுவதில் நடைமுறை சார்ந்த தீர்வை அளிக்கிறது என்றும் பாருலேகர் குழு கருதுகிறது. வேலை நேரத்தைக் குறைப்பது, இருவேளை வகுப்புகள், பள்ளிக்கு வெளியே நடக்கும் திட்டம் ஆகிய மூன்று கூறுகளைப் பற்றி 22 பரிந்துரைகளைக் குழு முன்வைத்தது. பெரிய அளவில் நிதி தேவைப்படாத சில பரிந்துரைகள் (பள்ளி நேரத்தை நெகிழ்வாக ஆக்குதல், கிராமப் பள்ளிக் குழுக்களை அமைத்தல் முதலானவை) ஏற்றுக்கொள்ளப்படுகின்றன.[26]

இந்தப் பிரச்சினை அரசியலாக்கப்பட்டதால் பின்னுக்குத் தள்ளப்பட்டிருந்த கல்வியாளர்களிடையேயான விவாதங்களை இந்த அறிக்கை மீண்டும் கிளறிவிட்டது. அறிக்கைக்கான எதிர்வினைகள், ராஜாஜி அரசு மேற்கொண்ட நடவடிக்கைகள், காமராசர் அரசு கடைசியில் இத்திட்டத்தைக் கைவிட்டது ஆகியவற்றைப் பார்ப்பதற்கு முன் சென்னை மாநிலத்திலிருந்து ஆந்திரம் தனி மாநிலமாகப் பிரிந்ததையடுத்து அரசியல் களத்தில் ஏற்பட்ட அதிரடி மாற்றங்களைப் பார்த்துவிடுவது அவசியம்.

---

25. பதிப்பாசிரியர் எழுதிய இந்தப் பத்தி G.O. No. 2863, Education, 7 December 1953 என்ற அரசாணையை அடிப்படையாகக் கொண்டது.
26. பதிப்பாசிரியர் எழுதிய இந்தப் பத்தி G.O. No. 1167, Education, 16 August 1954 என்ற அரசாணையை அடிப்படையாகக் கொண்டது.

ஆந்திர மாநில உருவாக்கமும் அதன் பிறகும்

தனி ஆந்திர மாநிலத்தை உருவாக்குவது என்று மத்திய அரசு முடிவெடுத்ததைத் தொடர்ந்து ஒருங்கிணைந்த சென்னை மாநிலத்தைப் பிரிப்பதற்கான மசோதா சட்டமன்றத்தில் அறிமுகம் செய்யப்பட்டது. ராஜாஜி தீவிரமான தமிழ் தேசியவாதியாகத் தம்மைக் காட்டிக்கொண்டார். சென்னையை இரண்டு மாநிலங்களுக்குமான பொதுத் தலைநகராக ஆக்குவதற்காக ஆந்திர மாநிலத்தினர் செய்த முயற்சிகளை வெற்றிகரமாக முறியடித்து, தமிழகத்தின் எல்லைக்குட்பட்ட நகராகவும் மாநிலத் தலைநகராகவும் சென்னையைத் தக்கவைத்துக்கொண்டார். ஆந்திர மாநில மசோதாவை நிறைவேற்றுவதில் அவர் அபாரமான உறுதியைக் காட்டினார். அந்த மசோதா நிறைவேறும்வரை கல்வித் திட்டத்தை விவாதத்திற்கு எடுத்துக்கொள்ள மறுத்தார். அந்த அளவுக்கு அதில் அவர் முனைப்பாக இருந்தார்.

ஆந்திர மாநில மசோதா நிறைவேறி, 1953 அக்டோபர் 1 அன்று புதிய மாநிலம் உதயமானதோடு ராஜாஜியின் பணி முடிவடைந்தது. சட்டமன்றத்தில் காங்கிரசுக்கு வலுவான பெரும்பான்மை அமைந்துவிட்டது. காங்கிரஸ் அல்லாத சக்திகளிடமிருந்து எந்த அச்சுறுத்தலும் இனி இல்லை. 1952இல் பிரகாசமும் ஐக்கிய ஜனநாயக முன்னணியும் பதவியில் அமர்வதற்குத் தயாராக இருந்த நிலை மாறிவிட்டது. காங்கிரஸ் நிம்மதியாக மூச்சு விட முடிந்தது.

1952 ஏப்ரலில் ராஜாஜி பதவிக்கு வந்ததிலிருந்தே காங்கிரஸ் சட்டமன்ற உறுப்பினர்கள் தங்கள் கைகள் கட்டப்பட்டதாக உணர்ந்தார்கள். அரசு நிர்வாகத்தில் எந்த விதத்திலும் அவர்களால் தலையிட முடியவில்லை. தங்கள் தொகுதிகளின் குறைகளைக்கூட அதிகாரிகளிடம் அவர்களால் எடுத்துச்செல்ல முடியவில்லை. 1946இலிருந்தே அவர்கள் அரசு அலுவலகங்களில் கணிசமான அதிகாரமும் செல்வாக்கும் கொண்டிருந்தார்கள். ஆனால் ராஜாஜியோ அதிகாரத்தைக் காட்டும் வாய்ப்புகள் அனைத்தையும் அடைத்துவிட்டார்.

1953ஆம் ஆண்டிலேயே ராஜாஜியைப் பதவியிலிருந்து வெளியேற்றும் முயற்சிகளைக் காங்கிரஸ்காரர்கள் மேற்கொண்டுவந்தார்கள்.[27] ராஜாஜியைப் பதவி இறங்கச் சொல்வதற்கு முன்பு அடுத்த தலைவரை ஏகமனதாகத் தேர்ந்தெடுக்கும்படி 'கல்கி' வாரஇதழ் கோரியது. 'ஆனந்த விகடன்' வார இதழ், கல்வித் திட்டம் குறித்துக் காங்கிரஸ் கட்சிக்குள்

---

27. கல்கி, 12 ஏப்ரல் 1953.

அதிருப்தியை விதைக்கும் முயற்சிகளைக் கண்டித்தது. 1953 ஜூலை மாதம் சைதாப்பேட்டையில் நடைபெற்ற அரசியல் மாநாட்டில் ராஜாஜி ஆற்றிய உரையைப் பாராட்டியது. கட்சித் தலைவர், ஆட்சித் தலைவர் ஆகிய இரு பதவிகளின் பொறுப்புகளையும் விரிவாக விளக்கிய ராஜாஜி, இரண்டுக்கு மிடையே இருக்க வேண்டிய உறவுகளைப் பற்றியும் அவ்வுரையில் கூறியிருந்தார்.[28]

1953 அக்டோபர் மாதத்தில் கட்சிக்குள் ராஜாஜிக்கு எதிரான நடவடிக்கைகள் வேகம் பெற்றன. ராஜாஜியின் சில முடிவுகளால் தனிப்பட்ட முறையில் பாதிக்கப்பட்ட டாக்டர் பி. வரதராஜுலு நாயுடு, கே.டி. கோசல்ராம் ஆகியோர் இதற்குக் காரணமாக இருந்தார்கள். காமராசரின் ஆதரவாளர்களையும் உள்ளடக்கி அமைச்சரவையை விரிவுபடுத்தியதன் மூலம் ராஜாஜி இந்த எதிர்ப்பை வலுவிழக்கச் செய்ய முயன்றார். ஆனால் ஜோதி வெங்கடாசலத்தை அமைச்சரவையில் சேர்த்ததைக் காமராசர் கோஷ்டி விரும்பவில்லை.[29] இந்நிலையில் காங்கேயம் இடைத்தேர்தலில் காங்கிரஸ் தோல்வியடைந்தது. இது கல்வித் திட்டத்திற்கு எதிரான வாக்கு என்று எதிர்க்கட்சிகள் வாதிட்டன.[30] ஆனால் தேர்தல் பிரச்சாரத்தில் காங்கிரஸ் காட்டிய பொறுப்பற்ற அலட்சியம்தான் காரணம் என்றது 'கல்கி'.[31] ராஜாஜிக்கு எதிரானவர்கள் அவருக்கு எதிரான கையெழுத்துப் பிரச்சாரத்தை மேற்கொண்டார்கள். ஆனால் தலைமையை மாற்ற வேண்டாம் என்று பிரதமர் நேரு அறிவுரை வழங்கினார்.[32] ராஜாஜிக்கு எதிரான குற்றச்சாட்டு களைப் புறக்கணித்ததன் மூலம் ராஜாஜிக்கு எதிராகச் செயல்பட்டவர்களைக் காங்கிரஸ் தலைமை தட்டிவைத்தது. தமிழகக் காங்கிரஸ் கமிட்டியின் தலைவரான காமராசர் ராஜாஜியைச் சந்தித்து அவரைப் பதவி விலகும்படி கோரிய தாகவும் செய்தி வெளியாயிற்று.[33] மாற்று ஏற்பாடுகளைச் செய்யாமல் தாம் பதவி விலகினால் அது நாட்டுக்கு நல்லதல்ல என்பதில் ராஜாஜி உறுதியாக இருந்தார். புதிய தலைவர் அறிவிக்கப்பட்டு அவர் மக்களால் ஏற்கப்பட வேண்டும் என்றும் அவர் வலியுறுத்தினார்.[34] வருவாய் வாரியம், மாவட்ட

---

28. *ஆனந்த விகடன்*, 2 ஆகஸ்ட் 1953.
29. *Swatantra*, 14 November 1953; *விடுதலை*, 1 நவம்பர் 1953.
30. *திராவிட நாடு*, 15 நவம்பர் 1953
31. *கல்கி*, 22 நவம்பர் 1953
32. *விடுதலை*, 1 நவம்பர் 1953
33. *திராவிட நாடு*, 3 ஜனவரி 1954; 3 நவம்பர் 1953அன்று வெளியிட்ட அறிக்கையில் அதிருப்தியாளர்களைப் பதவியை நாடுவோர் என்று சாடிய ராஜாஜி அவர்களுக்குத் தாம் பணியப்போவதில்லை என்று கூறினார்.
34. *ஆனந்த விகடன்*, 11 நவம்பர். 1953

வாரியங்கள் ஆகியவற்றைக் கலைப்பதற்கான ராஜாஜியின் நடவடிக்கை காங்கிரஸ் கட்சியால் முறியடிக்கப்பட்டது.[35]

ராஜாஜியைத் தவிர வேறு எவராக இருந்திருந்தாலும் கட்சிக்குள் எழுந்த கடுமையான எதிர்ப்புப் பிரச்சாரத்தைக் கண்டு நொந்துபோயிருப்பார். காங்கிரசின் எதிர்ப்பு சட்டமன்றத்திலும் வெளிப்பட்டது. ஆளுங்கட்சி உறுப்பினர்கள் அரசை விமர்சிப்பதில் மிகவும் கட்டுப்பாடுடன் இருக்க வேண்டும் என்னும் மரபு காற்றில் பறந்தது. காமராசருக்கு நெருக்கமானவரான கோசல்ராம் ராஜாஜி அரசைப் பேயாட்சி என்று வர்ணித்தார். வேண்டியவர்களுக்குச் சலுகை அளித்தல், சாதியப் போக்கு, நீதித்துறையின் செயல்பாடுகளில் தலையீடு ஆகிய காட்டமான குற்றச்சாட்டுகளை ராஜாஜி மீது அவர் சுமத்தினார்.[36] காமராசர் கோஷ்டியின் கட்டுப்பாட்டிலிருந்த தமிழகக் காங்கிரஸ் கமிட்டி ராஜாஜியின் அரசை எதிர்க்கட்சி அரசு போலவே நடத்தியது.

ராஜாஜி கசப்படைந்தார். கல்விக்கான கோரிக்கை பற்றிப் பேசியபோது அவர் இவ்வாறு கூறினார்:

> நமது மாநிலத்தில் சாதி, சமூக உணர்வுகள் மிகவும் வலுவாகவும் பிடிவாதமானதாகவும் இருப்பது நம்முடைய துரதிருஷ்டம். திருத்திய கல்வித் திட்டம் அரசியல் பிரச்சினையாகவும் அரசியல் விவாதமாகவும் ஆக்கப்பட்டிருக்கிறது. வகுப்புவாத விவாதத்திற்கு நெருக்கமாக இருக்கும் அளவிற்கு இது தீவிரமாக இருக்கிறது. இப்படிப்பட்ட தவறான நடவடிக்கைகளை வைத்துப் பிழைப்பவர்களும் இருக்கிறார்கள்.[37]

இப்பின்னணியில் ராஜாஜி பதவி விலக முடிவுசெய்தார். 1954 மார்ச் 26 அன்று தன் பதவி விலகல் கடிதத்தை கையளித்தார்.

காங்கிரஸ் சட்டமன்றக் கட்சி உடனடியாகக் கல்வித் திட்டத்தைக் கைவிட முடிவு செய்தது. அறுதிப் பெரும்பான்மை ஆதரவுடன் அதைச் செயல்படுத்தியது. காங்கிரஸ் சட்டமன்றக் கட்சித் தலைவராகக் காமராசர் தேர்ந்தெடுக்கப்பட்டார். தம்முடன் போட்டியிட்ட சி. சுப்பிரமணியத்தை 93-41 என்னும் கணக்கில் தோற்கடித்தார்.[38] தமிழக வரலாற்றில் சுதந்திரத்திற்குப் பிந்தைய ராஜாஜியின் ஆட்சிக் காலம் முடிவுக்கு வந்தது.

---

35. *விடுதலை*, 15 டிசம்பர் 1953
36. *Madras Legislative Assembly Debates*, 1953, vol. X, p. 165.
37. Ibid., pp. 716–8.
38. *விடுதலை*, 31 மார்ச் 1954.

காமராசர் மீண்டும் அதிகாரத்திற்கு வந்தார். ஆள்பவரைத் தேர்ந்தெடுப்பவராக அல்ல, அவரே ஆளபவராக ஆனார். 1952இல் அவர் பதவிக்கு வருவதைத் தடுத்த அதே சக்திகள் 1954இல் அவர் பதவிக்கு வருவதற்குக் காரணமாக இருந்தன.

ராஜாஜியைப் பதவியிலிருந்து இறக்குவதற்கான முதல் சுற்றுப் போரைக் காங்கிரசுக்கு எதிரான எதிர்க்கட்சிகள் மேற்கொண்டன. இரண்டாம் சுற்று காங்கிரசுக்கு உள்ளிருந்தே தொடுக்கப்பட்டது. திராவிடர் கழகத்தின் போராட்டம் வெளியில் தொடர்ந்துகொண்டிருந்தது. தீவிரமான பிரச்சாரமாகவே அது இருந்தது. இரண்டு சுற்றுகளிலும் போரில் வெடிமருந்தாகச் சாதியவாதம் பயன்படுத்தப்பட்டது. தமிழக அரசியலில் புதுயுகம் பிறந்தது. 1953–54இல் நடைபெற்ற நிகழ்வுகளின் விளைவுகள் இன்றளவிலும் உணரப்படுகின்றன.

ராஜாஜி வீழந்தது ஏன்?

கல்வித் திட்டம் என்னும் நம்முடைய பிரதான கதைக்குத் திரும்புவதற்கு முன்பு ராஜாஜியின் வீழ்ச்சிக்கான காரணங் களைச் சுருக்கமாக அலசுவோம். தமிழகத்தில் காங்கிரசின் கௌரவம் பலத்த அடி வாங்கியிருந்த சமயத்தில்தான் ராஜாஜி தமிழக அரசியலில் மறுவருகை செய்தார். அவர் அரசின் தலைமைப் பொறுப்பிற்குக் கொண்டுவரப்பட்ட விதம் அவ்வளவு ஜனநாயகபூர்வமானது அல்ல; சட்ட மேலவை வழியாகவே அவர் முதல்வர் பதவிக்கு வந்தார். பதவி ஏற்றதும் தேர்தலில் நின்று சட்டமன்ற உறுப்பினராக ஆகியிருந்தா ரென்றால் புழக்கடை வாசல் வழியாகப் பதவிக்கு வந்தவர் என்னும் களங்கம் அவர் மீது படிந்திருக்காது.[39] வெகுமக்களைச் சந்திப்பதில் அவருக்கிருந்த இளக்காரம் அவரைத் தேர்தல் நடைமுறையில் ஈடுபட விடாமல் தடுத்துவிட்டது. உயர்ந்த பீடத்திலிருந்து பிறரைக் கருணையோடு பார்க்கும் அவருடைய போக்கு கட்சியுடனும் கட்சிக்காரர்களுடனுமான அவருடைய உறவுகளில் வெளிப்பட்டது. தங்களுக்குத் தலைமை தாங்கும்படி அவர்கள் அவரைக் கேட்டுக்கொண்டார்கள். அவரைத் தலைவராக ஏற்றுக்கொண்டதோடு அவர்கள் வேலை முடிந்தது. அவர்மீது முழு நம்பிக்கை வைத்து ஆட்சிக் கடிவாளத்தை அவரிடம் முழுவதுமாகக் கொடுத்துவிட வேண்டும். தங்களைக் கலந்தாலோசிக்கும்படி எதிர்பார்க்கும் உரிமை அவர்களுக்கு இல்லை. அவரது செயல்களில் தலையிடுவது பற்றியோ அவருக்கு அறிவுரை வழங்குவது பற்றியோ யோசிக்கவே

39. கே.டி. கோசல்ராம் Madras Legislative Assembly Debates, 1953, vol. X, p. 166.

இடமில்லை. இதுவே ராஜாஜியின் பார்வை. சங்கரர், ராமாநுஜர் ஆகியோருடன் தம்மை ஒப்பிட்டுக்கொள்ளுமளவிற்கு ராஜாஜி போய்விட்டார். இந்த ஆச்சாரியர்கள் தம் சீடர்களைக் கலந்தாலோசித்த பிறகா செயல்பட்டார்கள் என்று அவர் கேட்டார்.[40] ஜனநாயக அரசியலில் இத்தகைய ஒப்பீட்டிற்கு எந்த இடமும் இல்லை என்று சொல்ல வேண்டியதில்லை.

காங்கிரசுக்குள் தனக்கென்று ஆதரவுத் தளம் ஒன்றை ராஜாஜி உருவாக்கிக்கொள்ளவில்லை. அதற்காகப் பெரிதாக மெனக்கெடவும் இல்லை.[41] காங்கிரசின் தேசியத் தலைவர்களிடம் தமக்கிருந்த மதிப்பை அவர் சார்ந்திருந்தார். தேசியத் தலைமை மிகுந்த கௌரவமும் அதிகாரமும் கொண்டிருந்தபோதிலும் 1942இலிருந்தே தமிழகக் காங்கிரசுடன் ஒட்டாமல் அன்னியப் பட்டிருந்த ராஜாஜியின் போக்கை மாற்ற எதுவும் செய்ய முடியவில்லை. மிக முக்கியமான இந்தப் பத்தாண்டுகளில் (1942–52) காமராசர் கட்சியைக் கட்டி எழுப்பினார். கட்சியின் தன்மை சுதந்திரத்திற்குப் பிறகு பெரும் மாற்றங்களைக் கண்டது. அது தன்னலமற்ற சுதந்திரப் போராட்ட வீரர்களின் இயக்கம் என்பதைவிட நிலைபெற்ற ஓர் அமைப்பாகவே ஆகியிருந்தது. இப்படிப்பட்ட அமைப்புடன் ராஜாஜியால் இணைந்து வேலை செய்ய முடியவில்லை. அதற்குள் அவர் இல்லை என்பதால் அதை மாற்றவும் அவரால் முடியவில்லை. கடைசியில் அதிலிருந்து அவர் வெளியேற வேண்டியதுமாயிற்று. 1959இல் காங்கிரஸை விட்டு வெளியேறி அவர் சுதந்திரக் கட்சியைத் தொடங்கினார்.

முதலமைச்சர் என்ற முறையில் ராஜாஜி எடுத்த பல துணிச்சலான முடிவுகள் வெகுமக்கள் ஆதரவைப் பெற்றன. உணவுக் கட்டுப்பாட்டை நீக்கியது, தஞ்சாவூர் குத்தகைதாரர் மற்றும் பண்ணையாள் பாதுகாப்பு மசோதா, தஞ்சாவூர் குத்தகைதாரர் கட்டுப்பாடு (சட்டம்), கைத்தறி நெசவாளர் களுக்குத் தெரிவித்த ஆதரவு ஆகியவை வெகுமக்களின் நன்மதிப்பைப் பெற்றன. சமூக ரீதியாகப் பழமைவாதப் போக்கு கொண்ட அவர் தீவிரமான சமூக – பொருளாதார மாற்றங்களுக்கு எதிரானவர். மரபார்ந்த கிராமச் சமூகத்தைப் பாதுகாப்பதில் ஆழ்ந்த பற்றுறுதி கொண்டிருந்தார்.[42]

மரபார்ந்த கிராமச் சமூகம் வர்ணாசிரம தர்மத்தை அடிப்படையாகக் கொண்டது. அதில் பிராமணர்கள் உயர்ந்த

40. *விடுதலை*, 31 மே 1953 (சுதேசமித்திரன் செய்தி)
41. Aruna Sivakami, ‘Rajaji: A Study in Politics and Administration’, unpublished PhD diss., University of Madras, 1980.
42. Copley, *The Political Career of C. Rajagopalachari*, pp. 288, 295.

பீடத்தில் இருந்தார்கள். மரபார்ந்த கிராமச் சமூகத்தைப் பாதுகாப்பதற்கான அவருடைய விருப்பம் முழுக்கமுழுக்கச் சமூக - பொருளாதார அடிப்படையில் இருந்தாலும் பிராமண ஆதிக்கத்தைக் காப்பாற்றுவதற்கான முயற்சியாக விமர்சிக்கப்பட்டது.[43] எனவே கல்வித் திட்டத்தில் பிரதிபலித்த அவருடைய இந்தக் கோட்பாட்டை முழுமையாகப் பயன்படுத்திக்கொண்டு அவருக்கு எதிராகத் தீவிரமான போராட்டத்தை முன்னெடுப்பது திக-வுக்கும் திமுக-வுக்கும் மிகவும் இயல்பான செயல்பாடாக இருந்தது. இந்தப் போராட்டம் மக்களைப் பெரிய அளவில் பாதிக்கவில்லை என்றாலும் காங்கிரஸ் கட்சிக்குள் ராஜாஜிக்கான எதிர்ப்பைக் கட்டியெழுப்பும் அளவிற்குக் காங்கிரசாரில் ஒரு பிரிவினர்மீது தாக்கம் செலுத்தியது.

1953-54இல் நடந்த நிகழ்வுகளின் முக்கியத்துவம்

ராஜாஜியின் பதவி விலகலும் காமராசர் பதவி ஏற்பும் தமிழக வரலாற்றில் மைல்கற்கள் என்பதில் ஐயமிருக்க முடியாது. முதலாவதாக, காங்கிரசின் மேட்டுக்குடி பிராமணர்களின் ஆதிக்கம் நிரந்தரமாக முடிவுக்கு வந்ததை அது குறித்தது. கட்சியில் பிராமண ஆதிக்க நீக்கம் 1931இலேயே தொடங்கிவிட்டது. கட்சியிலும் விடுதலைப் போராட்டத்திலும் பிராமணர் அல்லாதவர் அதிகம் பங்கு பற்றுவதன் மூலம் தொடங்கிய இந்தப் போக்கு மேற்படி ஆட்சி மாற்றத்துடன் முழுமை யடைந்தது.[44] இரண்டாவதாக, இது கட்சிக்குள் ஜனநாயகத்தின் வெற்றியாக அமைந்தது. 1942இல் வெள்ளையனே வெளியேறு இயக்கத்தில் தொண்டர்களிடமிருந்து உருவெடுத்த தலைவர், அடிமட்டத் தொண்டர்களுடன் நெருக்கமான தொடர்பு கொண்ட ஒருவர் முதலமைச்சர் பதவிக்கான போட்டியில் மத்தியத் தலைமையை வென்றார். மூன்றாவதாக, ஆட்சிக்கு எதிராகக் கட்சி பெற்ற வெற்றி என்று சொல்லலாம். கட்சி யுடன் எந்தத் தொடர்பும் இல்லாத சுயாதிகாரம் கொண்ட அமைப்பாகச் செயல்பட்டு வந்த அரசு, கட்சித் தலைவர் தலைமை ஏற்ற அரசுக்கு வழிவிட்டு ஒதுங்கிக்கொள்ள வேண்டியதாயிற்று. ஆனால் இந்த வெற்றி தற்காலிகமான தாகவே இருந்தது. காமராசர் பதவி ஏற்ற பிறகு கட்சி அமைப்பு அரசுக்குத் துணையமைப்பாகவே செயல்பட்டது. கட்சியின் உண்மையான, இயல்பான தலைவர் ஆட்சித் தலைவராகி விட்டார். கட்சித் தலைவர் பதவியில் ஆளுமையுள்ளவர்கள்

---

43. Aruna Sivakami, 'Rajaji: A Study in Politics and Administration', p. 166.
44. Hardgrave, 'DMK and Politics of Tamil Nationalism'.

யாரும் இல்லை. வலிமையற்றவர்களே தலைமைப் பதவியில் இருந்தார்கள். கட்சிக்குப் புத்துயிரூட்டுவதற்காக 'கே – பிளான்' என்னும் திட்டம் பின்னாளில் கொண்டுவரப்பட்டது.[45] ஆனால் அது காலங்கடந்த முயற்சியாகிவிட்டது. காங்கிரஸ் கட்சியின் ஜனநாயகப் பண்பு மத்தியிலும் மாநிலத்திலும் ஒரே மாதிரியான காரணங்களால் நிரந்தரமாகத் தொலைந்துபோனது.

சமரசமற்ற காங்கிரஸ் எதிர்ப்பாளராக இருந்த பெரியார் தீவிரமான காமராசர் ஆதரவாளராக மாறியது குறிப்பிடத் தகுந்த இன்னொரு மாற்றமாகும். பெரியார் 1952 தேர்தலில் காங்கிரஸ் வேட்பாளர்களுக்கு எதிராக அயராமல் வேலை செய்தார். காங்கிரஸ் வேட்பாளர்களில் பி. வரதராஜுலு நாயுடுவை மட்டுமே ஆதரித்தார். ஆனால் இப்போது காமராசரைத் தீவிரமாக ஆதரித்தார்; தமிழகத்தை ஆளும் "பச்சைத் தமிழர்" என்று அவரைப் புகழ்ந்தார்.[46]

திமுக தன்னுடைய தீவிரப் போக்கை முடிவுக்குக் கொண்டு வந்து நாடாளுமன்ற ரீதியிலான எதிர்க்கட்சியாக உருமாறியது மூன்றாவது முக்கிய மாற்றம்.[47] 1957இல் திமுக தேர்தலில் போட்டியிட்டது. தன்னுடைய மும்முனைப் போராட்டத்தாலும் அதற்கு எதிரான அடக்குமுறையால் விளைந்த அனுதாபத்தாலும் கிடைத்த ஆதரவு தேர்தலில் அதற்கு உதவியது.

சாதி அடிப்படையிலான அரசியல் அமைப்புகள் உருவெடுத்தது குறிப்பிடத்தக்க இன்னொரு மாற்றமாகும். வன்னிய குல க்ஷத்திரிய சங்கம் போன்ற அமைப்புகள் சாதிய நலன்களை முன்னிட்டு அரசுக்கு அழுத்தம் தரக்கூடிய இயக்கங்களாகச் செயல்படத் தொடங்கின.[48]

இப்படியாக, ராஜாஜியின் கல்வித் திட்டம் தன்னையறியாமலேயே பலதரப்பட்ட சக்திகள் உருவாகக் காரணமாக அமைந்தது. இந்த சக்திகள் தமிழக அரசியலில் முக்கியப் பங்காற்றின. ராஜாஜி கொண்டுவந்த கல்வித் திட்டம் இந்த நாடகத்தில் வரலாற்று முக்கியத்துவம் வாய்ந்த பங்கினை ஆற்றிவிட்டுத் தன் இருப்பை முடித்துக்கொண்டு மறதியின் இருளில் காணாமல்போனது.

---

45. *கே திட்டம் அல்லது காமராசர் திட்டம்: காங்கிரசை வலுப்படுத்தக் காமராசர் 1963இல் ஒரு திட்டத்தை முன்வைத்தார். மூத்த தலைவர்கள் அரசுப் பதவிகளைத் துறந்துவிட்டுக் கட்சிப் பணி ஆற்ற வேண்டும் என்பது அந்தத் திட்டம். அதன்படி காமராசர் தம் முதல்வர் பதவியைத் துறந்தார் – பதிப்பாசிரியர்.*

46. Harrison, *India: The Most Dangerous Decades*, p. 287. Also, R. Parthasarathy, *A Hundred Years of the Hindu*, p. 700.

47. Barnett, *The Politics of Cultural Nationalism in South India*, p. 79.

48. Rudolph and Rudolph, 'The Political Role of India's Caste Organisations'. Also, Harrison, *India: The Most Dangerous Decades*, p. 287.

4

உச்சக்கட்டமும் அதன் பிறகும்

பாருலேகர் குழு அறிக்கை

பாருலேகர் குழுவில் இருந்தவர்கள் அனைவரும் ராஜாஜியின் கண்ணோட்டத்தையே பெரிதும் கொண்டவர்கள். எனவே ஒரு வல்லுநர் குழுவிற்குக் கிடைக்க வேண்டிய மதிப்போ கவனமோ அதற்குக் கிடைக்கவில்லை. தவிர, 'ஈஸ்டர்ன் எகனாமிஸ்ட்' இதழ் குறிப்பிட்டதைப் போல் "குழு ஒருமனதாக முன்வைத்த அறிக்கை, மாறுபட்ட பார்வைகளின் அடிப்படையில் திட்டத்தை எதிர்த்தவர்கள்மீது செல்வாக்கு செலுத்தக்கூடியதாக இல்லை."[1]

'மகத்தான' திட்டத்திற்குக் கிடைத்த வரவேற்பு 'மகத்தான' இந்த அறிக்கைக்கும் கிடைத்தது. 'ஸ்வதந்திரா' இதழ் அதைப் "பயனற்ற வெற்றி" என்றது.[2] போலியான புகழ்ச்சியின் மூலம் திட்டத்தை அறிக்கை பலவீனப்படுத்திவிட்டது என்றார் வி.ஆர். கிருஷ்ண ஐயர்.[3] அறிக்கை திருப்தி தரவில்லை என்று சி. சுப்பிரமணியமும்கூட ஒப்புக்கொண்டார். அரசு அதைத் தொடர்ந்து பரிசீலித்துவருகிறது என்றார்.[4]

---

1. Editorial, 'Verdict on Rajaji', *Eastern Economist*, vol. 21, October–December 1953. *Viduthalai*, 28 டிசம்பர் 1953 இதழில் இதன் மொழியாக்கம் வெளியானது.
2. *Swatantra*, 5 December 1953.
3. *Madras Legislative Assembly Debates*, vol. X, 24 December 1953, p. 704.
4. *Madras Legislative Assembly Debates*, vol. XIII, 26 March 1954, p. 1152.

தாங்கள் சுட்டிக்காட்டிய குறைகளைப் பாருலேகர் குழு கணக்கில் எடுத்துக்கொண்டது குறித்துக் கல்வியாளர்கள் மகிழ்ச்சி அடைந்தார்கள். தாங்கள் எடுத்த நிலைப்பாடு சரியானதுதான் என்பதை அறிக்கை நிரூபிப்பதாகத் தென்னிந்திய ஆசிரியர் சங்கம் கருதியது.[5] மாணவர் சேர்க்கையை உயர்த்துவது அரசின் லட்சியங்களில் ஒன்று. ஆனால் திருத்திய கல்வித் திட்டம் இதைத் தன் இலக்காக அறிவிக்கவில்லை என்பதைச் சுட்டிக் காட்டிய அவர்கள் இதன்தொடர்பில் அறிக்கையைக் கேள்விக்கு உட்படுத்தினார்கள்.[6] கல்வியறிவின்மையை ஒழிப்பதற்காக இந்தத் திட்டத்தைக் கொண்டுவந்ததாக ராஜாஜி சொன்னதே இல்லை. அனைவருக்குமான தொடக்கக் கல்வி என்பதன் தேவை குறித்து அவர் நம்பிக்கை கொண்டவரும் அல்ல.[7] சிறப்பான முயற்சியை மேற்கொள்ளாவிட்டால் கூடுதல் மாணவர் சேர்க்கை இல்லாமலேயே முழு ஆண்டும் கழிந்துவிடும் என்று குழு கவலை தெரிவித்தது. இதுவே திட்டம் தோல்வி என்பதை ஒப்புக்கொண்டது போலாயிற்று.[8]

இளம் பட்டதாரிகளுக்குச் சம்பளம் கொடுத்து மாணவர் சேர்க்கைக்கான முயற்சியில் அவர்களை ஈடுபடுத்தலாம் என்றும் தொழில் கற்றுத்தரும் கைவினைஞர்களுக்குச் சம்பளம் தர வேண்டும் என்றும் குழு பரிந்துரைத்தது கற்றுக்குட்டித் தனமானது என்றே சொல்ல வேண்டும். "எல்லாக் குழந்தைகளுக்கும் கல்வியின் அடிப்படைகளை வழங்குவதற்குத் தேவையான நிதி ஆதாரத்தைக் கண்டுபிடிக்க முடியாத அரசு", "ஆசிரியர்களின் சம்பளத்தைக் கூட்ட முடியாத அரசு" மேற்படிச் செலவுகளுக் கான நிதியைத் திரட்டுவது இயலாத காரியம்.[9] அறிக்கையை முழுமையாகப் பார்க்கும்போது அனைவருக்கும் தொடக்கக் கல்வி வழங்கும் பணிகளின் வேகத்தைக் கூட்டுவது, குழந்தைகளைத் தொழில் திறன் கொண்டவர்களாக ஆக்குவது ஆகியவற்றைத் திட்டத்தால் நிறைவேற்ற முடியவில்லை என்னும் எண்ணமே மேலோங்குகிறது. பட்டதாரிகளுக்கான கட்டாயப் பணி, கைவினைஞர்களுக்கான சம்பளம், ஆசிரியர்களின் சம்பளம் முதலான பரிந்துரைகள் கூடுதல் செலவுகளைக் கோருவன. நிதிநெருக்கடியால்தான் இந்தத் திட்டமே கொண்டுவரப்பட்டது என்பதைப் பற்றிய உணர்வு சிறிதும் இல்லாமல் இந்தப் பரிந்துரைகளைக் குழு முன்வைத்திருந்ததையே இது காட்டுகிறது.[10]

5. தலையங்கம், *The South Indian Teacher*, November 1953, p. 447.
6. Ibid.
7. Srinivasa Iyengar, *Educational India*, June 1954.
8. Ibid.
9. Ibid.
10. Editorial, *Educational India*, January 1954.

மாணவர்-ஆசிரியர் விகிதம் குறித்துக் குழு முன்வைத்த பரிந்துரையை ஏற்றால் அரசு பல ஆசிரியர்களைப் பணிநீக்கம் செய்ய வேண்டியிருந்திருக்கும்."[11]

அரசு அறிக்கை விஷயத்தில் இன்னும் எந்த முடிவும் எடுக்கவில்லை என்றும் அதைப் பரிசீலனை செய்துகொண்டிருப்பதாகவும் கல்வி அமைச்சர் மக்களுக்கு உறுதி அளித்துக் கொண்டிருந்தாலும் மூன்று மணிநேரப் பாடம், பள்ளிக்கு வெளியில் பயிற்சி என்னும் திட்டத்திற்கு ஏற்றவகையில் பாடத்திட்டத்தை மாற்ற வேண்டும் என்னும் பரிந்துரையை ஏற்றுப் பாடத்திட்டப் பரிசீலனைக் குழுவை 1953 டிசம்பரில் அரசு நியமித்தது.[12] நகராட்சிகளின் கீழ் உள்ள பகுதிகளுக்கும் இத்திட்டத்தை விரிவுபடுத்துவதற்கான ஆணைகளையும் அரசு பிறப்பித்தது.[13]

பாருலேகர் குழு பரிந்துரையின்படி மாணவர்-ஆசிரியர் விகிதத்தைக் கடைப்பிடிக்கும்படி பொதுக் கல்வித் துறை இயக்குநர் அரசு உதவி பெறும் பள்ளிகளின் மேலாளர்களுக்கு உத்தரவிட்டார். 1954 ஜூன் மாதத்திற்குள் 30:1 ஆகவும் 1955 ஜூன் மாதத்திற்குள் 40:1 ஆகவும் இது இருக்க வேண்டும் என்றது உத்தரவு. அரசும் உள்ளூர் நிர்வாகமும் நடத்தும் பள்ளிகளில் இந்த விகிதம் 60:1ஆக இருக்க வேண்டும். உபரி ஆசிரியர்களைப் புதிய பள்ளிகளைத் திறக்கப் பயன்படுத்திக்கொள்ள வேண்டும். அல்லது 10–12 வயதுள்ள மாணவர்களுக்குக் கற்பிக்க இவர்களைப் பயன்படுத்திக்கொள்ள வேண்டும்.[14]

கிராமக் கைவினைஞர்களுக்குப் பயிற்சி அளிக்கவும் அவர்களுக்கு ஊக்கத்தொகையாகச் சம்பளம் தரவும் ஒரு கோடி ரூபாய் மதிப்பிலான திட்டத்தை அரசு உருவாக்கியது.[15] பாருலேகர் குழு அறிக்கையை உள்ளடக்கி, இந்தத் திட்டத்தை 1954–55 கல்வியாண்டிலும் தொடர்வதற்கான தயாரிப்புகளை ஐயத்திற்கு இடமின்றி மேற்கொண்டது. ஆசிரியர்களின் சம்பளத்தை உயர்த்த வேண்டும் என்னும் பரிந்துரையின் மீது மட்டும் அரசு ஆர்வம் காட்டவில்லை. அப்படிக் கொடுத்தால் திட்டத்தை ஆதரிப்பதற்காக ஆசிரியர்களுக்குக் கையூட்டு

---

11. டி.சி. நாராயண நம்பியார், *Madras Legislative Assembly Debates*, vol. XIII, 26 March 1954, p. 1164. மேலும், கோயம்புத்தூர் ஆசிரியர் சங்கத் தீர்மானம், *The South Indian Teacher*, December 1953, p. 469.
12. *The South Indian Teacher*, December 1953, p. 475.
13. *The Hindu*, 3 February 1954.
14. Ibid.
15. *Educational India*, March 1954, p. 298.

கொடுப்பது போலாகிவிடும் என்று அரசு கருதியது.[16] எனினும் அரசு ஒரு சலுகையை மட்டும் ஆசிரியர்களுக்கு வழங்கியது. போதிய தகுதியற்றவர்களாக அறியப்படும் ஆசிரியர்கள் அல்லது கீழறுப்பு வேலைகளில் ஈடுபடும் ஆசிரியர்கள் மீது நடவடிக்கை எடுப்பதற்கான விரிவான அதிகாரங்களை அதிகாரிகளுக்கு வழங்கும் சென்னைக் கல்விச் சட்டத்தைத் திருத்தி அதன் கடுமையைக் குறைத்தது.[17]

பாருலேகர் குழு வழங்கிய தெளிவற்ற அங்கீகாரம் அரசுக்குத் திருப்தியளிக்கவில்லை. கல்விக்கான மத்திய ஆலோசனை வாரியத்திடம் (Central Advisory Board of Education - CABE) திட்டத்திற்கான ஆதரவைக் கோரியது. 1954 பிப்ரவரி மாதம் நடைபெற்ற கூட்டத்தில் இந்த வாரியம் இந்தத் திட்டத்தைப் பரிசீலனைக்கு எடுத்துக்கொண்டது. மிகப் பெரும்பான்மையான குழந்தைகளுக்குக் கல்வி கிடைக்கச் செய்வதற்கான வரவேற்கத்தக்க முயற்சி என்று இத்திட்டத்தைப் பற்றி அது கருத்து தெரிவித்தது.

அனைவருக்கும் தொடக்கக் கல்வியை வழங்குவது என்னும் அரசியல் சட்டத்தின் வழிகாட்டு நெறி கூறும் இலக்கை அடைவதற்கு இது உதவிபுரியும் என்றும் கல்வி வாரியம் கருதியது. பள்ளிக்கு வெளியேயான செயல்பாடு களைக் கட்டுப்படுத்தப்பட்ட சூழலில் மேற்கொண்டால் பள்ளி நேரத்தைக் குறைப்பதால் குழந்தைகளின் கல்வி பாதிக்கப் படாது என்றும் அது கருதியது. பாருலேகர் குழு தெரிவித்த ஆலோசனையின் அடிப்படையில் பள்ளிக்கு வெளியிலான நடவடிக்கைகளைக் கவனத்தோடு மேற்பார்வையிடுவதற்கான ஏற்பாடுகளைச் செய்ய வேண்டும் என்றும் கூறியது. எல்லாக் குழந்தைகளுக்கும் கல்வி தருவதற்கான நிதி தற்போது இல்லாததால் இந்தத் திட்டம் இடைக்கால ஏற்பாடாகவே இருக்க முடியும் என்றும் கருதியது. ஆதாரக் கல்வித் திட்டமே நாட்டிற்குத் தேவையான கல்வித் திட்டம் என்று கல்வி வாரியம் உறுதியாக நம்பியது. ஆதாரக் கல்வித் திட்டம், கைத்தொழிலை யும் இதர பாடங்களையும் அவற்றுக்கான முறையான விதத்தில் பள்ளியிலேயே கற்றுத்தரும் ஒருங்கிணைந்த முழுநேரக் கல்வியை வழங்குகிறது. இத்திட்டத்தின்படி பள்ளிக்கூடம் சமூக மையமாகச் செயல்படும். பள்ளிக்கும் சமூகத்திற்குமிடையே உயிரோட்டமுள்ள உறவு நிலவும். வரையறுத்த சூழ்நிலை களில் இத்தகைய பரிசோதனைகளை மேற்கொள்வது குறித்துப்

---

16. எஸ்.ஐ.டி.யு நிர்வாகக் குழு தீர்மானம் (சென்னை) 13 பிப்ரவரி 1954. *The South Indian Teacher*, March 1954.

17. *The South Indian Teacher*, March 1954, p. 25.

பரிசீலிக்குமாறு இதர மாநிலங்களுக்குக் கல்வி வாரியம் ஆலோசனை வழங்கியது.[18]

திருத்திய கல்வித் திட்டத்தின் அடியோட்டமான கோட்பாடுகளை மத்திய கல்வி ஆலோசனை வாரியம் அங்கீகரித்திருந்ததாக சி. சுப்பிரமணியம் சட்டமன்றத்தில் சமர்ப்பித்த அறிக்கையோடு இது முரண்படுகிறது.[19] இந்தத் திட்டம் தனித்தன்மை வாய்ந்தது என்றும், கல்வி சார்ந்த மகத்தான விழுமியத்தை அது கொண்டிருக்கிறது எனவும் அரசு பிரச்சாரம் செய்துகொண்டிருந்தது. மாணவர் சேர்க்கை அதிகரிப்பு என்பது இதன் மூலம் தானாகவே விளையக்கூடிய பலன் என்றும் அது கூறியது. ஆனால் முழுநேரப் பள்ளிதான் குழந்தைகளுக்குத் தேவையான கல்வியை வழங்க முடியும் என்று கல்வி வாரியம் கூறியது. மொத்த கிராமமுமே "தொழிற்கல்வி மையம்" என்று ராஜாஜி அறிவித்தார். கல்வி வாரியம் இதை நிராகரித்து, பள்ளிக்கூடம்தான் உண்மையான சமூக மையமாக விளங்க முடியும் என்றது. மொத்தத்தில் ராஜாஜியின் கல்விக் கோட்பாட்டை மத்தியக் கல்வி ஆலோசனை வாரியம் நிராகரித்தது.

திட்டத்தைக் கைவிடுதல்

இப்படியாக, திட்டத்தைத் தக்கவைத்துக்கொள்வதற்கான போரில் எல்லா முனைகளிலும் அரசு தோல்வி அடைந்தது. திட்டத்தைக் கைவிடாமல் இருந்தால் தமிழகத்தில் காங்கிரஸ் முடங்கிப்போகும். ராஜாஜி முதல்வராக இருக்கும்போதே திட்டத்தைக் கைவிடுவது என்பது எதிர்க்கட்சிகளிடம் சரணடைவதாக அமைந்துவிடும். இது காங்கிரஸ் அரசுக்குக் கூடுதல் சேதத்தை ஏற்படுத்தும். இந்தச் சிக்கலிலிருந்து விடுபட, திட்டத்தின் சிற்பி பதவி விலகுவதைத் தவிர வேறு வழியில்லை. ராஜாஜி பதவி விலகினார். 1954 ஏப்ரலில் காமராசர் முதல்வராகப் பொறுப்பேற்றுக்கொண்டார். அந்த அமைச்சரவையிலும் சி. சுப்பிரமணியம் கல்வி அமைச்சராக நீடித்தார்.

திட்டத்தைக் கைவிடுவதே காமராசர் அரசின் முதல் நடவடிக்கையாக அமைந்தது. அதற்கு இரங்கற்பா எழுதும் பொறுப்பு சி. சுப்பிரமணியத்திடம் வந்தது. திட்டத்தின் அடிப்படைக் கோட்பாடுகள் அப்போதும் அவர் மனத்திற்கு நெருக்கமாகவே இருந்தன. அதன் "காலப் பொருத்தம் இன்னமும் மாறிவிடவில்லை" என்றே அவர் கருதினார். இதற்காக மிகவும்

---

18. *CABE (1935–1960). Silver Jubilee Souvenir*, p. 299.
19. *Madras Legislative Assembly Debates*, vol. XIII, 26 March 1954, p. 1151.

தீவிரமாகப் பிரச்சாரம் செய்தவர் அவர்.[20] திட்டம் நல்லடக்கம் செய்யப்பட்டது. ஆனால் அனைவருமே நிராகரித்த பழைய கல்வித் திட்டத்திற்குத் திரும்புவது இயலாத காரியம். எனவே ஆதாரக் கல்வித் திட்டத்திற்கு இசைவான புதிய கல்வி முறை ஒன்றைக் கூடியவிரைவில் உருவாக்க வேண்டியிருந்தது. வேகமாக மாறிவரும் சமூகத்தின் சமூக – பொருளாதாரத் தேவைகளை அந்தத் திட்டம் கணக்கில் எடுத்துக்கொள்ள வேண்டியிருந்தது.[21]

டாக்டர் ராம. அழகப்ப செட்டியார் தலைமையில் ஒரு புதிய வல்லுநர் குழுவை அரசு நியமித்தது.[22] தொடக்கக் கல்வியின் மொத்த அமைப்பையும் பரிசீலித்தல், அரசியல் சட்டத்தின் வழிகாட்டு நெறிகளை நடைமுறைப்படுத்துவதற்கான வழிகளைப் பரிந்துரைத்தல், மாணவர்கள் இடைநிற்றலைக் குறைத்தல், நடப்பிலுள்ள அமைப்பினை மாநிலத்தின் தேவைகளுக்கும் வள ஆதாரங்களுக்கும் ஏற்ப மேம்படுத்துதல், சாதாரணப் பள்ளிகளை ஆதாரக் கல்வித் திட்டப் பள்ளிகளாக மாற்றுதல் ஆகியவை அந்தக் குழு மேற்கொள்ள வேண்டிய பணிகள் என அரசு வகுத்தது.[23]

திட்டத்தைக் கைவிடுவது என்னும் முடிவிற்கு ராஜாஜி கோபமாக எதிர்வினையாற்றினார். 'தி இந்து' நாளிதழுக்கு எழுதிய கடிதத்தில் அவர் தம் திட்டத்தின் சிறப்புகளை வலியுறுத்திக் கூறினார். நடப்புக் கல்வித் திட்டத்தை விமர்சித்தார். "மோசடி, வீண் செலவு, குழந்தைகளின் மீதான கொடும் ஒடுக்குமுறை

---

20. *[இது ஆக்கபூர்வமான திட்டமே என்று சி. சுப்பிரமணியம் வலுவாக நம்பினார். அரசியல் எதிரிகள் ராஜாஜியின் திட்டத்தைக் "கேலிப்பொருளாக்கி" விட்டார்கள் என்று நாற்பது ஆண்டுகளுக்குப் பிறகு அவர் கசப்புடன் நினைவுகூர்ந்தார். பெரியார் அதை "அரசியல் நோக்கத்திற்காகப் பயன்படுத்திக்கொள்ள நினைத்தார். "அதிருப்தியடைந்திருந்த காங்கிரஸ்காரர்கள்" பெரியாரின் போராட்டத்தில் இணைந்து கொண்டார்கள், காமராசர் திட்டத்திற்கு எதிராக "வெளிப்படையாகப் பேசினார்." இந்தத் திட்டம் "ராஜாஜியை முதல்வர் பதவியிலிருந்து நீக்குவதற்குத் தோதாக அமைந்து விட்டது" என்றும் சுப்பிரமணியம் கருதினார். Hand of Destiny*, vol. 1, pp. 205–6. *– பதிப்பாசிரியர்].*
21. *Madras Legislative Assembly Debates*, vol. XV, 18 May 1954, pp. 285–91, 452–7.
22. *[ராம. அழகப்ப செட்டியார் (1909–1957) தொழிலதிபர், வள்ளல். திருவிதாங்கூர் பல்கலைக்கழகத்தில் தமிழ் ஆய்வுக்கான துறையை ஏற்படுத்த அறக்கட்டளை அமைத்ததுடன், காரைக்குடியில் கல்லூரி ஒன்றையும் நிறுவினார். காரைக்குடியில் சென்ட்ரல் எலக்ட்ரோ கெமிக்கல் ரிசர்ச் இன்ஸ்டிட்யூட்டையும் சென்னையில் ஏ.சி. தொழில்நுட்பக் கல்லூரியையும் நிறுவியவர் இவரே. – பதிப்பாசிரியர்.]*
23. G.O. No. 1714, Education, 4 December 1954. குழுவின் பிற உறுப்பினர்கள் நெ.து. சுந்தரவடிவேலு, பொதுக்கல்வித்துறை துணை இயக்குநர்; கே. அருணாசலம், முதல்வர், ஆசிரியர் பயிற்சிக் கல்லூரி, ராமகிருஷ்ண வித்யாலயம், பெரியநாயக்கன்பாளையம்; எஸ். மீனாட்சிசுந்தர முதலியார், கலைமகள் கல்வி நிலையம், ஈரோடு; எம். அருணாசலம், பி.கே. நாடார் உயர்நிலைப் பள்ளி, திருமங்கலம்; வி.எஸ். கோபாலகிருஷ்ண அய்யர், தலைமை ஆசிரியர், சர் எம். சிடி. முத்தய்யா செட்டியார் பள்ளி, புரசைவாக்கம், சென்னை.

ஆகியவற்றின் மீளாச் சுழற்சி" என்று நடப்புத் திட்டத்தை விமர்சித்த அவர் இது பெரிய அளவில் முடக்கத்தை உருவாக்கிச் சமூக ஒத்துழைப்புக்கு முரணான தீய பண்புகளை வளர்க்கும் என்றார். பணி இழப்பு குறித்த ஆதாரமற்ற அச்சங்கள், அதே அளவுக்கு ஆதாரமற்ற வகுப்புவாதம் / சாதியம் சார்ந்த ஐயங்கள், குழந்தைகளின் உளவியல் குறித்த தொழில்முறை அரசியல்வாதிகளின் அறியாமை ஆகிய அனைத்தும் சேர்ந்து, தாம் பெரிதும் மதிப்பளிக்கும் ஒரு திட்டத்திற்கு நியாயமான பரிசோதனை என்னும் வாய்ப்பை வழங்கவிடாமல் தடுத்து விட்டன என்று அவர் கழிவிரக்கம் கொண்டார். அவருடைய பார்வையில் இந்தத் திட்டம் மொத்த இந்தியாவுக்கும் பலனளிக்கக்கூடிய பரிசோதனை. தொடக்கக் கல்விக்குள் சேரும் அனைவரும் எந்த லாபமும் இன்றி எல்லாவற்றையும் இழப்பது என்னும் சூதாட்டமாகத் தொடக்கக் கல்வி இருக்க வேண்டும் என்று அவர்கள் (தொழில்முறை அரசியல்வாதிகள்) விரும்புகிறார்களா அல்லது குழந்தைகள் குடிமைப் பண்புகளில் பயிற்சி பெறுவதை விரும்புகிறார்களா என்று அவர் கேட்டார்.[24] அடிப்படையான இந்தக் கேள்விக்கு மாநில மக்கள் விடைகாண வேண்டும் என்றும் அவர் குறிப்பிட்டார்.

காமராசர் அரசு நியமித்த அழகப்ப செட்டியார் குழு இந்தக் கேள்விக்கு விடை கண்டதா என்பதை அடுத்துப் பார்ப்போம்.

அழகப்ப செட்டியார் குழு அறிக்கை

அழகப்ப செட்டியார் குழு 1955 நவம்பரில் தன் அறிக்கையை கையளித்தது.[25] அறிக்கை ஒருமனதானதாக அமையவில்லை. எம். அருணாசலம் என்னும் உறுப்பினர் ஆதாரக் கல்வியை விரிவுபடுத்துவது குறித்துத் தமது கருத்து மாறுபாட்டினைப் பதிவுசெய்தார்.

குழந்தைகளின் ஒருங்கிணைந்த முழுமையான வளர்ச்சிதான் தொடக்கக் கல்வியின் இலக்கு என்னும் புளித்துப்போன பல்லவியை இந்தக் குழுவின் அறிக்கையும் பாடியிருந்தது. தனிநபரின் நலனுக்கும் சமுதாயத்தின் நலனுக்கும் பயன்தரக் கூடிய விதத்தில் குழந்தையின் திறமைகளை முடிந்தவரை முழுமையாக வளர்ப்பதற்கான பன்முகத்தன்மை கொண்ட கல்வி தேவை என்று அறிக்கை கூறியது. மொட்டையாகச்

---

24. *The Hindu*, 9 June 1954.
25. *Report of the Elementary Education Reform Committee*, Madras State, 1955 (hereafter REERC).

சொல்வதானால் 1953ஆம் ஆண்டுக்கு முன்பு இருந்த நிலைக்கே திரும்ப வேண்டும் என்றது.

ஐந்து ஆண்டுக் கல்வி என்பது போதாது என்று குழு கருதியது. எட்டு ஆண்டுகளுக்கான ஒருங்கிணைந்த கல்வியை அது பரிந்துரைத்தது. உயர்நிலைப் பள்ளிகளில் வாரத்திற்கு ஆறு வகுப்புகளைத் தொழில் கல்விக்காக ஒதுக்கும் நடைமுறை தொடர வேண்டும் என்றும் பரிந்துரைத்தது. பள்ளி நேரத்தை மூன்று மணிநேரமாகக் குறைப்பதை நிராகரித்தது. எங்கெல்லாம் மாணவர் சேர்க்கை அதிகமோ அங்கு மட்டுமே ஷிப்டு முறையைத் தற்காலிகமாகக் கைக்கொள்ளலாம். ஆதாரக் கல்வித் திட்டப் பள்ளிகளில் தொழில் கற்கும் திட்டம் ஏழு வயதுக்குட்பட்ட குழந்தைகளுக்கு எளிதாக இருக்கும்வகையில் நெகிழ்வானதாக ஆக்க வேண்டும். ராட்டை சுற்றுவதற்குப் பதிலாகத் தோட்ட வேலையை முக்கியத் தொழிலாக அறிமுகப்படுத்தலாம் என்றும் அது பரிந்துரைத்தது.

அரசியல் சட்டத்தின் வழிகாட்டு நெறிகளை நடைமுறைப் படுத்துவது தொடர்பாகக் கீழ்க்காணும் பரிந்துரைகளைக் குழு முன்வைத்தது: 1. முந்நூற்றுக்கு மேற்பட்ட மக்கள்தொகை கொண்ட கிராமங்களில் பள்ளிகளைத் தொடங்குவது. 2. உள்ளூர் மக்கள் பாதிச் செலவை ஏற்றுக்கொண்டால் குழந்தைகளுக்கு இலவச மதிய உணவளித்தல். 3. வேளாண் பணிகளுக்கான பருவங்களைக் கருத்தில் கொண்டு விடுமுறை அளித்தல். 4. ஓராசிரியர் பள்ளிகள் தொடர வேண்டும், ஆனால் மூன்று வகுப்புகளுக்கு மட்டுமே இதைச் செயல்படுத்த வேண்டும். மாணவர்கள் இடைநிலை, மேனிலை என்று அடுத்தடுத்து மேல் படிப்புக்குச் செல்வதை உறுதிப்படுத்தும் பள்ளிகளாக அவை அமைய வேண்டும்.

மாணவர்களின் இடைநிற்றலைத் தடுக்க உருப்படியான பரிந்துரை எதையும் இக்குழு வழங்கவில்லை. மதிய உணவுத் திட்டம் இடைநிற்றலைக் குறைக்கும் என்று அது நம்பியது. ஆதாரக் கல்வித் திட்டப் பள்ளிகளின் சில கூறுகளை உள்ளடக்கியதைத் தவிரப் பாடத்திட்டத்தில் குறிப்பிடத்தகுந்த மாற்றம் எதையும் குழு பரிந்துரைக்கவில்லை. சுருக்கமாகச் சொல்வதானால் (1953க்கு முந்தைய) நடப்புக் கல்வி முறையில் ராஜாஜி முன்வைத்தது போல அதிரடியான மாற்றம் எதுவும் தேவை என்று குழு கருதியதாகத் தெரியவில்லை. நடப்புக் கல்வி முறையின் சட்டகத்திற்குள்ளேயே அனைவருக்குமான கல்வி, குழந்தைகளின் சமூகமயமாக்கம் ஆகிய இலக்குகளை அடைய முடியும் என்று அது கருதியது. அதே சமயம் ஆசிரியர்களின் சம்பளத்தைக் கூட்ட வேண்டும் என்று குழு பரிந்துரைத்தது.

தே. வீரராகவன்

காமராசர் அரசில் கல்வி

திருத்திய கல்வித் திட்டத்திற்கு அடிப்படையாக அமைந்த அனுமானங்கள் சரியானவைதாமா? கல்வியை விரைவாகப் பரப்புவதற்கான தடைகளை நாம் தாண்டிவிட்டோமா? இல்லையெனில் மாறுபட்ட அணுகுமுறையின் மூலம் அவற்றைத் தாண்டிவிட முடியுமா? இந்தக் கேள்விகளுக்கு ஒப்பாய்வு முறையில் (சுருக்கமான) விடை காண்பதற்காகக் காமராசர் ஆட்சிக் காலத்தை இங்கே ஆய்வுக்கு எடுத்துக்கொள்ளலாம்.

அழகப்ப செட்டியார் குழு அறிக்கையின் பரிந்துரைகளை ஏற்றுக்கொண்ட காமராசர் அரசு தொடக்கக் கல்வியைப் பரப்புவதற்கு உயர் முன்னுரிமை தந்தது. 1955–56ஆம் ஆண்டிற்குள் கல்விக்கான வசதிகளை ஏற்படுத்துவதற்கான நடவடிக்கை களை அரசு ஏற்கெனவே தொடங்கிவிட்டது. தொடக்கப் பள்ளிகளைப் போதிய அளவில் நிறுவும்வரை தொடக்கக் கல்விக்கான வசதிகளைச் செய்துதரும் பணிகளில் கவனம் செலுத்த வேண்டும் என உள்ளூர் நிர்வாக அமைப்புகளுக்கு அரசு உத்தரவிட்டது. உயர்நிலைக் கல்வியை விரிவுபடுத்தும் பணியையும் ஒத்திவைத்தது. படித்து வேலையில்லாமல் இருப்பவர்களுக்கு முதல் ஐந்தாண்டுத் திட்டத்தின் கீழ் இந்திய அரசு வழங்கிய நிவாரணத் தொகையைப் பயன்படுத்தி, ஓராசிரியர் பள்ளிகளைத் தொடங்கியதோடு கூடுதலாக ஆசிரியர்களைச் சேர்ப்பதன் மூலம் ஏற்கெனவே இருந்த பள்ளிகளை மேலும் வலுவாக்கியது. திட்டத்திற்கான கால கட்டத்தில் 4,267 தொடக்கப் பள்ளிகளை அரசு தொடங்கியது. முந்நூற்றுக்கு மேற்பட்ட மக்கள் தொகை கொண்ட கிராமங்கள் அனைத்திலும் பள்ளிகளைத் தொடங்கியது. கூடுதலாக நான்கு லட்சத்திற்கும் மேற்பட்ட மாணவர்கள் பள்ளிகளில் சேர்ந்தார்கள். பல இடங்களிலும் பள்ளிகளைத் தொடங்குவது என்பதைத்தான் தொடக்கக் கல்வியை விரிவுபடுத்துவதற் கான முதன்மையான வழிமுறையாக அரசு தேர்ந்தெடுத்தது. 1956–57க்கும் 1971–72க்கும் இடைப்பட்ட ஆண்டுகளில் பள்ளி களின் எண்ணிக்கை 25,268இலிருந்து 32,021 ஆக அதிகரித்தது. மாணவர் எண்ணிக்கை 30.88 லட்சத்திலிருந்து 65.77 லட்சமாக உயர்ந்தது.[26]

செலவைக் கூட்டாமல் மாணவர் சேர்க்கையை அதிகரிப்பதற்கான வழியாக மாணவர் – ஆசிரியர் விகிதம் குறித்த பாருலேகர் குழு அறிக்கையின் பரிந்துரை ஏற்றுக்கொள்ளப்பட்டது.

---

26. *Perspective Plan for Tamil Nadu: Towards a Learning Society*, p. 1.

1958இலிருந்து 35:1 என்பதாக இந்த விகிதம் உயர்த்தப்பட்டது.[27] 1961 முதல் 40:1[28], 1963முதல் 45:1[29] என்று தொடர்ந்து இது உயர்ந்தது. மக்கள் தொகையில் 1000 பேருக்கு 10 மாணவர்கள் என்னும் விகிதத்தை இரட்டிப்பாக்கி, 1000 பேருக்கு 20 மாணவர்கள் என ஆக்க வேண்டும் என்பதே இதன் நோக்கம். (இதனால்) ஒரு மாணவருக்கான செலவு ரூ. 200இலிருந்து 1965-66இல் ரூ.150 ஆகக் குறைக்கப்பட்டது.[30]

கூடுதல் மாணவர் சேர்க்கைக்கான தேவை அதிகமாக இருந்த இடங்களில் ஓமந்தூர் ராமசாமி ரெட்டியார் ஆட்சியில் கடைப்பிடிக்கப்பட்ட ஷிப்டு முறை புதுப்பிக்கப்பட்டது. கட்டாயக் கல்வித் திட்டம் 1960-61இல் அறிமுகப்படுத்தப் பட்டது. மூன்று ஆண்டுகளில் மூன்று கட்டங்களாக இது நடைமுறைக்கு வந்தது. 6 முதல் 7வயது வரையிலான ஒவ்வொரு குழந்தையும் பள்ளியில் கட்டாயமாகச் சேர்க்கப்பட்டது. 5ஆம் வகுப்பை எட்டும்வரை அல்லது 12 வயதாகும்வரை எந்தக் குழந்தையும் பள்ளிப் படிப்பை நிறுத்த அனுமதி இல்லை. இந்த நடவடிக்கையின் விளைவாக மூன்று லட்சத்திற்கும் மேற்பட்ட குழந்தைகள் கூடுதலாகச் சேர்க்கப்பட்டனர். 6600 ஆசிரியர்கள் கூடுதலாக நியமிக்கப்பட்டார்கள்.[31]

சமூக-பொருளாதாரத் தடைகளைத் தாண்ட எண்ணற்ற நடவடிக்கைகளை அரசு மேற்கொண்டது. சாதி, மத வேற்றுமை இன்றி ஏழைக் குழந்தைகள் அனைவருக்கும் தொடக்கக் கல்வியை இலவசமாக வழங்கியது. இரண்டாவது முறையும் தேர்வில் தோல்வியடையும் மாணவர்களுக்கு மட்டும் கட்டணச் சலுகை தரப்படவில்லை.[32] (அதற்கு முன்பு ஒரு முறை தேர்ச்சி அடையாமல்போனாலே கட்டணச் சலுகை கிடையாது.[33])

எல்லாவற்றைக் காட்டிலும் சிறப்பான திட்டம் என்றால் அது மதிய உணவுத்திட்டம்தான். அரிஜன நலப் பள்ளிகளிலும் சென்னை மாநகராட்சிப் பள்ளிகளிலும் இந்தத் திட்டம் ஏற்கெனவே நடைமுறையில் இருந்தது. கட்டாயக் கல்விச் சட்டம் நடைமுறையில் இருந்த இடங்களில் மட்டும் இது 1945இல் வெள்ளோட்டம் பார்க்கப்பட்டது. ஆனால் கடுமையான நிதி நெருக்கடியின் காரணமாக 1947இல் அரசு இதை நிறுத்தி

---

27. G.O. No. 639, Education, 2 April 1958.
28. G.O. No. 211, Education, 25 January 1961.
29. G.O. No. 1974, Education, 4 September 1963.
30. Lalithalakshmi, 'Kamaraj as Administrator', PhD diss., University of Madras, 1981.
31. Ibid. Quoting G.O. No. 637, Education, 28 March 1959; G.O. No. 635, Education & Public Health, 2 April 1963.
32. Ibid. Quoting G.O. No. 1100, Education, 5 June 1956.
33. Ibid. Quoting G.O. No. 926, Education, 19 May 1955.

யிருந்தது.[34] காமராசர் இந்தத் திட்டத்தைப் புதுப்பித்தார். இதற்கான செலவைக் கல்வித் திட்டத்தின் ஒரு பகுதியாக 60:40 என்னும் விகிதத்தில் அமைத்ததன் மூலம் இது தொடர வழிசெய்தார். 60 சதவீதம் செலவை அரசு கொடுக்கும். 40 சதவீதத்தை உள்ளூர் மக்கள் நன்கொடையாகக் கொடுக்க வேண்டும் என்பது ஏற்பாடு. 1962இல் 27,135 பள்ளிகளில் 26,406 பள்ளிகளில் இந்தத் திட்டம் அமலில் இருந்தது. 1.11 கோடி ரூபாய் செலவில் 11,80,000 பேர் எனப் பெரும் எண்ணிகையில் மாணவர்கள் இதனால் பலனடைந்தார்கள்.[35] மதிய உணவுத் திட்டத்துடன் மாநிலம் முழுவதும் பள்ளி மேம்பாட்டுத் திட்டமும் தொடங்கியது. பாடப்புத்தகம், சிலேட்டு, சீருடை முதலானவற்றை ஏழைக் குழந்தைகளுக்கு வழங்குவதிலும் பள்ளிக்கான வசதிகளைப் பெருக்குவதிலும் உள்ளூர் மக்களைத் தன்னார்வ முறையில் ஈடுபடுத்தும் திட்டம் இது.[36]

---

34. G.O. No. 386, Education, 8 March 1947. இந்த அரசாணை 31 ஜூலை 1946இல் இந்திய அரசு வெளியிட்ட உத்தரவை அடியொற்றியது. கல்விக்கான செலவைக் குறைத்து வேளாண்மை, மருத்துவத் துறைகளுக்கு அதிக ஒதுக்கீடு செய்யும் நோக்குடன் மாநில அரசுகள் தமது திட்டத்தை மறுஆய்வு செய்ய வேண்டும் என்பதே அந்த உத்தரவு. ஒதுக்கீட்டை அதிகரிப்பது குறித்த கோப்பு வாசிப்பதற்குச் சுவையானது. அதன் ஒரு பகுதி வருமாறு: "உணவு இருப்பில் முன்னேற்றம் என்றால் தனிப்பட்ட குடும்பங்களின் பங்கீட்டு அட்டைகளின் மூலம் பெறக்கூடிய உணவுப் பொருள்களின் அதிகரிப்பு என்று பொருள். எனவே மதிய உணவுத் திட்டத்தின் மூலம் உணவு தருவதைத் தொடர்வது தேவையற்றதாக ஆகக்கூடும். உணவுக் கையிருப்பு அதிகரித்த பிறகும் பள்ளிக்கூடங்களில் மாணவர்கள் ஒழுங்காக வரவில்லை என்றால் கட்டாயக் கல்விச் சட்டத்தின் தண்டனைப் பிரிவுகளைப் பயன்படுத்த வேண்டியிருக்கலாம்."

    [1945இல் போருக்குப் பின்பு அரசு மாநிலம் முழுவதும் கட்டாயக் கல்வியை அறிமுகப்படுத்தத் திட்டமிட்டது. கிராமப்புறங்களில் உடனடியாக இந்தத் திட்டம் தொடங்கப்பட்டது. மூன்று ஆண்டுகளில் 1831 மையங்களில் அரசு இத்திட்டத்தைச் செயல்படுத்தியது. 1946–47இல் முதல்வராக இருந்த பிரகாசம் எல்லாத் தொடக்கப் பள்ளிகளையும் ஆதாரப் பள்ளிகளாக மாற்ற விரும்பினார். ஆனால் பல இடங்களில் ராட்டை சுற்றுவதற்கான பஞ்சு வீணடிக்கப்பட்டதால் இந்த முயற்சி அதிகச் செலவு பிடிப்பதாக இருந்தது. பெரும் செலவுகாரணமாகப் பல பள்ளிகள் மூடப்பட்டன (Subramaniam, *Hand of Destiny*, vol. 1, p. 204). 1948–49இல் பள்ளிகள் விரிவாக்கம் நிறுத்திவைக்கப்பட்டது. . . . மாநிலம் முழுவதும் ஆதாரக் கல்வியைக் கூடிய விரைவில் அறிமுகப்படுத்துவது என்னும் முடிவுதான் விரிவாக்கத்தை நிறுத்திவைப்பதற்கான முதன்மையான காரணம் . . . . "அனைவருக்குமான இலவச, கட்டாயக் கல்வியை முடிந்தவரையிலும் குறுகிய காலத்திற்குள்" வழங்க வேண்டும் என்று அரசு உறுதிபூண்டிருந்தாலும் இதற்கான "பெரும் செலவு, பெருமளவில் ஆசிரியர்கள் கிடைப்பதில் உள்ள கஷ்டம், புதிய பள்ளிகளுக்குத் தேவைப்படும் அதிக எண்ணிக்கையிலான கட்டடங்கள் ஆகியவை இந்தத் திட்டத்திற்குத் தடைகளாக அமைந்தன." ஆகவே 1952 மார்ச் வரையிலும் இந்தத் திட்டம் சென்னை மாகாணத்தின் 97 நகராட்சிகளில் 30இல் மட்டுமே அமலில் இருந்தது. G.O. No. 816, Education, 9 April 1952. – பதிப்பாசிரியர்.]

35. Lalithalakshmi, 'Kamaraj as Administrator'.
36. Ibid.

ஆசிரியர்கள் மனநிறைவுடன் பணிபுரிந்தால் மட்டுமே கல்வி தொடர்பான எந்த முயற்சியும் வெற்றியடையும் என்பதை உணர்ந்த அரசு ஆசிரியர்களின் பணிச் சூழலை மேம்படுத்துவதற்கான நடவடிக்கைகளை மேற்கொண்டது. வருங்கால வைப்புநிதிப் பலன்களை அதிகரிப்பது, சம்பளத்தையும் அகவிலைப்படியையும் உயர்த்துவது, தொடக்கப் பள்ளி ஆசிரியர்களின் குழந்தைகளுக்குப் பள்ளி இறுதி வகுப்புவரை இலவசக் கல்வி வழங்குவது, அவர்களுடைய மேல்நிலைத் தொழிற் கல்விக்கான கடன் உதவித்தொகை வழங்குவது, சிறந்த ஆசிரியர்களுக்கு விருது வழங்குவது முதலான பல நடவடிக்கைகளை அரசு மேற்கொண்டது.[37]

மேலே கூறப்பட்டுள்ளவை கேட்க இனிமையாக இருக்கலாம். இவற்றை ஒட்டிச் சில கேள்விகள் எழுகின்றன. மாணவர் சேர்க்கையை அதிகரிக்கச் செய்வதற்குச் செலவான கூடுதல் தொகை எவ்வளவு? மேம்படுத்திய கல்வித் திட்டத்தில் மதிப்பிடப்பட்ட தொகையைக் காட்டிலும் இது குறைவா, அதிகமா? சமூக–பொருளாதாரக் காரணிகளைச் சீர்ப்படுத்துவதற்கான மேற்கண்ட நடவடிக்கைகளால் ஐந்து ஆண்டுக் கல்வியில் இடைநிற்றல் குறைந்ததா? ஏழை மக்கள், தங்கள் குழந்தைகள் வேலைக்குச் செல்வதைத் தாமாகவே முன்வந்து நிறுத்தும் அளவிற்கு அவர்களுடைய வாழ்க்கைத் தரத்தில் குறிப்பிடத்தக்க முன்னேற்றம் ஏற்பட்டதா? உண்மையிலேயே அற்புதம் நிகழ்ந்ததா? கல்விக்கான செலவு, பள்ளிகள், ஆசிரியர் எண்ணிக்கை ஆகியவற்றை இரு மடங்காக உயர்த்தாமல் பள்ளிகளில் முழுமையான மாணவர் சேர்க்கையை உறுதி செய்ய முடியாது எனப் பாருலேகர், நாயக், ராஜாஜி அரசு ஆகியோர் வெளிட்ட அச்சம் நியாயமானதுதானா?

இந்தக் கேள்விகளுக்குப் பதிலளிக்க வேண்டுமானால் காமராசர் ஆட்சிக் காலத்தில் கல்வியில் நிகழ்ந்த முன்னேற்றங்கள் தமிழ்நாட்டில் மட்டும் நடந்துவிடவில்லை என்பதை நாம் மனத்தில் கொள்ள வேண்டும். முதல் மூன்று ஐந்தாண்டுத் திட்டங்களின்போது இந்தியா முழுவதிலும் கல்வியில் நிகழ்ந்த முன்னேற்றத்தின் பிரிக்க முடியாத பகுதி இது. ஐந்தாண்டுத் திட்டங்களின் பொதுவான கொள்கை, நிதி ஒதுக்கீடு ஆகியவை இல்லாமல் மாநில அரசால் முன்னேற்றம் கண்டிருக்க முடியாது. எனினும் தேசிய அளவிலான கொள்கையைத் தமிழகத்தில் நடைமுறைப்படுத்தியதில் காமராசர் அரசு காட்டிய பற்றுறுதியும் தீவிரமான செயல்பாடுகளும் பாராட்டுக்குரியவை.

---

37. 'Benefits for the Teachers', *Madras Information*, September 1962.

தேசிய அளவிலும் மாநில அளவிலும் மாணவர் சேர்க்கை, பள்ளிகளின் எண்ணிக்கை, ஆசிரியர் எண்ணிக்கை, தொடக்கக் கல்விக்கான செலவு ஆகியவற்றுக்கிடையேயான தொடர்பைப் பல கல்வியாளர்களும் நிர்வாகிகளும் (மாநில அளவிலும் தேசிய அளவிலும் பணியாற்றியவர்கள்) அலசியிருக்கிறார்கள்.[38]

1955-56, 1965-66 ஆகிய ஆண்டுகளில் இந்தியா முழுவதும் தொடக்கப் பள்ளிகளில் மாணவர் சேர்க்கை, தொடக்கக் கல்வியில் செய்த செலவுகள் ஆகிய விவரங்களை அட்டவணை 4.1இல் காணலாம். 1956, 1962 ஆகிய ஆண்டுகளில் தமிழக அளவில் இவை எப்படி இருந்தன என்பதை அட்டவணை 4.2 காட்டுகிறது.

தொடக்கப் பள்ளிகளில் மாணவர் சேர்க்கை நிகழ்ந்ததைக் காட்டிலும் வேகமான அளவில் தொடக்கக் கல்விக்கான செலவு அதிகரித்ததை இந்த இரு அட்டவணைகளும் காட்டுகின்றன. இந்தக் காலகட்டத்தில் மாணவர்-ஆசிரியர் விகிதம் அதிகமாக இருந்ததையும் ஷிப்டு முறை நடைமுறையில் இருந்ததையும் கணக்கில் கொண்டால் 100 சதவீத மாணவர் சேர்க்கை என்னும் இலக்கை நிறைவேற்ற வேண்டும் என்றால் தொடக்கக் கல்விக்கான செலவின் விகிதாச்சாரம் கூடுதலாக இருக்க வேண்டும் என்பது தெளிவாகும்.

மாணவர் சேர்க்கை குறித்த புள்ளிவிவரம் நிலவரத்தை முழுமையாக வெளிப்படுத்தவில்லை என்பதையும் குறிப்பிட வேண்டும். முதலாவதாக, சேர்க்கை விவரம் பல காரணங்களால் மிகைப்படுத்தப்பட்டன. இரண்டாவதாக, இந்த விவரம் சேர்க்கையைக் காட்டுகிறதே ஒழியச் சேர்ந்தவர்கள் எல்லாரும் பள்ளிக்கு வந்தார்களா என்பதைக் காட்டவில்லை.

இடைநிற்றல் குறித்த புள்ளிவிவரங்கள் கூடுதலாகப் பல உண்மைகளை வெளிப்படுத்துகின்றன. 1974இல் ஐந்தாம் வகுப்பில் படித்த மாணவர் எண்ணிக்கை 5.27 லட்சம். அதே ஆண்டில் முதல் வகுப்பில் படித்த மாணவர் எண்ணிக்கை 10.05 லட்சம்.[39] இடைநிற்றல், தேக்க நிலை ஆகியவை குறித்து ஆசிரியர் கல்லூரியின் ஆய்வுப் பிரிவு ஆய்வு செய்தது. 1956-57 முதல் 51 பள்ளிகளில் படித்த 1,191 மாணவர்களின் எதிர்காலம் எப்படி

---

38. கீழ்க்காணும் ஆதாரங்களின் அடிப்படையில் இந்த அலசல் அமைந்துள்ளது: *Perspective Plan for Tamil Nadu: Towards a Learning Society;* Goel, *Education and Economic Growth in India;* Saini, *Development of Education in India;* Adiseshiah et al. (eds), *Backdrop to the Learning Society;* Venkatasubramanian, *Education and Economic Development in India;* University of Delhi, Agricultural Economics Research Centre, *Primary Education in Rural India: Participation and Wastage.*

39. Joshua, *Rural Primary Education and Adult Literacy in Tamil Nadu,* p. 33 (Table 10).

இருந்தது என்பதை ஆராய்ந்தது. 1,191 மாணவர்களில் 124 பேர் மட்டுமே ஐந்து ஆண்டுகளில் 5ஆம் வகுப்பை முடித்திருந்தார்கள். முதல் வகுப்பிற்குப் பின் 334 பேர், இரண்டாம் வகுப்பிற்குப் பின் 231, மூன்றாம் வகுப்பிற்குப் பின் 190, நான்காம் வகுப்பிற்குப் பின் 175 பேர் படிப்பை நிறுத்திவிட்டார்கள். இப்படியாக, ஆய்வுக்கு எடுத்துக்கொள்ளப்பட்ட 1,191 பேரில் 930 பேர் ஐந்தாம் வகுப்பை எட்டவில்லை.[40]

1957–58இல் 8.74 லட்சம் பேர் முதல் வகுப்பில் சேர்ந்தார்கள். அவர்களில் 4.22 லட்சம் பேர் மட்டுமே 1961–62இல் ஐந்தாம் வகுப்பை எட்டினார்கள். மாநில திட்டக் குழுவின் ஆய்வு இந்தத் தகவலைக் கூறுகிறது. அதாவது 50 சதவீதத்திற்கும் மேற்பட்டவர்கள் தொடக்கக் கல்வியை முடிக்கவில்லை.[41]

65 சதவீத இடைநிற்றலுக்கு வறுமையே காரணம் என்றது கல்விக் குழு (1964–65).[42] கிராமப்புறங்களில் 40 சதவீதம் பேரும் நகர்ப்புறங்களில் 60 சதவீதம் பேரும் வறுமைக் கோட்டிற்குக் கீழே வசிப்பதற்கும் முதல் நான்கு வகுப்புகளில் 51.2 சதவீதம் இடைநிற்றல் நிகழ்வதற்கும் இடையில் முக்கியமான தொடர்பு இருப்பதாகத் தெரிகிறது எனத் தமிழக மாநிலத் திட்டக் குழுவின் பணிக் குழு தெரிவித்தது.[43]

1967ஆம் ஆண்டில் தில்லி பல்கலைக்கழகத்தின் வேளாண் பொருளாதார ஆய்வுப் பிரிவு அமர்த்யா சென் தலைமையில் மேற்கொண்ட ஆய்வும் இதே முடிவுக்கு வந்தது.

வருமானம், சாதி போன்ற புறக்காரணிகள் கல்வித் தரத்தைப் பாதிக்கும் அகக்காரணிகளை விளக்குவதற்கு (மேலும்) பொருத்தமானவை. கிராமத்தில் உள்ள பள்ளிக்கூடம் செயல்படும் நேரம் என்னும் அகக்காரணி தொடக்கப் பள்ளிகளில்

---

40. Ibid., pp. 46–7.
41. *Perspective Plan for Tamil Nadu: Towards a Learning Society*, p. 7; 1964-66ஆம் ஆண்டின் கல்விக் குழுவும் இந்த இடைநிற்றலை உறுதிப்படுத்துகிறது.
42. Quoted in Joshua, *Rural Primary Education and Adult Literacy in Tamil Nadu*, p. 60.
43. *Perspective Plan for Tamil Nadu: Towards a Learning Society*, p. 9. வறுமைக் கோட்டிற்குக் கீழே உள்ள மக்களின் எண்ணிக்கையில் திருத்தம் தேவைப்படுவதாகத் தோன்றுகிறது. தனிநபர் ஒருவருக்கு நாளொன்றுக்கு 2400 கலோரி என்னும் அளவீட்டின்படி கிராமப்புறங்களில் 46 விழுக்காடு மக்களும் நகர்ப்புறங்களில் 37 விழுக்காடு மக்களும் வறுமைக் கோட்டிற்குக்கீழ் இருக்கிறார்கள். 1969-70 விலைவாசியின் அடிப்படையில் கிராமப்புற மக்களில் 73–80 விழுக்காட்டினர் மாதத்திற்கு ரூ. 38.75க்கும் கீழ் சம்பாதிப்பதாக எம். ராமமூர்த்தி மதிப்பிட்டிருக்கிறார். (குறைந்தபட்ச வாழ்வாதாரத்திற்கான வருமானம் இது. Joshua, *Rural Primary Education and Adult Literacy in Tamil Nadu*, p. 15.

மாணவர் இடைநிற்றலின் மீது கணிசமான தாக்கத்தைச் செலுத்துவதாகத் தோன்றுகிறது. வேளாண் பணிகளுக்கான பருவத்தின்போது பள்ளி விடுமுறை வருமாறு பார்த்துக்கொள்ளத் தவறியதால் வேளாண் பணிகள் உச்சக்கட்டத்தில் இருக்கும்போது பள்ளிகளில் மாணவர் வருகை பெருமளவு குறைகிறது. வேளாண் பணிகள் உச்சத்தில் இருக்கும்போது குழந்தைகள் தங்கள் குடும்ப வயல்களில் வேலை செய்கிறார்கள். அல்லது பிறருடைய வயல்களில் ஒப்பந்த அடிப்படையில் வேலை செய்கிறார்கள். கல்வியில் பின்தங்கிய நிலை என்பது பொருளாதார ரீதியில் பின்தங்கிய நிலையின் அடையாளமே ஆகும்.[44]

அமர்த்தியா சென் மேலும் குறிப்பிடுவதாவது:

பள்ளி நேரத்தைக் குறைப்பது, வேளாண் பணிகள் உச்சத்தை எட்டும்போது பள்ளி நேரத்தை மாற்றிக்கொள்ள அனுமதிப்பது ஆகியவற்றை உள்ளடக்கிய பாடத்திட்டத்தை உருவாக்குவது பற்றிக் கருதிப்பார்ப்பது மிகவும் பயனுள்ளதாக அமையக்கூடும்.[45]

என்றாலும், இத்தகைய தீர்வுகள் ஓரளவுக்குத்தான் கை கொடுக்கும். பொருளாதார, சமூக ரீதியாகப் பின்தங்கிய நிலை சார்ந்த அடிப்படைப் பிரச்சினைகளைக் களையாதவரை திருப்திகரமான தீர்வு சாத்தியமில்லை.[46]

கல்விக்குத் திருப்பிவிடப்பட்ட மாநில அரசின் நிதி ஆதாரங்கள் வீணாயின. 1961இல் கல்விக்கு ரூ. 15 கோடி செலவு செய்த அரசு 1971இல் ரூ. 89 கோடி செலவு செய்தது. ஆண்டொன்றுக்குச் சராசரியாக 50% மட்டுமே அதிகரித்தது.[47] இதே விகிதத்தில் போனால் ஏழாம் ஐந்தாண்டுத் திட்டத்தின் முடிவில் மாநில அரசின் மொத்த பட்ஜெட்டையும் கல்விக்கு ஒதுக்க வேண்டியிருக்கும் என்று மால்கம் ஆதிசேசய்யா குறிப்பிட்டார்.[48]

சி.டி. குரியன் குறிப்பிடுவதுபோல், "கல்விக்காகச் 'சமுதாயம்' செய்யும் செலவில் ஏற்பட்டுள்ள அபாரமான வளர்ச்சி

---

44. *Primary Education in Rural India: Participation and Wastage*, p. 77.
45. Ibid.
46. Ibid.
47. *Perspective Plan for Tamil Nadu: Towards a Learning Society*, p. 14.
48. Adiseshiah, 'Launching of Non-Formal Education in Tamil Nadu', p. 22.

வசதி படைத்த, செல்வாக்கு மிகுந்த, அதிகாரம் கொண்ட ஒரு சிலருக்குக் கல்வி அல்லது தவறான கல்வியை அளிக்கவே பெரும்பாலும் உதவியது. மற்றவர்களுக்கு எதுவும் கிடைக்க வில்லை."[49] நூறு விழுக்காடு கல்வியறிவை எட்டுவது, நடப்பிலுள்ள சமூக–பொருளாதாரக் கட்டமைப்பிற்குள்ளாகவே தொடக்கக் கல்வியில் இடைநிற்றலைத் தவிர்ப்பது ஆகியவற்றுக்கான எல்லா முயற்சிகளும் கடைசியில் ஏதோ ஒருவகையில் ராஜாஜியின் திட்டத்திற்கே நம்மைக் கொண்டுசெல்கின்றன.[50]

1970களின் இறுதியில் அரசு தொடங்கிய முறைசாராக் கல்வித் திட்டம் (எழுத்தறிவு இயக்கம்) முழுமையான எழுத்தறிவை எட்டுவதற்கான மந்திரக்கோலாக முன்னிறுத்தப் பட்டது. தற்போதைய அமைப்பில் மாணவர் இடைநிற்றலும் பள்ளியிலிருந்து மாணவர்களை வெளியேற்றுவதும் தவிர்க்க முடியாதவை என்பதையும் குழந்தைத் தொழிலாளராக ஆக்கப்பட்டவர்களை அவர்கள் பணி நேரத்திற்குப் பிறகு பள்ளிக்கு வரச்சொல்வதுதான் ஒரே தீர்வு என்பததையும் ஒப்புக்கொள்வதாகவே இந்த முறைசாராக் கல்வித் திட்டம் அமைந்துவிட்டது. இது ராஜாஜி முன்வைத்த திட்டத்திற்கு ஒப்பானது. ஆகவே முப்பது ஆண்டுகளுக்குப் பிறகு இந்த முயற்சி தொடங்கிய இடத்திற்கே வந்தது சேர்ந்துவிட்டது என்றுதான் சொல்ல வேண்டும்.

எதிர்காலச் சமூக–பொருளாதார வளர்ச்சிக்கு இந்தத் திட்டத்தின் பொருத்தம்

மக்களின் சமூக – பொருளாதார நிலைகள் அனைவருக்கும் தொடக்கக் கல்வி தருவது என்னும் திட்டத்தை எப்படி எதிர்மறையாகப் பாதிக்கின்றன, நடப்பு சமூக–பொருளாதார அரசியல் அமைப்பிற்குள் பாருலேகர் – நாயக் – ராஜாஜி ஆகியோர் முன்வைத்த திட்டத்தின் மாறுபட்ட வடிவமே கல்வியைப் பாதியில் நிறுத்தியவர்களுக்கு – முறைசாராக் கல்வித் திட்டத்தின் மூலம் பகுதிநேரக் கல்வியை வழங்குவது போன்ற திட்டங்கள் – பொருத்தமாக இருப்பது எப்படி என்பதை யெல்லாம் இதுவரை பார்த்தோம். சமூக – பொருளாதார – அரசியல் மாற்றங்களை முன்னெடுக்கக்கூடியதாக ராஜாஜி யின் திட்டத்தைத் தகவமைக்க முடியுமா; முடியும் என்றால் எந்த அளவுக்கு என்பதை இனி ஆராய்வோம்.

---

49. Adiseshiah et al. (eds), *Backdrop to the Learning Society*, p. 29.
50. Ibid., pp. 72, 138, 238, 358.

பெருமளவில் அதிகாரப்பரவல் கொண்ட, அதிகாரிகளின் கட்டுப்பாட்டில் இல்லாத, மனிதர்களின் தேவைகள் குறைவாகவும் மிக எளிமையானதாகவும் உள்ளதொரு சமூக – அரசியல் அமைப்பில் தற்சார்புள்ள தன்னிறைவு கொண்ட கிராமப் பொருளாதாரத்திற்கு உதவிபுரியவே காந்தியின் ஆதாரக் கல்வித் திட்டமும் அதில் மாற்றம் செய்து ராஜாஜி கொண்டுவந்த திட்டமும் முனைந்தன என்பதை முன்பே விவாதித்தோம்.[51] காந்தியின் திட்டப்படி குழந்தையின் சமூகமயமாக்கல் பள்ளியிலேயே நடக்கிறது. தான் வாழும் சமூகத்தின் தொழிலைக் கற்பதன் மூலம் குழந்தை உலகைப் பற்றி அறிந்துகொள்கிறது. ராஜாஜியின் திட்டத்தில் கல்வியும் சமூகமயமாக்கலும் பிரிக்கப்படுகின்றன. சமூகமயமாக்கல், பள்ளிக்கு வெளியில், கிராமத்தில் நடைபெறும் வேலைகளின் மூலம் சாத்தியமாகிறது. இவற்றில் குழந்தை நேரடியாகப் பங்கேற்கிறது. காந்தியின் லட்சியக் கனவின் ஆதர்சமான சமூகம் கிராமங்களில் இருக்கிறது என்பதே அந்தக் கனவின் பின் உள்ள அனுமானம்.

ஆனால் நேருவின் தலைமையில் நாடு வேறு பாதையில் பயணித்தது. நவீன தொழில்சார் பொருளாதாரத்தை நேருவின் தலைமை கட்டமைத்தது. அதன் மையத்தில் கனரகத் தொழிற்சாலைகள் இருந்தன. நவீனமயமாக்கல் நடைமுறை கிராமங்களுக்கும் நீட்டிக்கப்பட்டது. சமூக மேம்பாட்டுத் திட்டங்களும் வேளாண் விரிவாக்கத் திட்டங்களும் மேற்குலகில் திட்டமிட்டு நடைமுறைப்படுத்தியதுபோல மேம்படுத்தப்பட்ட விரிவாக்க உத்திகளை உள்ளூர் நிலவரங்களுக்கும் இந்திய கிராமங்களின் வள ஆதாரங்களுக்கும் ஏற்பத் தகவமைத்துக் கொள்வதைத் தம் இலக்காகக் கொண்டிருந்தன. கிராமத்தின் சமூக, பொருளாதார வாழ்வை மாற்றியமைப்பதும் அவற்றின் நோக்கமாக இருந்தது.[52] நேருவின் வியூகம் தொடர்ச்சியான ஐந்தாண்டுத் திட்டங்களின் அடிப்படையில் மையப்படுத்திய பொருளாதாரத் திட்டமிடலைக் கொண்டிருந்தது. ஐந்தாண்டுத் திட்டங்களைச் செயல்படுத்தப் பெரிய அளவில் அரசு அதிகாரவர்க்கம் தேவைப்பட்டது. இத்தகைய சூழ்நிலையில் காந்திய ஆதாரக் கல்வித் திட்டம் பொருத்தமற்றது என்பதை காந்தியே உணர்ந்திருந்தார். இயந்திரங்கள் உண்மையிலேயே தவிர்க்க இயலாதவை என்று மக்கள் நினைத்தால் அவர்கள்

---

51. Mukherjee, *Gandhi: A Study*, p. 216.
52. Thirumalai, 'Post War Agricultural Problems and Policies in India' (1954), in *Rural Sociology in India*, ed. A.R. Desai, p. 537.

இந்தத் திட்டத்தை நிராகரித்துவிட்டுப் புதிய திட்டத்தைப் பரிந்துரைக்க வேண்டும் என்றும் அவர் கூறியிருந்தார்.[53]

காந்தியின் திட்டத்தில் தொழிலும் கல்வியும் ஒன்றோடொன்று நெருக்கமாகத் தொடர்புகொண்டிருந்தன. உடலுழைப்பையும் அறிவுழைப்பையும் பிரித்துப்பார்க்கும் அணுகுமுறை தேசம் தேர்ந்தெடுத்த சமூக – பொருளாதாரப் பாதையில் பொருத்தமற்றதாக ஆனது. ராஜாஜியின் திட்டம் காந்தியின் திட்டத்தைக் காட்டிலும் இந்தச் சூழலுக்குப் பொருத்தமற்றதாக ஆனது. ராஜாஜியின் திட்டம் தொழிலையும் கல்வியையும் பிரித்தது. அறிவுத் திறன் வளர்ச்சியைப் பள்ளியும், உடலுழைப்புத் திறன்களைச் சமூகமும் கவனித்துக்கொள்ள வேண்டும் என்பது அந்தத் திட்டத்தின் அணுகுமுறை. சமூகமோ உழைப்பவர்கள், உழைப்பைச் சுரண்டுபவர்கள் என இரு வர்க்கங்களாகப் பிளவுண்டிருந்தது. எனவே ராஜாஜியின் திட்டம் சமூக – பொருளாதார வளர்ச்சியில் பொருந்திப்போகவில்லை.

பொறியியல், மின்னணுவியல் முதலான உற்பத்தித்திறன்சார் நடவடிக்கைகளைச் சேர்ப்பதன் மூலம் ஆதாரக் கல்வித் திட்டத்தை மாறிவரும் சமூகத் தேவைகளுக்கேற்ப மாற்றி யமைக்கும் முயற்சிகளும் தோல்வியடைந்தன. எம். அருணாசலம் தன்னுடைய விமர்சனக் குறிப்பில் குறிப்பிட்டதுபோல், "பெரும்பாலான தொழில்கள் கல்வி சார்ந்த சாத்தியக்கூறுகளை வழங்குவதில் குறைவான வாய்ப்பையே கொண்டிருந்தன." தொழிலையும் கல்வியையும் ஒருங்கிணைப்பதில் உள்ள பிரச்சினையைத் தீர்ப்பதில் தோல்வி ஏற்பட்ட நிலையில் ஆதாரக் கல்வியின் சில கூறுகளைத் தொடக்கக் கல்விக்கான ஆதாரக் கல்வி அல்லாத முறையில் ஒட்டவைத்து அந்தப் பள்ளிகளை 'ஆதாரக் கல்வி'யின் தன்மையைக் கொண்டவையாக மாற்றும் முயற்சி நடைபெற்றது. எளிமையான சில தொழில்களையும் சமூகத் தொண்டு, கூட்டு வாழ்க்கை, பண்பாட்டு, கேளிக்கை நிகழ்ச்சிகள் முதலான சில நடவடிக்கைகளையும் இணைப்பதன் மூலம் இதைச் செய்யும் முயற்சிகள் நடைபெற்றன.[54]

ராஜாஜி முன்வைத்த திட்டத்தின் சில கூறுகளைப் பள்ளிகளில் இதுபோல் புகுத்த முடியுமா என்னும் கேள்வி

---

53. தொடக்கக் கல்விச் சீர்திருத்தக் குழுவிடம் எம். அருணாசலம் அளித்த அதிருப்திக் குறிப்பில் இது உள்ளது (REERC, p. 52.) தேசம் தொழில்மயமாக்கலில் தீவிரமாக ஈடுபடும் பின்னணியில் ஆதாரக் கல்வியின் சாதனைகள் குறித்த உரிமை கோரல்களை ஆய்வு செய்ய வேண்டும் என அருணாசலம் விரும்பினார். ஆதாரக் கல்விப் பள்ளிகளும் தொடக்கப் பள்ளிகள் அடைந்த அதே சீரழிவை அடைந்தன என்பதைச் சுட்டிய அவர், கல்வித் தேவைகளுடன் இணைப்பதற்கான முயற்சிகளும் தோல்வியடைந்தன என்றார்.

54. *Third Five-Year Plan*, p. 582.

எழுந்தது. கல்விக் கோட்பாட்டைப் பொருத்தவரை, பள்ளிக்கு வெளியிலான செயல்பாடு (குழந்தைகள் தங்கள் பெற்றோர் அல்லது தங்கள் கிராமத்தின் கைவினைஞர்களின் தொழில்களில் பங்கு பெறுவது) என்பதுதான் ராஜாஜியின் திட்டத்தின் மாறுபட்ட ஒரே கூறு. சாதாரணமான பள்ளிகளில் இதைச் சேர்த்தால் ராஜாஜியின் திட்டத்தை உள்ளடக்கியதாக ஆகும். ஆனால், முன்பே குறிப்பிட்டதுபோல், பொருளாதார வளர்ச்சிக்கான தேசிய இலக்குகளுடன் இது பொருந்திப்போகவில்லை. பள்ளிச் சுற்றுலா, வாரக்கடைசி நாட்களிலும் குறிப்பிட்ட சில பருவங்களிலும் களப்பணிகளில் மாணவர்களை ஈடுபடுத்துவது ஆகியவை ராஜாஜி திட்டத்தின் ஆதாரமான உணர்வைப் பிரதிபலிப்பதற்குப் போதுமானவையாக இல்லை. ராஜாஜியின் திட்டம் மாணவர்கள் தாம் வாழும் சமூகத்துடன் முழுமையாகத் தங்களை அடையாளப்படுத்திக்கொள்ள வேண்டும் என விரும்பியது. வர்க்க பேதமற்ற சமூகத்தில்தான் சிந்தனையையும் உற்பத்தித் திறன் சார்ந்த பணிகளைச் செய்வதையும் இணைக்க முடியும். அத்தகைய சூழலில்தான் அறிவுசார் உழைப்பு, உடலுழைப்பு என்னும் இருமையை முடிவுக்குக் கொண்டுவந்து பள்ளிக்கும் சமுதாயத்திற்கும் இடையேயான இடைவெளிக்கு முற்றுப்புள்ளி வைக்க முடியும்.

~ ~

அட்டவணை 4.1

இந்தியாவில் தொடக்கப் பள்ளிகளில் மாணவர் சேர்க்கை, தொடக்கப் பள்ளிக் கல்விக்காகச் செலவான தொகை

வரிசை எண்		1955-56	1965-66	விகிதம்
1	1–5 வகுப்புகளில் மாணவர் சேர்க்கை (லட்சங்களில்)	25.1 (52.8)	50.5 (76.7)	2.0 (1.5)
2	6–8 வகுப்புகளில் மாணவர் சேர்க்கை (லட்சங்களில்)	4.3 (16.5)	10.5 (30.8)	2.5 (1.8)
3	கல்விக்கான மொத்தச் செலவு (கோடிகளில்)	190	622	
4	தொடக்கக் கல்விக்கான செலவு (1) மொத்தச் செலவில் இதன் விழுக்காடு (2) ரூ. கோடிகளில்	 56 106	 30 186	 1.8

குறிப்பு

(1) அடைப்புக் குறிகளுக்குள் இருக்கும் எண்கள் வயது – மக்கள் குழு *(age - cohort)* விழுக்காட்டைக் குறிக்கின்றன.

(2) 4ஆம் வரிசையில் *(1)*: முதல், மூன்றாம் ஐந்தாண்டுத் திட்டங்களில் ஒதுக்கப்பட்ட தொகைகளின் விழுக்காடு

(3) 4ஆம் வரிசையில் *(2)*: வரிசை மூன்று, நான்கின் முதல் பகுதியின் பெருக்கத் தொகை.

ஆதாரம்

S.K. Saini, *Development of Education in India,* அட்டவணைகள் *8.1, 8.2.*

~ ~

அட்டவணை 4.2

தமிழகத்தில் தொடக்கப் பள்ளிகளில் மாணவர் சேர்க்கை, தொடக்கப் பள்ளிக் கல்விக்காகச் செலவான தொகை

வரிசை எண்		1956	1962	விகிதம் பத்தி 3 / 4
1	தொடக்கப் பள்ளிகளில் மாணவர் சேர்க்கை (லட்சங்களில்)	2.9 (56)	4.0 (60)	1.34 (1.07)
2	கல்விக்கான மொத்தச் செலவு (கோடிகளில்)	109.5	187.2	1.7
3	தொடக்கக் கல்விக்கான செலவு (1) மொத்தச் செலவில் இதன் விழுக்காடு (2) ரூ. கோடிகளில்	80 87.5	72 135	 1.54

குறிப்பு

(1) அடைப்புக் குறிகளுக்குள் இருக்கும் எண்கள் வயது–மக்கள் குழு விழுக்காட்டைக் குறிக்கின்றன.

(2) 3ஆம் வரிசையில் (1): முதல், மூன்றாம் ஐந்தாண்டுத் திட்டங்களில் ஒதுக்கப்பட்ட தொகைகளின் விழுக்காடுகள் – Towards a Learning Societyயில் கொடுத்துள்ளபடி

(3) 3ஆம் வரிசையில் (2) இரண்டு, மூன்று ஆகியவற்றின் பெருக்கத் தொகை

ஆதாரம்

(1) மாணவர் சேர்க்கை விவரங்கள் (1962), மொத்தச் செலவு (1956, 1962): Lalithalakshmi, Kamaraj as Administrator.

(2) 1956க்கான மாணவர் சேர்க்கை விவரம் சென்னை நிர்வாக அறிக்கையிலிருந்து எடுக்கப்பட்டது.

~ ~

சாதிக்குப் பாதி நாளா? ராஜாஜியின் கல்வித் திட்டம்

முடிவுரை

ராஜாஜி அறிமுகப்படுத்திய திருத்திய தொடக்கக் கல்வித் திட்டம் குறித்த இந்தக் கதையாடலிலிருந்தும் பகுப்பாய்விலிருந்தும் சில கூறுகளை அறியவும், சில முடிவுகளுக்கு வரவும் முடியும். முதலாவதாக, அரசியல் நிகழ்வுகள், மாற்றங்கள் பற்றி. அடுத்தபடியாக, இந்தச் சர்ச்சையின் கல்விசார் கூறுகள் பற்றி. காங்கிரசுக்குள் நடந்த கோஷ்டி மோதல், தெலுங்குத் துணைத் தேசியத்தின் ஜனநாயக விழைவுகள், பிராமணர்களுக்கு எதிராக உருவான வலுவான இயக்கம், காங்கிரஸ்மீது அவ்வியக்கம் செலுத்திய கணிசமான தாக்கம், பொதுவுடைமை இயக்கத்தின் தோற்றம் / வளர்ச்சி ஆகிய அனைத்தும் சேர்ந்து அரசியல் சூழலைச் சிக்கலானதாக ஆக்கின. 1952 தேர்தலில் காங்கிரஸ் எதிர்கொண்ட பின்னடைவு, ஒதுங்கியிருந்த ராஜாஜியை மீண்டும் தமிழ்நாட்டு அரசியலுக்குள் இழுத்துவந்தது. மாநிலத்தில் காங்கிரஸ் அரசை நிறுவுவதற்காக அவர் மேற்கொண்ட சந்தர்ப்பவாத, ஜனநாயக விரோதமான வழிமுறைகள் அப்போதுதான் துளிர் விட்டிருந்த ஜனநாயகத்திற்கு வலிமை சேர்க்கவில்லை. தாம் கொண்டுவந்த திட்டத்தின் மீது சட்டமன்றம் நிறைவேற்றிய தீர்மானத்தைப் பெருந்தன்மையோடு ஏற்றுக்கொள்ள ராஜாஜி பிடிவாதமாக மறுத்ததும் எதிர் கோஷ்டியினரால் அவர் பதவி இறக்கப்பட்ட விதமும் நாடாளுமன்ற ஜனநாயகத்தின் ஆரோக்கியமான வளர்ச்சிக்கு ஊறு விளைவித்தன.

விடுதலை பெற்ற முதல் சில ஆண்டுகளில் குறிப்பிடத்தகுந்த அளவில் கல்வித் துறை முன்னேற்றம் கண்டது என்றாலும் கல்வியைக் குறித்து அரசியல் சட்டத்தின் 45ஆம் பிரிவு முன்வைத்த வழிகாட்டு நெறிகளை நடைமுறைப்படுத்துவது தொலைதூரக் கனவாகவே இருந்தது. காந்தியவாதியான ராஜாஜிக்கு நிறுவனமயமான கல்வியைப் பற்றி ஐயங்கள் இருந்தன. இந்த ஐயங்களுடன், கல்வி குறித்த அரசியல் சட்டத்தின் வழிகாட்டு நெறியை நிறைவேற்ற வேண்டிய கடமை உணர்ச்சியும் சேர்ந்துகொள்ள, திருத்திய தொடக்கக் கல்வித் திட்டத்தை அவர் உருவாக்கினார். மேற்குலகில் கல்வித் துறையில் நடைபெற்ற மாற்றங்கள் குறித்த ஒப்பாய்வு, கல்வியின் பரவலாக்கம் தொழில் புரட்சியுடன் பிரிக்க இயலாத வகையில் இணைந்திருப்பதைக் காட்டுகிறது. அனைவருக்குமான கட்டாயக் கல்விக்கான இயக்கம் பொருளாதார மாற்றங்களால் தூண்டப்பட்டது. இந்த மாற்றங்கள் உழைக்கும் மக்கள் தங்கள் உரிமைகளுக்காக, குறிப்பாகப் பணிநேரம், குழந்தைகளின் வேலைவாய்ப்பு முதலான உரிமைகளுக்காக நடத்திய போராட்டத்தோடு பிரிக்க முடியாதவகையில் தொடர்புகொண்டிருந்தன. இப்படியாக, கல்வி அரசியல்மய மாவது தவிர்க்க முடியாததாக ஆனது.

திருத்திய தொடக்கக் கல்வித் திட்டம் அரசியலாக்கப் பட்டது முற்றிலும் வேறுவகைப்பட்டது. திட்டத்தின் முன் அனுமானங்கள் குறித்துக் கல்வியாளர்கள் எழுப்பிய ஐயங்கள் இதற்கான முக்கியக் காரணமல்ல. சமூக-பொருளாதார ரீதியாகத் திட்டம் பொருத்தமற்றதாக இருந்ததும் அல்ல. (குறிப்பாக, வளர்ச்சிக்கான முதலாளித்துவப் பாதையை நாடு தேர்ந்தெடுத்த நிலையில் காந்தியக் கொள்கைகள் பொருத்த மற்றுப் போயின.) அரசு திட்டத்தை முன்னெடுத்த விதம் ஜனநாயக அரசியல் கோட்பாடுகளை மீறியதாக இருந்ததுதான் இது அரசியலாக்கப்பட்டதற்கான உடனடிக் காரணம். அரசு ஜனநாயகத்துக்கு விரோதமான முறையில் திட்டத்தை அறிமுகப்படுத்தியதுமல்லாமல் கல்வித் துறையினர் எழுப்பிய கேள்விகளையும் புறந்தள்ளியது. திட்டம் குறித்த சட்டமன்றத் தீர்மானத்தை அரசு மதிக்கவில்லை. இவை அனைத்தும் சேர்ந்து கட்சிக்குள்ளும் கட்சிக்கு வெளியிலும் எதிர்ப்பை உருவாக்கின. திட்டம் குறித்து அடித்தட்டு மக்களுக்கு இருந்த அச்சத்தை எதிர்ப்பாளர்கள் பயன்படுத்திக்கொண்டார்கள். அரசின் ஜனநாயக விரோதப் போக்கே திட்டத்தின் தோல்வியை தவிர்க்க இயலாததாக்கியது.

தேசத்தின் தேவைக்கு ஏற்ற விதத்தில் புரட்சிகரமான நடவடிக்கை எதுவும் ராஜாஜியின் திட்டத்தை பதிலீடு செய்து விடவில்லை. காமராசர் ஆட்சிக் காலத்தில் தொடக்கக் கல்வி அபாரமாக விரிவடைந்தாலும் அதிக அளவிலான இடைநிற்றலும் தேக்கமும் தொடர்ந்தன. வெகுமக்களை எழுத்தறிவு பெறச் செய்வதற்கான முயற்சிகள் அனைத்தையும் இவை பாழாக்கின. ஏனென்றால் சமத்துவமின்மையும் வறுமையுமே இந்தப் பிரச்சினைகளுக்குக் காரணமாக இருந்தன. எனவே முறைசாராக் கல்வி என்னும் பெயரால் ராஜாஜியின் திட்டத்தின் மாறுபட்ட வடிவத்தை அரசு நாட வேண்டியிருந்தது. இது நடப்பு சமூக – பொருளாதார அமைப்பின் சட்டத்திற்கு உட்பட்டுச் செயலாற்றியது. ஒருபுறம் ஏழைகளும் வசதியற்றவர்களும் அரசும் உள்ளாட்சி நிர்வாக அமைப்புகளும் நடத்தும் பள்ளிகளில் தாய்மொழியில், தரம் குறைந்த கல்வியைப் பெற்றுவந்தனர். மறுபுறம் மிகச் சிறுபான்மையினரான பணக்காரர்களும் வசதி படைத்தோரும் தனியார் நடத்தும் ஆங்கிலவழிப் பள்ளிகளில் உயர்தரமான கல்வியைப் பெற்றார்கள். கால் நூற்றாண்டுக் காலம் நீடித்த இந்த இரட்டைநிலை ஏழைக் குழந்தைகள் பலர் எதையும் கற்பதற்கு முன்பே பள்ளியை விட்டு நிற்கும் நிலையையும் உருவாக்கியது.

சான்றுப் பட்டியல்

ஆவணங்கள்

Tamil Nadu Archives

1. R.C. 1483-E/34 dated 5.10.1938 of the Director of Public Instruction, Madras
2. G.O. No. 386 Education dated 3.3.1947

Tamil Nadu Congress Committee, Madras

Minutes of the meetings of Executive Committee, 1955

இதழ்கள்: ஆங்கிலம்

Eastern Economist

Economic and Political Weekly

Educational India

Harijan

The Hindu, Madras

Madras Information

New Age

Pacific Affairs

Social Scientist

The South Indian Teacher

Swatantra

இதழ்கள்: தமிழ்

ஆனந்த விகடன்

கல்கி

குடி அரசு

திராவிட நாடு

தீக்கதிர்

மன்றம்

விடுதலை

ஜனசக்தி

தமிழ்நாடு (சென்னை) அரசு வெளியீடுகள்

Madras Legislative Assembly Debates, 1952–54

Madras Legislative Council Debates, 1953–54

Progress of Education in Madras, 1954

Report on Public Instruction, 1952–53

Report of the Committee on Elementary Education in Madras (Parulekar Committee), 1953

Report of the Elementary Education Reform Committee, 1955

Perspective Plan for Tamil Nadu: Towards a Learning Society, State Planning Commission, 1973

Madras State Administration Reports (Annual), 1945–46 to 1954–55

இந்திய அரசு வெளியீடுகள்

Indian Educational Documents Since Independence: Committees, Commissions, Conferences. Edited by Arabinda Biswas and Suresh Agarwal. New Delhi: Academic Publishers, 1971.

Central Advisory Board of Education. *CABE (1935–1960). Silver Jubilee Souvenir.* Delhi: Government of India, 1960.

Third Five Year Plan, 1961–66. Delhi: Government of India.

Adiseshiah, Malcolm, ed. *Backdrop to the Learning Society: Education Perspective for Tamilnadu*. Madras: Madras Institute of Development Studies, 1978.

———. *Launching of Non-Formal Education in Tamil Nadu*. Madras: Madras Institute of Development Studies, 1978.

Ahluwalia, B.K., and S. Ahluwalia. *Rajaji and Gandhi*. New Delhi: Allora Publishers, 1978.

Ahmad, Karuna. 'Towards a Study of Education and Social Change'. *Economic & Political Weekly*, vol. 14, no. 4 (27 January 1979).

Arnold, David. *The Congress in Tamilnad: Nationalist Politics in South India, 1919–1937*. Delhi: Manohar, 1977.

Baker, C.J., and David Washbrook. *South India: Political Institutions and Political Change, 1880–1940*. Delhi: Macmillan, 1975.

Baker, C.J. *Politics of South India, 1920–1937*. Cambridge: Cambridge University Press, 1976.

Barnett, Marguerite Ross. *The Politics of Cultural Nationalism in South India*. Princeton: Princeton University Press, 1976.

Beteille, Andre. *Caste, Class and Power*. Berkeley: University of California Press, 1965.

Blaug, Mark. *An Introduction to the Economics of Education*. Harmondsworth: Penguin, 1976.

Brembeck, Cole S. *Social Foundations of Education: Environmental Influences in Teaching and Learning*. New York: John Wiley 1966.

Chaudhuri, Pramit. *The Indian Economy: Poverty and Development*. Delhi: Vikas, 1979.

Chockalingam, T.S. *Kamaraj*. Madras: Navayuga Prasuralayam, 1955.

Colletti, Lucio. *From Rousseau to Lenin*. Bombay: Oxford University Press, 1978.

Copley, Antony. *The Political Career of C. Rajagopalachari*. Delhi: Macmillan, 1978.

Curle, Adam. *Educational Strategy for Developing Societies*. London: Tavistock, 1963.

Desai, A.R. *Social Background of Indian Nationalism*. Bombay: Popular Prakashan, 1976.

———. *Rural Sociology in India*. Bombay: Indian Society of Agricultural Economics (ISAE), 1961.

Desai, D.M. *Compulsory Education in India*. Pune: Indian Institute of Education, 1953.

Kumar, Dharma. *Land and Caste in South India*. Cambridge: Cambridge University Press, 1965.

Du Bois, W.E.B. *The Education of Black People*. New York: Monthly Review Press, 1973.

Dupuis, A.M. *Philosophy of Education in Historical Perspective*. Chicago: Thomson Press, 1972.

Dutt, Rajani Palme. *India Today*. Calcutta: Manisha, 1979.

Dutt, Vishnu. *Gandhi, Nehru and the Challenge*. New Delhi: Abhinav Publishers, 1975.

Erdman, Howard L. *The Swatantara Party and Indian Conservatism*. Cambridge: Cambridge University Press, 1967.

Gandhi, M.K. *Educational Reconstruction*. Wardha: Hindustani Talimi Sangh, 1950.

———. *Basic Education*. Edited by B. Kumarappa. Ahmedabad: Navajivan Press, 1951.

———. *Economic and Industrial Life and Revolution*. Edited by V.B. Kher. 2 Vols. Ahmedabad: Navajivan, 1968.

———. *Selected Works*. Vol. IV, *The Basic Works*, edited by Shriman Narayan. Ahmedabad: Navajivan, 1968.

Gandhi, Rajmohan. *The Rajaji Story*. Vol. I, *A Warrior from the South*. Bombay: Bharathan, 1973.

Ganguli, B.N. *Gandhi's Social Philosophy: Perspective and Relevance*. Delhi: Vikas, 1973.

Goel, S.C. *Education and Economic Growth in India*. Delhi: Macmillan, 1975.

Gopalakrishnan, P.K. *Development of Economic Ideas in India*. Delhi: People's Publishing House, 1959.

Gordon, D.S. *Principles and Practice of Education*. Mysore: Christian Literature Society, 1957.

Hardgrave, Robert L. 'D.M.K. and Politics of Tamil Nationalism'. *Pacific Affairs*, vol. 37, no. 4, 1964.

———. *Nadars of Tamilnad: The Political Culture of a Community in Change*. Bombay: Oxford University Press, 1969.

Harrison, S. Selig. *India: The Most Dangerous Decades*. Madras: Oxford University Press, 1968.

Heimsath, C.H. *Indian Nationalism and Hindu Social Reform*. Princeton: Princeton University Press, 1964.

Illich, Ivan. *Deschooling Society*. New York: Harper & Row, 1972.

Irschick, Eugene F. 'Significance of Justice Party'. In *Justice Party Golden Jubilee Souvenir*. Madras: 1968.

———. *Politics and Social Conflict in South India: The Non-Brahman Movement and Tamil Separatism, 1916–1929*. Bombay: Oxford University Press, 1969.

John, V.V. *The Great Classroom Hoax & Other Reflections on India's Education*. Delhi: Vikas, 1978.

Joshua, Alexander. *Rural Primary Education and Adult Literacy in Tamil Nadu*. Madras: Madras Institute of Development Studies, 1978.

Kabir, Humayun. *Indian Philosophy of Education*. Bombay: Asia Publishing House, 1961.

Kashyap, Subhash C. *Indian Political Parties: Programmes, Promises and Performance*. Delhi: Research Publications in Social Science, 1971.

Krelis, George S. *The Individual and his Education*. Arlington: American Vocational Association, 1972.

Kripalani, J.B. *The Latest Fad, Basic Education*. Wardha: Hindustani Talimi Sangh, 1946.

Kumarappa, J.C. *Economy of Permanence*. Delhi: Akhil Bharat Sarva Seva Sangh, 1971.

Kuppuswamy, B. *Social Change in India*. Delhi: Vikas, 1972.

Lieten, G.K. 'Caste in Class Politics'. *Economic & Political Weekly*, vol. 14, nos. 7 & 8 (Annual Number, February 1979).

Madan, T.N. 'Social Organisation'. *In Economic History of India*, edited by V.B. Singh. Delhi: Allied Publishers, 1965.

Majumdar, R.C., ed. *The History and Culture of Indian People*. Volume XI, *The Struggle for Freedom*. Bombay: Bharatiya Vidya Bhavan, 1978.

Mangalamurugesan, N.K. *Self-Respect Movement in Tamil Nadu, 1920–1940*. Madurai: Koodal Publishers, 1980.

Mani, R.S. *Educational Ideals of Gandhi and Tagore.* Delhi: New Book Society of India, 1961.

Marx, Karl. *Critique of the Gotha Programme.* Moscow: Progress Publishers, 1980.

Menon, Gopala. 'Non-Brahmin Movement and Justice Party'. In *Justice Party Golden Jubilee Souvenir.* Madras: 1968.

Misra, O.P. *The Economic Philosophy of Pundit Jawaharlal Nehru.* Allahabad: Chugh Publications, 1978.

Mukherjee, Hiren. *Gandhi: A Study.* 1960. Rev. ed. Delhi: People's Publishing House, 1979.

———. *India Struggles for Freedom: A History.* Bombay: Kutub, 1948.

———. *The Gentle Colossus: A Study of Jawaharlal Nehru.* Delhi: Jaico, 1969.

Mukherjee, K.C. *Underdevelopment, Educational Policy and Planning.* Bombay: Asia Publishing House, 1967.

Mundasseri, Joseph. 'Modern Educational Reforms'. *New Age*, February 1956.

Myrdal, Gunnar. *Asian Drama: An Inquiry into the Poverty of Nations.* 3 Vols. Harmondsworth: Penguin, 1968.

Naik, J.P. *Elementary Education in India: The Unfinished Business.* Bombay: Asia Publishing House, 1966.

Nair, T.M. 'Political Reconstruction in India'. In *Justice Party Golden Jubilee Souvenir.* Madras: 1968.

Nambiar, S.R. 'Meaning of Basic Education'. *New Age*, September 1965.

Namboodiripad, E.M.S. 'Caste Conflicts vs Growing Unity of Popular Democratic Forces'. *Economic & Political Weekly*, vol. 14, nos. 7 & 8 (Annual Number, February 1979).

———. *The Mahatma and the Ism.* Delhi: People's Publishing House, 1958.

Narasimhachari, K.T. *C. Rajagopalachari: His Life and Mind.* Delhi: B.R. Chawla, Heritage Publishers, 1978.

Narasimhan, V.K. *Kamaraj: A Study*. Bombay: Manaktalas, 1967.

Nehru, Jawaharlal. *An Autobiography*. London: Bodley Head, 1947.

Ojha, Pandit G.K. *Progress of Compulsory Education in India, 1951–56*. Delhi: Universal Book and Stationary India, 1966.

Pandhe, M.L., ed. *Child Labour in India*. Calcutta: India Book Exchange, 1979.

Parker, S.C. *The History of Modern Elementary Education*. Boston: Ginn and Co., 1912.

Parthasarathy, R. *A Hundred Years of the Hindu: The Epic Story of Indian Nationalism*. Madras: Kasturi & Sons, 1980.

Parulekar, R.V. *Shri R.V. Parulekar Felicitation Volume*. Bombay: A.N. Samant, for the R.V. Parulekar 71st Birthday Celebration Committee, 1956.

Patel, Vallabhbhai. *Correspondence*. Volume II, *Elections to Central & Provincial Legilatures - Direction of Congress Campaign*, edited by Durga Das. Ahmedabad: Navajivan Press, 1972.

Perumal, Nilkan. *Rajaji: A Biographical Study*. Calcutta: Maya Publications, 1948.

Pillai, K.K. *Caste System in Tamil Nadu*. Madras: University of Madras, 1977.

Rajagopalachari, C. *Chats Behind Bars*. Madras: S. Ganesan, 1931.

———. *Ambedkar Refuted*. Bombay: Hind Kitab, 1946.

———. *Jail Diary*. Madras: Rochouse & Sons, 1921.

———. *Satyam Eva Jayate: A Collection of Articles Contributed to Swarajya and Other Journals from 1956 to 1961*. Madras: Bharathan, 1961.

———. *Speeches*. 2 vols. Bombay: Bharatiya Vidya Bhavan, 1958.

———. *Speeches Delivered as Governor of West Bengal, 15 April 1944 –14 June 1948*. Government of West Bengal.

Ram, N. 'Dravidian Movement in its Pre-Independence Phase'. *Economic & Political Weekly*, vol. 14, nos. 7 & 8 (Annual Number, February 1979).

Ramanathan, G. *Education from Dewey to Gandhi: The Theory of Basic Education*. Bombay: Asia Publishing House, 1962.

Rao, G.R. *Progressive Madras State: A Saga of Integrated Development*. Madras: Hindustan Chamber of Commerce, 1967.

Ray, Sibnarayan, ed. *Gandhi, India and the World: An International Symposium*. Philadelphia: Temple University Press, 1970.

Rudolph, Lloyd, and Susan Rudolph. 'Political Role of India's Caste Organisations'. *Pacific Affairs*, vol. 33, no. 1 (March 1960).

Ruthnasamy, M. 'Justice Party as I Knew It'. In *Justice Party Golden Jubilee Souvenir*. Madras: 1968.

Saini, S.K. *Development of Education in India*. Delhi: Cosmo Publications, 1980.

Saiyidain, K.G., J.P. Naik, and S. Abid Husain. *Compulsory Education in India*. A UNESCO Study. Delhi: Universal Book and Stationery Co., 1966.

Sampath, P.N. 'C.R. as Leadership in Retrospect'. *Swatantra*, 10 April 1954.

Saraswathi, S. 'The Justice Party, 1916–20'. In *Justice Party Golden Jubilee Souvenir*. Madras: 1968.

Sen, N.B. *Glorious Thoughts of Nehru*. Delhi: New Book Society of India, 1964.

Sharma, S.R. 'Cottage Industries'. In *Economic History of India, 1857–1956*, edited by V.B. Singh. Bombay: Allied Publishers, 1965.

Shriman Narayan. *Towards the Gandhian Plan*. Delhi: S. Chand, 1978.

Sidhartha, Ranjani. 'Education'. In *Economic History of India, 1857–1956*, edited by V.B. Singh. Bombay: Allied Publishers, 1965.

Simon, Brian. *Studies in the History of Education, 1780–1870: Education and the Labour Movement*. London: Lawrence and Wishart, 1960.

Singh, V.B. 'Village Community'. In *Economic History of India, 1857–1956*, edited by Singh. Bombay: Allied Publishers, 1965.

———, ed. *Economic History of India, 1857–1956*. Bombay: Allied Publishers, 1965.

Srinivas, M.N. *Caste in India*. Bombay: Asia Publishing House, 1962.

———. *Social Change in Modern India*. Bombay: Allied, 1966.

Srinivasa Iyengar, R. *On Education and Educationists*. Madras: Published by author, 1957.

Subbaraman, P.S. *Kamaraj: Symbol of Indian Democracy*. Bombay: Popular Prakashan, 1966.

Subramaniam, T.V. 'The Tamil Brahmins: Some Guidelines to Research on their Emergence and Eclipse'. *Economic & Political Weekly*, vol. 4, July 1969.

Thirumalai, S. 'Post War Agricultural Problems and Politics in India'. In *Rural Sociology in India*, edited by A.R. Desai. Bombay: Indian Society of Agricultural Economics, 1961.

Turchenko, V. *Scientific and Technological Revolution and Revolution in Education*. Moscow: Progress Publishers, 1976.

UNESCO. *Learning to be* (abridged). Delhi: NCERT, 1974.

———. *Regional Seminar on Alternative Approaches to School Education at Primary Level, Manila, 6–14 December 1976*. UNESCO, 1977.

University of Delhi, Agricultural Economics Research Centre. *Primary Education in Rural India: Participation and Wastage*. Delhi: Tata-McGraw Hill, 1971.

Venkatasubramanian, K. *Education and Economic Development in India*. Delhi: Frank Bros, 1980.

Washbrook, D.A. *Emergence of Provincial Politics, 1870–1920*. Cambridge: Cambridge University Press, 1976.

Winge, Max. *Philosophy of Education*. Delhi: Sterling Publishers, 1975.

Wirth, A.G. *John Dewey as Educator*. New York: John Wiley & Sons, 1966.

Wright, Nigel. *Progress in Education*. London: Croom Helm, 1977.

Zaidi, S.K. 'Basic Education: A Critique'. *New Age*, February 1954.

தமிழ் நூல்களும் கட்டுரைகளும்

ஆனைமுத்து, வே., ப–ர், *பெரியார் ஈ.வெ.ரா. சிந்தனைகள்*, 3 தொகுதிகள். திருச்சி: சிந்தனையாளர் கழகம், 1974.

அண்ணாதுரை, சி.என். *வர்ணாசிரமம்*. துறையூர்: திராவிடப் பண்ணை, 1952.

அருணன், எஸ். *திராவிட இயக்கம்: ஒரு மார்க்சிய ஆய்வு*. மதுரை, 1981.

அய்யாமுத்து, கோவை அ. *ராஜாஜி: என் தந்தை.* சிங்காரம்பாளையம்: ஆசிரியர், 1970.

சிற்றரசு, சி.பி. *டாக்டர் வரதராஜுலு நாயுடு வாழ்க்கை வரலாறு.* சென்னை: அசோசியேஷன் பப்ளிஷிங் ஹவுஸ், 1957.

சொக்கலிங்கம், டி.எஸ். *காமராஜ்.* சென்னை: நவயுக பிரசுராலயம், 1955.

——. *எனது முதல் சந்திப்பு.* திருச்சி: பழனியப்பா பிரதரஸ், 1956.

கணேசன், பி.சி. *பாரதப் பெருந்தலைவர் காமராஜ்.* சென்னை: அருணோதயம், 1975.

இளமுருகு பொற்செல்வி, மீ.சு. *ஆடும் ஆச்சாரியார்.* திருச்சி: நம்நாட்டுப் பண்ணை, 1954.

கமலா, வி.எஸ். *தலைவர் சத்தியமூர்த்தி.* சென்னை: லலிதா விலாச புத்தகசாலை, 1967.

கருணானந்தம். *தந்தை பெரியார்.* சென்னை: ஆசிரியர், 1979.

மறைமலையான், அ. *பேரறிஞர் அண்ணாவின் பெருவாழ்வு.* சென்னை: வானதி பதிப்பகம், 1978.

முத்துசாமி, மு.க. *அறிஞர் அண்ணா வாழ்க்கை வரலாறு.* சென்னை: சத்யா பதிப்பகம், ஆண்டு இல்லை.

துரைக்கண்ணன், நாரண. *ராஜாஜி சரித்திரம்.* சென்னை: சக்தி காரியாலயம், 1938.

——. *ராஜாஜி.* சென்னை: அல்லயன்ஸ் கம்பெனி, 1948.

பார்த்தசாரதி, தி.மு. *தி.மு.க. வரலாறு.* சென்னை: பாரி நிலையம், 1961.

ராமமூர்த்தி, பி. மதிப்புரை: அருணன், எஸ். *திராவிட இயக்கம்: ஒரு மார்க்சிய ஆய்வு.* தீக்கதிர் 1981.

ராமசாமி, பெரியார் ஈ.வெ.ரா. *ஆச்சாரியார் ஆட்சியின் கொடுமைகள்.* ஈரோடு: குடிஅரசு பதிப்பகம், 1954.

சந்தானலட்சுமி, எஸ். *காமராஜ்.* திருச்சி: பழனியப்பா பிரதரஸ், 1975.

சுந்தரவடிவேலு, நெது. *புரட்சியாளர் பெரியார்.* சென்னை: எஸ். சந்த் அண்டு கம்பெனி, 1979.

வஞ்சிக்கோவன், ம.ரா. *பேரறிஞர் அண்ணா வாழ்க்கை வரலாறு.* சென்னை: பாலசரஸ்வதி புக் டிப்போ, 1970.

விசுவநாதன், சீனி. *பாரத ரத்னா ராஜாஜி.* சென்னை: ஸ்ரீ புவனேஸ்வரி பதிப்பகம், 1980.

நேர்காணல்கள்

மீ. பக்தவதசலம், தமிழக முதலமைச்சர் *(1963–67)*

ராஜ்மோகன் காந்தி, ராஜாஜியின் பேரர்; ராஜாஜியின் வாழ்க்கை வரலாற்றாசிரியர்

நெ.து. சுந்தரவடிவேலு, பொதுக் கல்வி இயக்குனர் *(1954–69);* துணைவேந்தர், சென்னைப் பல்கலைக்கழகம் *(1969–75)*

சி. சுப்பிரமணியம், நிதி – கல்வித்துறை அமைச்சர் *(ராஜாஜி, காமராசர் அமைச்சரவை)*

பி. ராமமூர்த்தி, சட்டமன்ற எதிர்க்கட்சித் தலைவர், *(1952–54);* இந்தியக் கம்யூனிஸ்ட் கட்சி *(மார்க்சிஸ்ட்)* தலைவர்.

எல்.என். கோபாலசாமி, தக்கர் பாபா வித்யாலயா, சென்னை; ராஜாஜியின் நண்பர்.

நூல்வடிவம் பெறாத ஆய்வேடுகள்

Sivakami, Aruna. 'Rajaji: A Study in Politics and Administration', PhD diss., University of Madras, 1980.

Lalithalakshmi, S. 'Kamaraj as Administrator'. PhD diss., University of Madras, 1981.

Swaminathan, Saroja. 'S. Sathyamurthi: Political Biography', PhD diss., University of Madras, 1981.

Shanmugaswami, R. 'Indian National Movement and S. Satyamurthi', PhD diss., University of Madras, 1977.

கலைமணி, எம். பெரியாரும் இயக்கங்களும். எம்.பில். ஆய்வேடு, சென்னைப் பல்கலைக்கழகம், *1980.*

முத்துசாமி, ஏ. பெரியாரும் அரசியலும்: ஓர் ஆய்வு. எம்.பில். ஆய்வேடு, சென்னைப் பல்கலைக்கழகம், *1980.*

பொருளடைவு

'ஆனந்த விகடன்', 32, 128-9, 160

'விடுதலை', 28, 30, 33, 45, 49, 61, 73, 108, 115, 117-8, 129-0, 132-3, 157, 160

ஃபிரோபெல், ஃபிரெட்ரிக், 64

ஃபெல்லன்பர்க், இம்மானுவேல், 64

அண்ணா, 31, 35, 168-9

அண்ணாதுரை, சி.என். காண்க: அண்ணா

அந்தோணி பிள்ளை, எஸ்.சி.சி., 111

அரவிந்தர், 71

அருணாசலம், எம். 140-1, 152

அருணாசலம், கே. 140

அலி, ஆசஃப், 31

அவினாசிலிங்கம் செட்டியார், டி.எஸ்., 41, 112

அழகப்ப செட்டியார் குழு, 141, 143

அழகப்ப செட்டியார், ராம., 140

ஆசாத், அபுல் கலாம், 31

ஆடம்ஸ், வில்லியம், 79

ஆதாரக் கல்வித் திட்டம், 35, 38, 46, 62, 73-4, 82, 89, 95-6, 105, 109, 138, 140, 142, 151

ஆதிசேசய்யா, மால்கம், 149

ஆந்திர மாநிலம், 35, 39, 118, 122

இந்தியக் கம்யூனிஸ்ட் கட்சி (மார்க்சிஸ்ட்), 169

இந்திரா காந்தி, 51

உன்னித்தன், கே.எம்., 43

ஓவன், ராபர்ட், 67

கட்டாயக் கல்வித் திட்டம், 144

கல்கி, 13-4, 26, 31, 33-4, 49-0, 92, 94, 114-5, 126, 128-9, 160

காங்கிரஸ், 12, 18-9, 25-0, 32-3, 35-7, 43, 49, 51, 58, 71, 81-2, 112, 128-0, 133-4, 139-0, 156

காந்தி, 14, 26, 28-5, 38, 51, 58, 61-2, 68, 72-6, 78, 82, 85, 151-2, 169

காந்தி, ராஜ்மோகன், 28, 30, 34, 169

காந்திகிராமம், 96

காமராசர், 25-4, 36-7, 45, 50-2, 59, 111, 127, 129-4, 139-1, 143, 145-6, 158, 169

கிருஷ்ணா ராவ், எம்.வி. 39, 87, 93

கிருஷ்ண ஐயர், வி.ஆர்., 135

கிழக்கிந்தியக் கம்பெனி, 79

குமரப்பா, ஜே.சி., 96, 99

குமாரசாமி ராஜா, பி.எஸ்., 32-3

குரியன், சி.டி., 149

குருசாமி, 'குத்தூசி'., 45

கோகலே, 37, 70, 81-2

கோசல்ராம், கே.டி., 49, 129-1

கோவிந்தசாமி நாயகர், அ., 111, 123

கோவிந்தராஜுலு நாயுடு, 39, 41, 43, 45, 88, 123

சபாநாயகம், ப. 44-5

சித்தண்ண கவுடா, எச்., 119

சிவஞானம், ம.பொ.
காண்க: ம.பொ.சி.,

சீநிவாசராகவன், அ., 106

ஸ்ரீநிவாச அய்யங்கார், ஆர்., 97-8

சுந்தரவடிவேலு, நெ.து., 13, 39, 43, 77-8, 86, 88-9, 140, 169

சுப்பராயன், ப., 112

சுப்பிரமணிய ஐயர், ஜி., 27

சுப்பிரமணியம், சி., 13, 43-4, 46, 88, 112, 119, 122-3, 139-0, 169

செங்கல்வராயன், டி., 111

சென், அமர்த்தியா, 149

டுபாஸ், டபிள்யூ. ஈ.பி., 66

டுவி, ஜான், 65-6

டே, பி.பி., 122-3

தத், ரமேஷ் சந்திர, 70

தமிழ்நாடு உழைப்பாளர் கட்சி, 110-1, 119

தமிழரசு கழகம், 50

தாகூர், 72,76

திக,
காண்க: திராவிடர் கழகம்

திமுக,
காண்க: திராவிட முன்னேற்றக் கழகம்

திராவிட முன்னேற்றக் கழகம், 26, 36, 46, 107, 109, 116-8, 120, 133-4

திராவிடர் கழகம், 35, 45-6, 107-8, 117-8, 120, 131

திரு.வி.க., 27, 33

திருத்திய தொடக்கக் கல்வித் திட்டம், 25, 35, 46, 57, 91, 121, 156-7

திட்டத்திற்கு ஆதரவு, 98-108

திட்டத்திற்கு எதிர்ப்பு, 90-98

திட்டத்திற்கு எதிர்வினை, 88-108

திட்டத்திற்கு எதிரான போராட்டம் 112-116, 117-127

திட்டத்தின் அம்சங்கள், 86-88

திட்டத்தின் தொடக்கம், 84-88

திட்டம் கைவிடப்படுதல், 131-138

திலகர், பாலகங்காதர, 71

தென்னிந்திய ஆசிரியர் சங்கம், 92, 97-8, 101, 136

நடராஜன், எஸ்., 94, 99

நம்பியார், டி.சி. நாராயண, 94-5, 97, 123, 137

நாகி ரெட்டி, டி., 119

நாதமுனி நாயுடு, 44

நாயக், ஜே.பி., 83

நீதிக் கட்சி, 27

நேரு, 18, 21, 26, 28, 32, 34, 48, 51, 58, 60, 118, 129, 151

நௌரோஜி, தாதாபாய், 70

படேல், வல்லபாய், 32

பாருலேகர் குழு, 59, 108, 114, 123, 127, 135-8, 143

பாருலேகர், ஆர்.வி., 122

பால், எஸ்., 105

பிரகாசம், டி., 87

பெசன்ட், அன்னி, 72

பெரியார், 14, 27, 37, 46-9, 77-8, 108-9, 118, 134, 140, 167-8

பெஸ்தலட்ஸி, ஜொஹான், 63-4, 97

பொட்டி ஸ்ரீராமுலு, 35

ம.பொ.சி., 26, 50

மான்டிசோரி, மேரி, 72

மாணிக்கவேல் நாயகர், 34

மார்க்ஸ், கார்ல், 11, 19, 22, 67

மிர்டால், குன்னர், 74

முத்துலட்சுமி ரெட்டி, டாக்டர், 106

முறைசாராக் கல்வி, 150, 158

மெக்காலே, 70, 79

ராமச்சந்திரன், ஜி., 96, 102-3, 112, 127

ராமஸ்வாமி சாஸ்திரி, கே.எஸ்., 106

ராமசாமி ரெட்டியார், ஓமந்தூர், 32, 41, 86, 111, 144, 168

ராமசாமி, ஈ.வெ.
காண்க: பெரியார்

ராமமூர்த்தி, பி. 17, 20, 93, 110, 169

ரானடே, எம்.ஜி., 70

ராஜகோபாலாச்சாரி, சி.
காண்க: ராஜாஜி

ராஜா, ஹெச்.டி., 106

ராஜாஜி, 11, 19, 25-46, 48-2, 57-2, 65, 75-8, 83-5, 87-9, 92-3, 95-3, 105-6, 108-9, 112-6, 118-36, 139-0, 142, 146, 150-3, 156-8 168-9

ரூசோ, 63

லட்சுமணசாமி முதலியார், 105

லட்சுமிபதி, ஏ., 78

வரதராசுலு நாயுடு, 26-7, 49

வன்னிய குல கூழத்திரிய சங்கம், 134

வார்தா திட்டம், 38, 77

வினோபா, 83-4

விஸ்வநாதம், தென்னட்டி, 111, 119

வீராசாமி, வ., 117

வெங்கடரங்கய்யா, பேராசிரியர் எம்., 106

ஜாகிர் ஹுசைன் குழு அறிக்கை, 38

ஸ்டாதம், ஆர்.எம்., 41

ஸ்பென்சர், ஹெர்பர்ட், 65